அறிவு பற்றிய தமிழரின் அறிவு

சி.மகேந்திரன்

டிஸ்கவரி புக் பேலஸ்
கே.கே.நகர் மேற்கு, சென்னை - 600 078.
(பாண்டிச்சேரி கெஸ்ட் ஹவுஸ் அருகில்)
பேச : 044 48557525, +91 87545 07070

அறிவு பற்றிய தமிழரின் அறிவு
(ஆய்வுரை)

ஆசிரியர்: **சி.மகேந்திரன்**©

Arivu Patriya
Thamilarin Arivu
(Research on Tamil Epistemology)
Author: **C.Mahendran**©

1st Edition: July - 2018
Pages -232
ISBN: 978-81-942420-3-1
Cover Design: Adavi Murali

Published by :
Discovery Book Palace (P) Ltd,
6, Mahaveer Complex, Munusamy Salai,
K.K.Nagar West, Chennai-600 078.
Ph: +91 - 44 48557525
Mobile: +91 87545 07070

E-mail: **discoverybookpalace@gmail.com**,
Website: **www.discoverybookpalace.com**

Rs. 250

மானுடத்தின் அறிவுக் கோட்பாட்டை
எனக்கு அறிமுகப்படுத்திய
பேராசிரியர் நா.வானமாமலை அவர்களுக்கு...

தமிழரின் அறிவுத் தேடல்.

அறிவுத் தோற்றவியல் (Epistemology) குறித்துத் தமிழில் விரிவாக ஆய்வுகள் நடைபெறவில்லை. ஒரு இனத்தின் தொன்மையை, சிறப்புகளை அறிந்து கொள்வதற்கு அதன் சிந்தனைப் பரப்பையும், அறிவின் வரலாற்றையும் அறிந்து கொள்ள வேண்டியது அவசியம்.

பெயரிடுதல், வேறுபடுத்தல். அனுபவங்களைத் தொகுத்து வகுத்து அறிவாக்குதல், காலம், வெளி, பிறப்பு, இறப்புக் குறித்த கருத்தாக்கங்கள் மற்றும் இயற்கை, சமூகம், பண்பாடு, பிரபஞ்சம் குறித்த கண்ணோட்டங்களின் பொதுத் தன்மை மற்றும் தனித் தன்மைகளின் வரலாற்றை ஆராய்ந்து அறிவதன் வழியே அந்த இனம் எந்த அளவு வளர்ச்சியடைந்திருந்தது என்பதை அறிஞர்கள் கண்டறிகிறார்கள்.

எழுத்தாளரும் ஆய்வாளருமான எம்.டி. முத்துக்குமாரசாமி சங்க இலக்கியத்தின் அறிவுத்தோற்றவியல் என்றொரு ஆய்வுக்கட்டுரையை எழுதியிருக்கிறார். தமிழரின் அறிவுக்கோட்பாடு குறித்த மிகச் சிறந்த கட்டுரையது. அறிவுத்தோற்றவியலை வரையறை செய்ய முற்படும் முத்துகுமாரசாமி இவ்வாறு கூறுகிறார்

``மனிதனுக்கும் சமூகம், இயற்கை, பண்பாடு, பிரபஞ்சம் ஆகியவற்றிற்கும் இடையில் மொழிச் செயல்பாட்டினால் உருவாகும் உறவு, அவ்வுறவு சார்ந்த கண்ணோட்டம், அக்கண்ணோட்டம் சார்ந்த கோட்பாடுகள், அவ்வகைக் கோட்பாடுகளைத் தொடர்ந்து உருவாகும் விதிகள், அவ்விதிகளைச் சோதித்தறிய கற்றுத் தரப்படும் வகைமைகள் இவையனைத்தும் இணைந்து ஒரு காலகட்டத்தின் அறிவு ஒழுங்கமைப்பினை உருவாக்குகின்றன.

தத்துவத்தில், லௌகீக வாழ்வில் இவை சமூகம் இயல்பாகத் தன் அங்கத்தினர்களுக்கு அளிக்கின்ற கல்வியின் மூலம் கருத்துருவத்தின் அடிப்படையில் பெறப்படுகின்றன. இலக்கியத்திலோ, இவை மானுட விழுமியங்கள் சார்ந்து காலத்தின் கட்டாயத்தால் வெளிப்பாட்டுக்கு உட்படுத்தப்படுகின்றன.

அறிவு ஒழுங்கமைப்புகள் அனைத்துமே மொழிக்கட்டுமானங்கள் என்பதோடு அவை மனித மனத்தின் நனவு நிலையிலும் நனவற்ற நிலையிலும் தனித்தனியாகவோ இணைந்தோ செயல்படுகின்றன என்பதனையும் சேர்த்தே நாம் அறிந்துகொள்ள வேண்டும். இவ்வாறு செயல்படுகின்ற அறிவு ஒழுங்கமைப்புகளின் அடிப்படை நிலைப்பாடுகளைத் தொகுத்தே அறிவுத் தோற்றவியல் ஆராய்ச்சி தொடங்குகின்றது.``

தமிழின் தொன்மையை ஆராய்ந்த பலரும், அதன் காதல், வீரம், ஈகை எனப் பண்பாட்டுச் சிறப்புகளைக் கொண்டாடினார்களேயன்றி அறிவுத் தோற்றவியலின் படிநிலைகளை ஆராயவில்லை.

தோழர் மகேந்திரன் தமிழர்களின் அறிவு குறித்த புரிதல் மற்றும் சிந்தனைகள், கருத்துருவாக்கங்கள், மற்றும் பல்துறை சார்ந்த அறிவுருவாக்கம் குறித்து இந்நூலில் விரிவாக எழுதியிருக்கிறார்.

தொல்காப்பியத்தையும் சங்க இலக்கியங்களையும் முதன்மைப்படுத்தித் தமிழின் அறிவுத் தோற்றவியலைத் தொகுக்க முற்பட்டுள்ளார்.

இயற்கை நிகழ்வுகள் சார்ந்த அறிவுத் தோற்றவியலை தொல்காப்பியமும் சங்க இலக்கியப் பிரதிகளும் பேசுகின்றன. திருக்குறள், சிலப்பதிகாரம் போன்றவை அறக்கோட்பாடுகளை, குறிப்பாகப் பௌத்தம், சமணம் சார்ந்த அறக்கோட்பாடுகளை அடையாளப்படுத்துகின்றன. நிகண்டுகளின் உருவாக்கம் மற்றும் நீதி நூல்களின் தோற்றம், ஆகம நூல்கள் போன்றவை அறிவுத் தோற்றத்தின் பல்வேறு படிநிலைகளை எடுத்துரைக்கின்றன

மனிதன் மொழியைக் கையாளத் துவங்கும் போது பொருட்களுக்குப் பெயரிடுதல் என்ற மகத்தான பணி துவங்குகிறது. பெயர்களை வகைப்படுத்தி, வேறுபடுத்திப் பொருள் கொள்வதன் வழியே அறிவு உருவாக்கத்தை மனிதன் துவங்குகிறான். காலம், வெளி, குறித்த சிந்தனைகளும், இயற்கையை எவ்வாறு புரிந்து கொள்வது. இணைந்து செல்வது என்பது குறித்த எண்ணங்களும் அறிவின் வளர்ச்சி நிலைகளாக விரிவு கொள்கிறது.

கற்றுத்தருதல் வழியாகவே பல்வேறு துறை சார்ந்த அறிவு சமூகத்தில் பரவியது. சங்ககாலத் தமிழகத்தில் முதல் அறிவொளி இயக்கம் என்ற கட்டுரையில் தமிழ் அறிஞர் மா. ராச மாணிக்கனார் சங்க காலத் தமிழகத்தில் தமிழ் ஆட்சி மொழியாக, பயிற்று மொழியாக, இலக்கிய மொழியாக விளங்கியது என்கிறார்.

அறிவை, படைப்பாற்றலைப் பகிர்ந்து கொள்வதற்காகச் சங்கம் என்ற அமைப்பு செயல்பட்டுள்ளது. இத்தோடு மன்றம், சான்றோர் அவை, அறம் கூர் அவையம், சமணப்பள்ளி, பௌத்தப்பள்ளி, அந்தணர் பள்ளி போன்ற பல்வேறு அமைப்புகள் சங்ககாலத்தில் கற்பித்தல் பணியைச் செய்து வந்துள்ளன என்கிறார்.

இந்தியாவெங்கும் சமஸ்கிருதம் வழியாகவே அறிவு உருவாக்கப்பட்டது, பகிரப்பட்டது என்பதை மறுதலித்துத் தமிழ் மரபிலிருந்து, அதன் இலக்கியங்களின் வழியாக அறிவுத் தோற்றவியலை மகேந்திரன் விளக்க முற்படுகிறார். இது தனித்துவமிக்க வழிகாட்டுதல் என்பேன்.

சங்கப் பாடல்களில் தனிமனித அனுபவம் இயற்கையை ஊடகமாகக்கொண்டு பொது அனுபவத்திற்கு விரிவு கொள்கிறது. இதை Particular is universal என்ற அறிவுத் தோற்றவியல் நிலைப்பாட்டின் அடையாளம் என்கிறார் எம்.டி. முத்துகுமாரசாமி. இக்கண்ணோட்டமே மகேந்திரன் அவர்களின் நூலிலும் வெளிப்படுகிறது. .

பொருள்முதல் வாத அடிப்படையில் உலகியலை தமிழர்கள் எவ்வாறு புரிந்து கொண்டிருந்தார்கள், எவ்வாறு தமிழ் சமூகம் அறிவார்ந்து செயல்பட்டது என்பதற்குத் தொல்காப்பியம், துவங்கி திருக்குறள் வரை பல்வேறு இலக்கியச் சாட்சியங்களை சுட்டிக்காட்டுகிறார் மகேந்திரன்.

உலகத்து மொழிகளிலே தமிழ் மிக அதிகமான வேர்ச் சொற்களையுடைய மொழியாகவுள்ளது என்று டாக்டர் எமினோ பாராட்டியுள்ளதைக் குறிப்பிடும் மகேந்திரன் தமிழர்களின் அறிவை உலகின் பல நாடுகளுடன் பகிர்ந்து கொண்டதற்கான இலக்கிய ஆதாரங்கள் நம்மிடம் உள்ளன எனப் பட்டினப்பாலையை மேற்கோள் காட்டுகிறார்

தொல்காப்பியத்தின் சிறப்பு என்பது அது இலக்கண நூலாக இருந்தாலும் இலக்கியப்பிரதி போலவே எழுதப்பட்டிருக்கிறது என்பதே. தொல்காப்பியம் சுட்டிக்காட்டும் அறிவு நிலைகளைப் பல்வேறு தரவுகளுடன் தோழர் மகேந்திரன் விரிவாக விளக்கியிருக்கிறார்

தமிழரின் அறிவுக்கோட்பாட்டிற்குக் காட்சி என்ற சொல் அடிப்படையானது. காட்சி இருவகைப்படும், அதாவது பொல்லாக்காட்சி, நற்காட்சி எனப் பிரிக்கப்படுகிறது. சமூகத்திற்குப் பயன்படும் அறிவு, தீமை செய்யும் அறிவு என இருவகை அறிவாக அடையாளப்படுத்தபடுகிறது. பிழையான அறிவை கண்டறிந்து நீக்க வேண்டும் என்பதில் தமிழர்கள் அதிகக் கவனம் கொண்டிருந்தார்கள் என்பதை மகேந்திரன் சுட்டிக்காட்டுகிறார்

தமிழ் இலக்கிய மரபு முழுவதும் கல்வியையும் அறிவையும் கொண்டாடும் உயர் மதிப்புக் கொண்ட வாழ்க்கை முறைக்கான ஆதாரங்களாகவே இருக்கின்றன என்கிறார் மகேந்திரன்.

இடதுசாரி சிந்தனையாளராக, மக்கள் பணிகளில் தொடர்ந்து தீவிரமாகச் செயல்பட்டு வரும் தோழர் மகேந்திரன் தமிழரின் அறிவுத் தோற்றவியல் குறித்து ஆழ்ந்து வாசித்துத் தனது ஆய்வினை வெளிப்படுத்தியிருப்பது, மிகுந்த பாராட்டிற்குரிய விஷயம். இந்த ஆய்வு மேலும் விரிவாகத் தொடரப்பட வேண்டும்.

பல நூற்றாண்டுகளின் தமிழரின் அறிவுத் தொடர்ச்சி இன்னமும் அறியப்படாமலே இருக்கிறது என ஆதங்கப்படும் மகேந்திரன் தனது ஆய்வு நூலின் வழியே அக்குறையைத் தீர்க்க முயன்றிருக்கிறார். அவருக்கு என் மனம் நிரம்பிய வாழ்த்துகள்.

மிக்க அன்புடன்
எஸ்.ராமகிருஷ்ணன்

சென்னை
11.08.2019

என்னுரை

அமெரிக்காவின் சிகாகோ நகர், செவ்வரி படர்ந்த வானத்தின் செங்கதிர் போல எனக்குள் பரப்பிக் கிளர்ந்து நிற்கிறது. தொழிலாளி வர்க்கத்தின் அடிமைச் சங்கிலியை உடைத்து நொறுக்கிய மேதினத்தின் பேரெழிச்சி தந்த நகர். இந்திய தத்துவ மரபின் புரட்சி துறவி விவேகானந்தர், சிறகசைத்து பறந்து சென்று, தன் பெயரோடு பிரிக்க முடியாதவாறு இணைத்துக் கொண்ட நகரமும் சிகாகோ தான். அந்த மண்ணில் அவர் நிகழ்த்திய சமத்துவ மனித நேய உரை, உறக்கமில்லா விழிப்போடு, பிரபஞ்சத்தின் காதுகளில் இன்றும் ஓயாமல் ஒலித்துக் கொண்டே இருக்கிறது.

சிகாகோ நகரில் தான் பத்தாவது உலகத் தமிழ் ஆராய்ச்சி மாநாடு நடைபெற்றது. வட அமெரிக்க தமிழ் சங்கம் வியப்பில் ஆழ்த்தும் செயல்பாடுகளைக் கொண்டது. இந்தக் கூட்டமைப்பின் அயராத பெரும் முயற்சியில் சிகாகோ தமிழ் சங்கத்தின் அர்ப்பணிப்பால் உலக தமிழ் ஆராய்ச்சி மாநாடு சிறப்புற அமைந்தது. அயலகத்தில் வாழும் தமிழ் மக்களின் அயராத உழைப்பில் பூமியின் அபூர்வச் செடியில் பூத்த அழகிய மலரைப் போல மாநாடு காணப்பட்டது. மாநாட்டில் கலந்து கொண்டு ஆய்வறிக்கை வாசிக்க நானும் அழைக்கப்பட்டிருந்தேன். உலகம் முழுமையிலிருந்தும் மொத்தம் 84 ஆய்வறிஞர்கள் ஆய்வறிக்கை சமர்ப்பிக்க வந்திருந்தார்கள்..

பள்ளிப் பருவத்திலேயே எனது அரசியல் வாழ்க்கைத் தொடங்கி விட்டது. மாநாடுகள், கூட்டங்கள் என்று கழிந்த வாழ்க்கை. அயல் நாடுகளில் நடைபெற்ற நிகழ்ச்சிகளிலும் கலந்து கொண்டிருக்கிறேன். ஆனாலும் சிகாகோவின் உலகத் தமிழ் மாநாடு, எனக்குள் தனி சிலிர்ப்பைத் தந்தது. காரணம் இது உலகத் தமிழ் மாநாடு. அடிப்படையில் நான் தமிழறிஞன் அல்லது ஆய்வாளன் அல்ல. தமிழின் மீது அளந்து பார்க்க முடியாத ஈடுபாட்டைக் கொண்டவன் மட்டுமே..

தமிழரின் மூத்த அறிவுக் கோட்பாடு என்பது என் ஆய்வின் தலைப்பு. தமிழரின் அறிவு குறித்த இந்த சிந்தனை எனக்கு ஏன் வந்தது? தமிழாராய்ச்சி மாநாட்டிற்கு ஆய்வுக் கட்டுரை அனுப்ப வேண்டும் என்ற என்ற எண்ணம் எனக்கு ஏன் வந்தது.? இவை எல்லாம் இன்னமும் அவிழ்த்துப் பார்க்க முடியாத ரகசியங்களைப் போல எனக்குள் மூழ்கிக் கிடக்கின்றன. இதற்கு நான் வாசித்த மார்க்சீய அறிவுக் கோட்பாடு காரணமாக இருக்கலாம். உணர்ச்சிக் கொந்தளிப்பில் அலைமோதிக் கொண்டிருக்கும் தமிழக அரசியலில் அறிவுக்கான ஆழ் கட்டமைப்பு இல்லையே என்ற வருத்தமும் காரணமாக இருக்கலாம். எது எப்படியோ எனக்குள் இருந்த தமிழரின் அறிவு பற்றிய தேடல், தீவிரம் அடைந்து விட்டது. இதன் பின்னர் தான் என் ஆழ்மனத்தில் வரையப்பட்ட கோலத்திற்கான முதல் புள்ளி வைக்க முயன்றேன்.

தமிழரின் அறிவு, என்னும் தலைப்பு, சிறுபுள்ளியாய் என் உள்ளத்தில் உருக்கொண்ட, அந்த நொடியில், ஒருவித அதிர்வலைகள் எனக்குள் பரவத் தொடங்கின. இந்த அதிர்வலைகளால் நான் ஒரு நொடி செயலற்று போனேன். ஒன்றின் பொருள் மனதுக்கு பொருத்தமுற பிடிபட்டு விட்டால், அதனால் கிடைக்கும் மகிழ்ச்சி வித்தியாசமான அதிர்வாகத்தான் இருக்கிறது. அது நம்மை மௌனமாக்கி ஆழ்மன பயணத்திற்கு அழைத்து சென்றுவிடுகிறது. தமிழரின் அறிவுப்பற்றிய இந்த ஆழ்மனப் பயணம் தான் எனக்குள் இவ்வாறு ஒரு நூலை எழுதும் முதல் தூண்டுதலை தந்தது.

நூல் எழுத தொடங்கியவுடனேயே எனக்குள் இரண்டு பிரச்சனைகள் எழுந்தன. மானுட பெரும்பரப்பில், அறிவு

எவ்வாறு தோன்றியது என்பதை அறிந்து கொள்வது என்பது முதல் பிரச்சனை. தமிழரின் மொழி பிறந்து அறிவு எவ்வாறு உணரப்பட்டது என்பதை தெரிந்து கொள்வது இரண்டாவது பிரச்சனை.

அறிவு என்றால் என்ன என்பதை தெரிந்து கொள்ள முடியாத காலம் ஒன்று மனிதருக்கு இருந்தது. 'மனிதரா? மிருகமா? என்று மனிதரை அறிந்த கொள்ள முடியாத காலம் அது. ஆதிமனிதர் பயன்படுத்திய முன்னங்கால்களைக் கால்கள் என்று சொல்வதா? அல்லது கைகள் என்று சொல்வதா? என்ற குழப்பம் அப்பொழுது நிறைந்திருந்தது.

இந்த சூழலில் தான், கைகளின் பிறப்பு என்னும் அதிசயம் நிகழ்ந்தது. முன்னங்கால்கள் என்ற பெயரில், முன் உடலை சுமந்த மனித உறுப்பு அதிலிருந்து விடுதலை பெற்றது. கைகளின் இந்த விடுதலை தான் அறிவுப் புரட்சிக்கான புதிய வழித் தடத்தை உருவாக்கித் தந்தது. இதன் பின்னர் தான், விடுதலைக்கான இசை முழங்க படைப்புலகின் புதிய கதவுகள் திறக்கப்பட்டன. அறிவு பிறப்பை அறிந்து கொள்ளும் பயணத்தில் திகைப்பூட்டும், முதல் செய்தியாக இதை உணர்ந்து கொண்டேன்,

கைகளின் விடுதலையைப் போலவே மற்றொரு விடுதலையும் மனித உடலில் நிகழ்ந்தது. அது தான் அவரவருக்கான தாய் மொழியின் பிறப்பு. மொழியின் பிறப்பு மனிதக் கூட்டத்தை நாகரிகத்தின் எல்லைகள் தோறும் அழைத்துச் சென்றது. மனிதரைப் பண்படுத்தியது. பண்பாடு என்றால், மொழியில்லாமல் பண்பாடு பிறந்திருக்க வாய்ப்பு இல்லை. அறிவு பற்றிய வாசிப்பில் இது முக்கியமான மற்றொரு பகுதியாக எனக்கு தோன்றியது.

மொழி வழி பிறந்த மனித வாழ்வில், அறிவு தோன்றியதைப் போல தொன்மையான தமிழ் மொழியில் அறிவு எவ்வாறு பிறந்தது என்பதற்கும் ஒரு வரலாறு இருக்கத் தானே வேண்டும். தமிழரின் அறிவு குறித்த தொல் வரலாறு தெரிந்து கொள்வது தான் இதன் முதல் நடவடிக்கையாக இருக்க முடியும். இதற்கான அடிப்படைத் தரவுகளை தேடினேன். போதிய ஆதாரங்கள் கிடைக்காததால் தேடுதல் ஆர்வம்

கூடுதலானது. புலமை மிக்கப் பேராசிரியர்கள் பலரை சந்தித்தேன். அவர்களிடம் அடிப்படை நூல்கள் பற்றிய தகவல்கள் மிகவும் குறைவாகவே கிடைத்தன

இதன் பின்னர் சென்னை ஆவணக் காப்பகம், கன்னிமரா நூலகம், தஞ்சை தமிழ் பல்கலைக் கழக நூலகம் என்று தமிழரின் அறிவுக்கான ஆதாரங்களைத் தேடினேன், இங்கும் தேவையான முழுத் தகவல்கள் கிடைக்கவில்லை. இதற்கான காரணங்களையும் ஆராய்வது அவசியமானதாகும். தமிழில் நிறைய ஆய்வுகள் கடந்த காலத்தில் மேற்கொள்ளப்பட்டன. இன்றைய காலத்திற்கு இவை பொருத்தமாக இல்லை. மறைவாக நமக்குளே பழங்கதைகள் பேசும் ஆய்வுகளாக இவற்றில் பெரும்பாலானவை அமைந்துவிட்டன. இதில் தமிழரின் அறிவுக் கோட்பாடு விடுபட்டுவிட்டது என்பதை உணர்ந்து கொண்டேன். ஆனாலும் குறிப்பிட்ட சில முடிவுகளுக்கு என்னால் வர முடிந்தது.

அறிவுக் கோட்பாட்டை, மேலை நாட்டினர் எப்ஸ்டிமாலஜி என்கிறார்கள். தமிழில் இதனை அறிவுக்கோட்பாடு என்று புரிந்து கொள்ளலாம். இன்றைய மேற்குலகில் அறிவுக்கோட்டு இயலை பொருள் பொதிந்த தத்துவத் துறையாக மாற்றி அமைத்து விட்டார்கள். தமிழில் இதற்கான அடிப்படைகள் இருந்தும், இது கவனிப்பாரற்ற துறையாகவே அமைந்து விட்டது. இது நமது சிந்தனை சார்ந்த குறைபாடு என இப்பொழுதுதாவது நாம் உணர வேண்டும். இதனால் எதிர்காலத்தில் சந்திக்கப் போகும் ஆபத்துக்கள் மிக அதிகம் என்பதையும் கவனத்தில் வைக்க வேண்டும்.

அறிவுக் கோட்பாட்டிற்கும் ஒரு மொழியின் தொன்மைக்கும் தொடர்பு இருக்கிறது. மூத்த மொழியில் தான் மூத்த அறிவு தோன்றியிருக்க முடியும். தமிழின் தொன்மையைப் புரிந்து கொள்ள, இன்று மரபணு ஆய்வுகள் பயன்படுகின்றன. ஆப்பிரிக்க மனிதக் கூட்டம் இடம் பெயர்ந்து முதலில் இன்றைய இந்தியாவின் தென் பகுதியான தமிழகத்தில் தான் குடியேறினார்கள் என்று ஆய்வுகள் தெரிவிக்கின்றன. தமிழர் அறிவுத் தொன்மையானது என்பதை அறிந்து கொள்ள இந்த ஆய்வுகள் பெரிதும் பயன்பட்டன.

அடுத்து தமிழரின் ஆதி எழுத்தையும் மொழியின் உச்சரிப்பையும் அறிந்து கொள்ளும் முயற்சியில் ஈடுபட்டேன். ஒரு மொழியின் எழுத்து வரலாறு, உச்சரிப்பு வரலாறு ஆகியவற்றிற்கும், அறிவு வளர்ச்சிக்கும் மிகவும் நெருக்கமானத் தொடர்பு உண்டு ஒரு மொழியின் கட்டமைப்பிலிருந்து, அதன் அறிவின் தோற்ற வரலாற்றை அறிந்து கொள்ளலாம். உலகில் உள்ள மொழிகள் பலவற்றில், உயிர், மெய், என்ற இரண்டு எழுத்து வகை மட்டும் தான் இருக்கின்றன. உயிர்மெய் என்ற மூன்றாவது வகைப்பாடு தமிழில் மட்டும் தான் இருக்கிறது. மேலும் தமிழில் தனித்துவமான உச்சரிப்பும் அமைந்துள்ளது. வல்லினம், மெல்லினம், இடையினம் என்ற உச்சரிப்பு முறை, சிறப்பு ழகரம் ஆகியவை தமிழ் மொழியில் மட்டும் தான் மிகவும் அபூர்வமாகக் காணப்படுகின்றன. இவை எல்லாம் தமிழின் தொன்மையான அறிவுக்கு எடுத்துக் காட்டு.

இத்தகைய அறிவு சார் பார்வை கொண்ட சங்க இலக்கியங்கள் ஏன் வேறு ஒரு பார்வையில், பார்க்கப்பட்டன ? ஒருபுறம் காதலும் வீரமும் கொண்ட காலம் என்று கூறப்பட்டது. மறுபுறம் வீரயுகம் என்று வரையறை செய்யப்பட்டது. தமிழரின் அறிவு தேடல் குறித்த எனது பயணம், இதற்கு முன் நிகழ்ந்த ஆய்வுகள் அனைத்தும், தமிழரின் அறிவு பார்வையை ஏன்? மையத்தில் வைக்கவில்ல என்றக் கேள்வியை எனக்குள் எழுப்பிக் கொண்டேயிருந்தது.

இதன் பின்னர் சங்க காலம், வெறும் காதலையும், வீரத்தையும் பேசும் இலக்கியப் பிரதிகள் மட்டும் தானா? என்ற சிந்தனை என் ஆழ்மனதில் வேர்விட்டு வளரத் தொடங்கியது. ஐரோப்பிய மண்ணில் விளைந்த வீரயுகம் கொஞ்சம் கொஞ்சமாக நகர்ந்து, சங்க காலத்திற்கு வந்து சேர்ந்ததா? எவ்வாறு சங்க காலமும் வீரயுகமும் ஒன்றாகுமா என மனம் யோசித்துக் கொண்டேயிருந்தது. இதன் பின்னர், இது தமிழுக்கு இழைக்கப்பட்ட அநீதி என்பதை தெரிந்து கொண்டேன்.

உலக வரலாறு, கடந்த சில நூற்றாண்டுகள் ஐரோப்பிய கடலோடிகளின் கண்ணசைவில் கட்டுப்பட்டுக் கிடந்தன. எனக்குள் அந்தக் காலத்தை கற்பனை செய்து பார்க்கும் போது, அது சங்க கால சிறை வைப்பைப் போல தோற்றம்

தருகிறது. வீரயுகம் என்னும் இரும்புக் கூண்டுக்குள் அடைத்து வைக்கப்பட்டுள்ளது. இதற்கான பார்வை சங்க இலக்கியத்தை ஆங்கிலத்தில் மொழிபெயர்த்தக் காலத்திலேயே தொடங்கி விட்டதாக அறிகிறேன்.

புறநானூற்றுப் பாடல்களை ஆங்கிலத்தில் முதலில் 1885 ஆம் ஆண்டிலேயே மொழி ஆக்கம் செய்தவர் ஜி.யு.போப், இதற்கு 'Tamil Heroic Poems' என்று தான் பெயர் வைத்திருந்தார். இதனை உள்நோக்கம் கொண்டதாக கூறமுடியாது. இதன் பின்னர் வந்த எல்லாப் பார்வைகளும் இதை ஒட்டியே உருவாக்கப்பட்டன. அதில் தான் உள்நோக்கம் இருக்கிறது. இந்த விரிந்த ஆய்வுப்புலம் தான் தமிழரின் புகழ் வாய்ந்த அறிவு பற்றிய ஆய்வை தடுத்து, திசை மாற்றம் செய்தாக அறிகிறேன்.

வீரயுகம் என்ற கோட்பாட்டை ஆழமாக முன்வைத்தவர் பேராசிரியர் க.கைலாசபதி தான். தமிழின் தொன்மைய உணர்த்தும், முயற்சியாக இந்த ஆய்வை கையிலெடுத்த போதும். சங்க காலப் பாடல்களை அளந்து பார்க்கும் பார்வையாக ஐரோப்பிய வீரயுகப் பாடல்கள் இதில் எடுத்துக் காட்டப்பட்டன. வேறுவகையில் சொன்னால், இது அறிவாராய்ச்சி பாதையை அறியமுடியாத தடுப்பு சுவராக பிற்காலத்தில் மாறியது.

இதை ஒட்டி, வீரமும் காதலும் வீரயுகத்தின் இரண்டு கண்கள் என்று கூறப்பட்டதால், சங்க காலத்தில் வீரமும் காதலும் மட்டுமே இருப்பதைப் போன்ற பொய்த் தோற்றம் ஏற்பட்டுவிட்டது. இருபதாம் நூற்றாண்டு நவீன ஊடகங்களின் காலம். நாடகங்கள், திரைப்படம், திரையிசைப் பாடல்கள், நாவல்கள் வெகுமக்களிடம் வேகமாக பரவின. வெகுஜன ரசனைக்கு காதலும் வீரமும் என்ற சங்க காலத்தின் இந்த கருத்து அமைவு மிகுந்த வசீகரத்தைத் தந்தது. காதலும் வீரமும் மாபெரும் கட்டுமானமாக எழுந்தது. இதில் தமிழரின் அறிவு பற்றிய ஆய்வுலகம் காணாமல் போய்விட்டது.

உண்மையில் சங்க இலக்கியங்கள் வீரயுகப் பாடல்கள் மட்டும் தானா? இதனை ஆய்வு செய்து பார்க்கும் போது அவ்வாறு இல்லை என்பது புலனாகிறது. அகப்பாடல்களின்

எண்ணிக்கையில் வீரயுகம் பற்றிய பாடல்கள் ஐந்து சதவீதம் கூட இல்லை. மீதமுள்ள அனைத்தும் தமிழரின் அறிவுப் பூர்வமான வாழ்க்கையைப் பற்றிய பாடல்களாகத்தான் இருக்கின்றன. இதை வைத்துக் கொண்டு, சங்கப் பாடல்களை எவ்வாறு வீரயுகப் பாடல்களாகக் கொள்ள முடியும்? இந்தப் பின்னணியில் இந்தியாவில் கண்ணுக்குத் தெரியாமல் மற்றொரு சதி வலை பின்னப்பட்டது.

சமஸ்கிருத்திலிருந்து இந்த முரண்பாடு தொடங்குகிறது. இந்திய மொழிகள் அனைத்துக்கும் தாயாக இருந்து, அறிவுக் கோட்பாட்டை வளர்த்து கொடுத்தது வடமொழி என்றக் கருத்து நிலை உருவாக்கப்பட்டது. இதில் ஆங்கிலேயருக்கும் முக்கிய பங்கு உண்டு.

இந்த மண்ணின் கல்வியை காலனிக் கொள்கையாக மாற்றிய மெக்காலே இந்திய மொழிகளிலும் தலையிட்டார். இதில் பிரித்தாளும் சூழ்ச்சி அடங்கியிருந்தது. இவர் ஐந்து மொழிகளை செம்மொழி என்று அறிவித்தார். இதில் இந்தியத் துணைக் கண்டத்தில் மிகவும் தொன்மையான தமிழ் மொழி இடம் பெறவில்லை. அறிவிக்கப்பட்ட செம்மொழிகளில் சமஸ்கிருதத்திற்கு முதலிடம் தரப்பட்டது. ஆனால், இது எந்தக் காலத்திலும் மக்கள் மொழியாக இருந்ததில்லை. தமிழ் மொழிக்கும், சமஸ்கிருதத்திற்கும் எந்த சம்மந்தமும் இல்லை என்பதைப் போல, தமிழர் அறிவுக்கும் சமஸ்கிருத அறிவுக்கும் எந்த சம்ந்தமும் இல்லை. இதற்கான வலுவான ஆதாரங்களை நம்மால் முன் வைக்க முடியும்.

மனிதரின் உண்மையறிவு பூமியிலிருந்து தான் தொடங்கியிருக்க முடியும். பருவ காலங்கள், இரவு, பகல் என்பதை எல்லாம் யோசிக்க தொடங்கிய மனிதக் கூட்டம், எல்லா மாற்றங்களுக்கும் பூமியின் சுழற்சி தான் காரணம் என்பதைக் கண்டறிந்தது. பூமியின் இயக்கத்திற்கான சக்தி எங்கிருந்து கிடைக்கிறது என்றக் கேள்விக்கு, வெளியிலிருந்து வரும் சக்தியால் பூமி இயக்கவில்லை அதன் சுய ஆற்றலால் தான் இயங்குகிறது என்பதை தமிழர்கள் தொடக்கக் காலத்திலேயே அறிந்து கொண்டனர். தொல்காப்பியம் முதல் சங்க இலக்கியங்கள் வரை இதற்கான ஆதாரங்கள்

கிடைத்துள்ளன. இது பற்றிய சங்க இலக்கியங்களின் வாசிப்பு தமிழரின் அறிவு குறித்த புதிய கண்ணோட்டங்களை நமக்கு வழங்குகிறது.

பிரபஞ்சத்தை ஐந்தின் மயக்கம் என்கிறது தொல்காப்பியம். பூமி உள்ளிட்ட பிரபஞ்சம் அணுக்களால் ஆனது என்பது தான் இன்றைய விஞ்ஞானத்தின் முடிவு. ஐம்பெரும் பூதங்களின் இயைந்தத் தன்மையை தான் ஐந்தின் மயக்கம் என்கிறது தொல்காப்பியம். பிரபஞ்ச அறிவை தமது அறிவுக் கோட்பாடாக தமிழ் மக்கள் தொடக்கக் காலத்திலேயே பெற்றிருந்தனர் என்பது எத்தகைய பெருமைக்குரியது. இதைப்போலவே ஓர் அறிவிலிருந்து தொடங்கி ஆறறிவு வரை, அறிவின் செயல்பாடுகளை பட்டியலிட்டு சொல்கிறது தொல்காப்பியம்.

தமிழரின் அறிவு வரலாற்றை, மற்றைய மூத்த மொழியின் வரலாற்றோடும் ஒப்பிட்டு பார்ப்பது அவசியமான ஒன்றாகும். பூமியின் தோற்றம் பற்றி கூறும் கிரேக்க அறிவு, பூமியை கடவுளிடம் வரம் பெற்ற ஒருவன் தாங்கி பிடித்தான் என்று கூறுகிறது. இதைப்போலவே வடமொழி மரபு, தொன்மையான அறிவு வேதம், எல்லா அறிவு ஆராய்ச்சியும் வேதத்திலிருந்து தான் தோன்றியது என்கிறது. வேதம் கூறும் அறிவு வருண தருமம் என்னும் சிறையில் நம்மை அடைத்து வைத்திருக்கிறது.

அறிவை மையமாகக் கொண்ட தமிழரின் தத்துவம் வாழ்வின் உறுதிப் பொருள்கள் என்று கூறுகிறது. இந்த மூன்றையும் அடைய நிலத்தை அடிப்படைக் கருவியாக தமிழர்கள் கருதினர். அதனால் தான் தமிழரின் அறிவு, நிலத்தை ஐந்து பகுதியாக பிரித்து வைத்திருந்தது. மலையுறை உலகமாக குறிஞ்சி நிலத்தையும், காடுறை உலகமாக முல்லை நிலத்தையும், தீம்புனல் உலகமாக மருத நிலத்தையும், பெருமணல் உலகமாக நெய்தல் நிலத்தையும் தொல்காப்பியர் நான்கு நிலமாகப் பிரித்துக் காட்டினார். இதில் பாலை ஐந்தாவது நிலமாக பிற்காலத்தில் அறியப்பட்டது. நிலத்தை அடுத்து தமிழர்கள் சிந்தித்த மற்றொன்று பொழுது.

நிலமும் பொழுதும். (space and time) இன்றைய இயற்பியலின் அடிப்படையாக உள்ளது. இதனை தொல்காப்பியம் முதலெனப்படுவது நிலமும் பொழுதும் என்கிறது. நியூட்டன்,

ஐன்ஸ்டின், ஹாக்கின்ஸ் ஆகியோர் இன்று நிறுவிய உயர் ஆராயச்சியை தொல்காப்பியர் அனுமானமாக நிறுவியுள்ளார் என்பது தான் தமிழர் அறிவின் சிறப்பு.

அறிவின் வரலாறு குறித்து அறிந்து கொள்ள விருப்பம் கொண்டவர்கள் முதலில் தெரிந்து கொள்ள வேண்டியது மனம் பற்றி தான். மனதை, அகப்பொறி என்கிறார்கள் தமிழர்கள். மனம் அகப்பொறி என்றால் புறப்பொறி எது? அது தான் மெய், வாய், மூக்கு, கண், செவி என ஐந்தும். புறபொறியின் புலன் உணர்வுகளை அகப்பொறியான மனம் பதிவு செய்து கொள்கிறது. இது தான் அறிவின் தோற்றத்திற்கு அடிப்படை. இதை தொல் தமிழர்கள் காட்சி என்று அழைத்தனர். ஐம்பொறிகளின் மூலம் மனத்தில் தோன்றும் காட்சி தான் அறிவு என்பது அவர்களின் முடிவு.

இந்த அறிவை உண்மை அறிவு, பொய் அறிவு, சமுதாயத்திற்கு பயன்படும் அறிவு, சமுதாயத்திற்கு தீங்கிழைக்கும் அறிவு என்பதாகப் பிரித்துக் கொண்டார்கள். நன்மை புரியம் அறிவை நன்றுபுரி காட்சி என்றும், பொல்லாங்கு செய்யும் அறிவை பொல்லாக்காட்சி என்றும் வகுத்துக் கொண்டார்கள். பிழையான அறிவை தவிர்த்துக் கொள்ள தமிழர்கள் பெரிதும் முயற்சி செய்து அதற்கான கோட்பாடுகளை உருவாக்கி வைத்துள்ளனர். தொன்மை காலம் முதல் தமிழர்கள் அறிவை முன்னிறுத்தி வாழ்ந்தார்கள் என்பதற்கு இதைவிடவும் வேறு ஆதாரம் தேவையில்லை. அறிவறிந்த தமிழர் வாழ்வின் மற்றொரு மிகை சிறப்பு தான் கூட்டு வாழ்க்கை.

கூட்டு வாழ்க்கை தான் இன்றைய ஜனநாயகத்தின் அடித்தளம். கிரேக்கத்தில் சிட்டி ஸ்டேட் இருந்தது. தமிழரின் திணை வாழ்க்கையில் அறம் கூறும் அவைகள் இருந்தன. நீதியைப் பாதுகாக்க உயிரையும் தருவோம் என்பது தான் அறங்கூறும் அவையங்களின் நோக்கம். சிலப்பதிகாரத்தில் பாண்டிய நெடுஞ்செழியன் நீதி காக்க உயிர் துறந்த நிகழ்ச்சி திணை சமூகத்தின் அறம் சார்ந்த வாழ்கையின் தொடாச்சி என்று கூறலாம். நீதி காக்கும் அறிவை தமிழர்கள் ஆழமாகவே பெற்றிருந்தனர்.

தத்துவத்தின் மூன்று உள்ளடக்கக் கூறுகளாக அமைந்த இயற்கை, மனிதர், சமுதாயம் ஆகிய மூன்றையும் தேர்ந்த அறிவின் மூலம் கட்டி எழுப்பிய சமூகம் தொல் தமிழ் சமூகம் என்பதை உறுதிபடக் கூற முடியும். உலகில் எங்குமே இல்லாத அறிவார்ந்த சிறப்புக் கூறுகள் சங்க இலக்கியங்களிலும் பிற்கால இலக்கியங்களிலும் நிறைந்து கிடக்கின்றன. மண்ணில் விழுந்த விதை மரமாகிவிடும். அதைப்போலவே என் மனதில் விழுந்த விதையும் முளைக்கத் தொடங்கிவிட்டது. அறிவு விதைப்பின் நோக்கம் உலகத்தோடு பகிர்ந்து கொள்வது தான்.

அறிந்தவற்றை பகிர்ந்து கொள்ளும் ஆர்வம் எனக்குள் எழுந்துவிட்டது. இது தான் இந்த நூல் பிறந்த வரலாறு. இதற்காக எனக்கு உதவியவர்கள் அனைவரையும் நான் இந்த தருணத்தில் நினைத்துப் பார்க்கிறேன். தமிழர் அறிவு குறித்து எனக்குள் விழுந்த விதைக்கு நீர் ஊற்றி உயிர் கொடுத்தவர்க்ள் அவர்கள் தான். சிலர் நேரிலும் சிலர் நூல்கள் வாயிலாகவும் எனக்கு உதவி இருக்கிருக்கிறார்கள் அவர்கள் அனைவருக்கும் எனது நன்றியை தெரிவித்துக் கொள்கிறேன்.

இந்த நூலை வெளியிட வேண்டும் என்று விரும்பிய போது எனக்கு முதலில் நினைவுக்கு வந்தது எனது நண்பர். வேதியப்பன் தான். அவருடைய தலைமையில் இயங்கும் புக் டிஸ்கவரி பேலஸில் நூல் வெளிவருவது எனக்கு மகிழ்ச்சியை அளிக்கிறது. அவருக்கும் புத்தக நிறுவனத்திற்கும் என் நன்றியை தெரிவித்துக் கொள்கிறேன்.

உள்ளே..

1.	அறிவு பிறந்த கதை	21
2.	தமிழரின் அறிவுக் கோட்பாடு	27
3.	மொழியின் தொன்மை	38
4.	வீரயுகம்	54
5.	தமிழுக்கு அநீதி	65
6.	தமிழரின் தத்துவம்	72
7.	தொல்காப்பியர்	81
8.	தொல்காப்பியம்	91
9.	காலப் பெருவெளி	98
10.	அறிவுக் கொள்கை	107
11.	திருக்குறள்	115
12.	அன்பின் ஐந்திணை	123
13.	ஐந்தின் மயக்கம்	131
14.	காட்சி	147
15.	காட்சி வாயில்கள்	159
16.	உத்தி வகைப்பாடு	167
17.	அறிவின் அளவைகள்	176
18.	ஐயம்	190
19.	நூல்கள்	199
20.	அவைகள்	207
21.	தமிழரின் அறிவு மரபு.	224

உதவியவர்கள்

போராசியர்	க.நெடுஞ்செழியன்
பேராசியர்	க.நாராயணன்
பேராசிரியர்	நா. முத்துமோகன்
பேராசிரியர்	ஆனந்தக்குமார்
பேராசிரியர்	இரா.காமராசு
செயல்பாட்டாளர்	பாமயன்
பேராசிரியர்	கல்பனா சேக்கிழார்
முனைவர்	துரைமுருகன்
நூலகர்	சி.வேல்முருகன்
துணை நூலகர்	டி.சிவக்குமார்
நூலக உதவியாளர்	ஏ.கிரிஜா
தஞ்சை	ப.முத்துக்குமார்

1

அறிவு பிறந்த கதை

பிரபஞ்சம் முழுவதும் தீங்கற்ற வாழ்க்கையில் மகிழ்ந்திருந்த காலம். வானெங்கும் நட்சத்திரங்கள், பூத்துக் கிடக்கின்றன. நட்சத்திரங்களின் கண் சிமிட்டலில் பூமிப் பந்து கிறக்கமுற்று இருக்கிறது. நீலம் பூத்த பெருங்கடல் மேகங்களால், பெய்யெனப் பெய்கிறது மாமழை. அது, இயற்கையின் அதிசயம் நிறைந்த வரலாற்றுக்கு முந்தைய காலம். அதில் காலடி எடுத்து வைக்கிறேன்.

அந்த பல்லுயிர்களின் இன்ப உலகம். வெறுப்பற்ற, பகைமையற்ற வாழ்க்கையின் இணக்கம். தாவர இனம், உயிரினம் என்று எல்லாம் ஒற்றுமையுடன் வாழ்கின்றன. பசுமையை போர்வையாகப் போர்த்திய பூமித் தாய் கண்களை மூடி மெல்லிய உறக்கத்திலிருக்கிறாள். உயிரினங்கள் ஒவ்வொன்றும் தனக்கான இசையை இசைத்துக் கொண்டிருக்கின்றன. இவை எல்லாம் சேர்ந்து, ஒரு புதிய இசையை உருவாக்குகின்றன. உயிர்ப்பு மிக்க மகிழ்ச்சி தாலாட்டாக அந்த இசை அவளுக்கு கேட்டுக் கொண்டேயிருக்கிறது. ஆனாலும் இந்த நிம்மதி உறக்கத்தைப் பெற பூமித் தாய்க்கு நான்கு பனி யுகங்களைக் கடக்கவேண்டிய கட்டாயம் இருந்தது.

பனியுகங்களில், பூமி பனி போர்த்திய பிரதேசம். ஆனால் அந்த உறைபனியிலும் உயிரினங்கள் வாழ்ந்தன. அவை எங்கு, எவ்வாறு வாழ்ந்தன என்பதற்கு விஞ்ஞானிகள் இப்பொழுது விளக்கமளிக்கிறார்கள். இதிலும்

ஒரு விந்தை. பூமிக்கடியில் வெப்பமான நீரோட்டம் ஒன்று ஓடிக்கொண்டேயிருக்கிறது. ஆனால் மேல் பகுதியில் பனிப்பறைகள் மேலும் மேலும் இறுக்கமடை கின்றன. பாறைகள் சுருக்கமடைந்தால் உடைவதைத் தவிர அவற்றுக்கு, வேறுவழியில்லை. பாறைகள் மோதி எழுப்பும் வெடிச் சத்தம் புவிபரப்பை அதிர வைக்கிறது. அடியில் இருந்த நீர் பெருவெடிப்பில் மேலே வந்து விடுகிறது.

பனியுகங்களில் எத்தனையோ வியத்தகு உயிரினங்கள் அழிந்து போயின. ஆனால் ஒரு விசித்திரக் கூட்டம் மட்டும் உயிர் தப்பி வாழுகிறது. குறும்பு நிறைந்த அவை மகிழ்ச்சி குதூகலத்துடன் தாவித் தாவி நடந்து சென்று எதை எதையோ தேடுகிறது. இயற்கை அன்னையை தொட்டுப் பார்க்கிறது. பூமி முழுவதும் உள்ள தாவரங்களை ஒவ்வொன்றாக எடுத்து ருசி பார்க்கிறது. புதிது புதிதாக ஒவ்வொன்றையும் அறிந்து கொள்வதில் பேரார்வம் கொள்கிறது. ஆனாலும் இது ஒரு வினோதமான உயிரினம். இவற்றால் நிமிர்ந்து நிற்க இயலவில்லை.

இவை 'மனிதரா? மிருகமா? என அறிந்து கொள்ள முடியவில்லை. மனிதருக்கும் மிருகத்திற்கும் இடைப்பட்ட காலம் என்று வரலாற்று ஆய்வாளர்கள் கூறுகிறார்கள். இந்தக் காலத்தில்தான் இந்தக் கூட்டத்தின் முன்னங்கால்கள், கைகள் என்னும் அற்புதங்களைப் படைத்தளிக்கும் அதிசயக் கருவியாக, அனைத்தையும் அனைவருக்கும் வழங்கும் அட்சயப் பாத்திரமாக மாற்றம் அடைகிறது. ஆரம்ப காலங்களில் மனிதக் கூட்டத்திற்கு பின்னங்கால்கள்தான் வலுவுடன் இருந்தன. கைகளுக்கு முக்கியத்துவம் இருக்கவில்லை. உடலின் ஒரு பகுதியைச் சுமந்து திரிவது கைகளின் முக்கியப் பணியாக இருந்தது. பிற்காலத்தில் மரக்கிளைகளைப் பற்றிக்கொள்வதிலும், பழங்களையும் மற்ற உணவுப் பொருள்களைத் தேடிப் பெறுவதிலும், கைகளின் செயல்பாடுகள் கூடுதலாயின. இதன் பின்னர்தான் கைகளின் பணிகள் வேறாகவும், கால்களின் செயல்பாடுகள் வேறாகவும் அவை தனித்தனியாக வேலைப் பிரிவினை செய்து கொண்டன. கைகளின் துருதுருப்பு, உழைப்பு என்னும் படைப்புலகின் கதவுகளைத் திறந்துவிட்டது.

மனிதரின் கைகளை உழைப்புதான் விடுதலை செய்தது என்பது வரலாற்று உண்மை.

விடுதலை பெற்ற கைகள், பெரும் மாற்றங்களைச் செய்ததைப் போலவே மற்றொரு மாற்றமும் மூளை என்னும் அதிசயத்தில் நடந்தது. மனிதக் கூட்டம் தனித்து வாழ வழியில்லை, பகைவர்களை எதிர்கொள்வதிலும் உணவுகளை தேடிப் பெறுவதிலும் உள்ள நிர்ப்பந்தம் இவர்களுக்கு ஒரு கூட்டு வாழ்க்கையை உருவாக்கித் தந்திருந்தது. கூட்டு வாழ்க்கையை ஒருங்கிணைக்க சங்கேத ஒலிகள் இவற்றுக்குத் தேவைப்பட்டன. இதைத் தவிர, மகிழ்ச்சியையும், துயரத்தையும், இன்னும் தன் உள்ளத்தில் தோன்றும் மற்ற உணர்வுகளையும் தனது கூட்டத்தோடு பகிர்ந்து கொள்ளும்போது, ஒவ்வொன்றுக்கும் வித்தியாசமான ஒலிகளை, எழுப்ப அவை பழகிக் கொண்டன. தாங்கள் எழுப்பிக் கொள்ளும் ஒலிகளின் மூலம் மனிதக் கூட்டம் மேலும் நெருக்கமடைந்தது.

உணர்வுகளை வெளிப்படுத்த ஒலிகளை எழுப்ப எழுப்ப, மனிதத் தொண்டையிலுள்ள ஒலிப்பெட்டியில் மாறுதல் ஏற்பட ஆரம்பிக்கின்றது. வாயிலும், நாக்கிலும் மாறுதல்கள் நிகழ்கின்றன. மெல்ல, மெல்ல, கூட்டம் ஒலிகளிலிருந்து, எழுத்துகளையும் உச்சரிக்கக் கற்றுக் கொள்கின்றன. உழைப்பைக் கற்றுக் கொண்ட மனிதர் மொழியை உருவாக்கி அதைப் பழகிக் கொள்ளத் தொடங்கிவிட்டது. பொருளாதார வளர்ச்சிக்கு உழைப்பு அடிப்படையாக இருப்பதைப் போலவே பண்பாட்டு வளர்ச்சிக்கு மொழி அடிப்படையாகிறது. கைகளின் செயல் வேகத்தால் மூளையில், நிகழ்ந்த பெரும் மாற்றத்தைப் போலவே, மொழியின் பிறப்பிலும் மாபெரும் மாற்றங்கள் மனித மூளையிலும், நிகழத் தொடங்கின. விடுதலை பெற்ற உழைக்கும் கைகளும், சுதந்திரமான மொழியின் பிறப்பும் மனிதரை புதிய சிகரங்களில் ஏற வைக்கிறது. கைகளின் உழைப்பு மூளையை வேகமாகச் செயல்பட வைக்கிறது. இதைப் போலவே, ஒவ்வொரு சொல்லின் ஒலியும் மூளையில் பதிவாகி, கூர்ந்து பார்க்கும் கண்களையும், கேட்கும் திறன்கொண்ட காதுகளையும் மனிதருக்கு மேம்படுத்தி வழங்குகிறது. ஒரு புலன் மாற்றம்

அடைந்தால் அதோடு தொடர்புகொண்ட மற்றைய புலன்களும் மாற்றத்தை நோக்கி நகர, மூளையும் வலிமை பெற்றுவிடும் என்பது தான் பரிணாம விதி.

"முதலில் உழைப்பு அதன் பின்னரும் அத்துடன் சேர்ந்தும் பேச்சு. இந்த முக்கியமான இரண்டு தூண்டல் செயலாட்சியினால் மனிதக்குரங்கின் மூளை படிப்படியே மனித மூளையாக மாறியது" என்கிறார் ஏங்கல்ஸ்.

"மனிதக் குரங்கிலிருந்து மனிதனாக மாறிய இடைநிலைப்படியில் உழைப்பின் பாத்திரம்" என்ற தலைப்பில் ஏங்கல்ஸ் எழுதியுள்ள கட்டுரையில் பின்வருமாறு கூறுகிறார்:

மனிதக் குரங்கிலிருந்து மனிதனாக மாறிய இடைநிலையான பல்லாயிரம் ஆண்டுகளில் நமது மூதாதையர்கள் படிப்படியாக தங்களது கைகளைப் பழக்கப்படுத்தக் கற்றுக் கொண்ட முதல் செயல்கள் மிகச் சாதாரணமானவையாக மட்டுமே இருந்திருக்க முடியும்."

"மரமேறுதல் என்பது கை, கால்களுக்கு வெவ்வேறான தொழில்களைப் பகிர்ந்து கொடுக்கிறது. அவர்களுடைய வாழ்க்கை முறையில் தட்டையான நிலத்தின் மீது நிலை பெயர்ந்து செல்ல வேண்டிய தேவை வந்த போது இந்த மனிதக் குரங்குகள் படிப்படியாக கைகளைப் பயன்படுத்தும் பழக்கத்தைக் கைவிட்டன. மேலும் மேலும் அதிகமாக நிமிர்ந்த உடல்பாணியையே கடைபிடித்தன. மனிதக் குரங்கிலிருந்து மனிதனாக மாறி இடைநிலையில் இது ஒரு நிர்ணயமான மாற்றமாகும்." என்று ஏங்கல்ஸ் குறிப்பிடுகிறார்.

புறத்தூண்டுதலால் மூளையில் ஏற்படும் மாற்றங்கள்தான் மனிதரால் நிகழ்த்தப்படும், அனைத்திற்கும் காரணம் என்றபோதிலும், மூளையில் இதனை நிகழ்த்துவது எது என்ற கேள்வி இயல்பாகவே எழுகிறது. மனித மூளையைப் பற்றிய தகவல்கள் முழுமையாக அறிந்துகொள்ள முடியவில்லை. ஆய்வுகள் இன்னமும் தொடர்ந்து கொண்டுதான் இருக்கின்றன. ஆனால் இதனால் மூளையின் இயக்கம் கூடுதலாகிறது. அதில் அற்புத ரசாயனம் ஒன்று தோற்றம் தருகிறது. மூளையில் விளைந்த இந்த மின்காந்தக் கீற்றுதான், மனிதர் மூலம்

உலகத்தை மாற்றி அமைத்த அறிவு என்னும் மாபெரும் விந்தைக்கு காரணமாக அமைந்தது.

இரண்டாயிரம் ஆண்டுகளுக்கு முந்தைய உலக நாகரிகங்களை மனம் யோசித்துப் பார்க்கிறது. எகிப்தின் கிசா பிரமிடும், ஈராக்கின் யூப்ரட்டீஸ் நதிக்கரையில் அமைந்த பாபிலோனிய தொங்கும் தோட்டமும். கிரேக்கத்தின் சிற்பி, பீடியாஸ் என்பவரால் வடிவமைக்கப்பட்ட ஒலிம்பியா சிசேயாஸ் சிலையும், சீனப் பெருஞ்சுவரும் கவனத்திற்கு வருகிறது. இதைப் படைத்தளிப்பதிலுள்ள மனித உழைப்பு எல்லையில்லா சிறப்புகளைக் கொண்டுள்ளது. இதை யாராலும் மறுக்கவும் முடியாது.

ஆனால் அதை உருவாக்கிய அறிவு? அது மண் சார்ந்தது. அந்த மக்கள் சார்ந்தது. தனித்துவமானது. இரண்டாயிரம் ஆண்டுகளுக்கு முந்தைய கல்லணையையும், ஆயிரம் ஆண்டுகளைக் கடந்து நிற்கும் தஞ்சை பெருவுடையார் ஆலயத்தையும் தமிழர்களின் அறிவுதான் கட்டியமைத்தது. நூற்றாண்டுகளாய் கடலலைகளைத் தொட்டுத் தழுவி நிற்கும் மாமல்லபுரத்தின் கடற்கரைக் கோயிலும், பல்லவர் கால கலங்கரை விளக்கமும் தமிழர்களின் அறிவு நுட்பத்தால் உருவானவை. பல நூற்றாண்டுகளுக்கு முன்னர், கட்டப்பட்ட தாமிரவருணியின் மருதூர் அணையைப் பார்த்து இன்றைய நவீன நீர் மேலாண்மை உலகம், வியப்புற்று நிற்கிறது. அந்த வியப்புக்கு தமிழரின் அறிவு காரணம் இல்லையா? தொன்மையான சித்தன்ன வாயில் ஓவியங்களும், யாழ் முதலான இசைக் கருவிகளும் தமிழரின் நுண்கலையறிவுக்கு சாட்சியம் இல்லையா?

ஜனநாயகத்தின் முதல் முன்னெடுப்பான குடவோலை தொடங்கியது முதல், தமிழரின் அறிவுக்கு எத்தனையோ ஆதாரங்களை முன்வைக்க முடியும். பல நூற்றாண்டுகளின் தமிழரின் அறிவு தொடர்ச்சி இன்னமும் அறியப்படாமல், மண்ணுக்கடியில் புதைந்து கிடக்கிறது. எல்லாக் காலங்களிலும் தமிழுக்கு நேர்ந்ததைப் போலவே, இதைத் தேடி எடுக்கும் முயற்சிகளை, தடுத்து நிறுத்தும் செயல்களும் மறைந்தும் ஒளிந்தும் செய்யப்படுகிறது. கீழடியைப் போல, ஆதிச்சநல்லூரைப் போல, கொடுமணலைப் போல,

கடலுக்கடியில் மூழ்கிக் கிடக்கும் குமரிக் கண்டம், பூம்புகார் போல தமிழர்களின் தொன்மையான அறிவு சேமிப்பும் எங்கெல்லாமோ மறைந்து கிடக்கிறது. அதனை தேடியறிவதில் மனம் பேரார்வம் கொள்கிறது.

சங்க காலம் என்றால் கடந்த காலங்களில் காதல், வீரம் அல்லது வீரயுகம் என்ற இரு சட்டகங்களுக்குள் நிறுத்தி வைக்கப்பட்டோம். இது நமக்குள் தமிழுணர்ச்சியையும், பெருமிதத்தையும் வளர்த்தெடுத்தன என்பது உண்மைதான். கால வளர்ச்சியில் புதிய ஆய்வுமுறைகளும் புதிதாகத் தேடிப் பார்க்கும் முறைகளும் நமக்குத் தேவைப்படுகின்றன. இன்றைய தமிழ் இளைஞர் கூட்டம் அறிவாயுதத்தை ஏந்தி நிற்பதுதான் இன்றைய தமிழர்களின் நம்பிக்கை. மெரினாவின் சல்லிக்கட்டில் தொடங்கிய இந்தப் போராட்டம் தமிழர்களின் புதிய மறுமலர்ச்சிக்கான முன்மொழிவைத் தந்துள்ளது. உணர்ச்சி மட்டும் போதாது, அறிவார்ந்த முறைகளும் வேண்டும் என்று இது நம்மை வற்புறுத்துகிறது. நீண்ட வரலாற்றின் அடியாழத்தில் மறைந்து கிடக்கும் தமிழர்களின் அறிவுப் பெட்டகங்களை ஒவ்வொன்றாகத் திறந்து பார்க்க, இது நமக்கு பொறுப்பு அளித்துள்ளது. காலம் இட்ட கட்டளையை நிறைவேற்றாமல் எந்த வரலாறும் முன்னேற முடியாது.

*

2

தமிழரின் அறிவுக் கோட்பாடு

அறிவின் சிறப்பு, அதன் உட்பொருளை உணர்ந்து கொள்வதில்தான் இருக்கிறது. எனவே அறிவைப் பற்றி நாம் அறிந்துகொள்வதற்கு முன் நாம் அறிந்துகொள்ள வேண்டியது, இந்தச் சொல்லின் ஆழ அகலங்களை. அப்பொழுதுதான் அதன் உட்பொருளை நாம் உணர்ந்து கொள்ள முடியும்.

அறிவு என்னும் சொல்லை அறியாதவர்கள் யாருமே இருக்க மாட்டார்கள் என்பது உண்மைதான். ஆனால் எத்தனை பேர் இதன் உண்மைப் பொருளை அறிந்திருப்பார்கள். இன்று பல்துறைகளில் நீந்திக் கரை ஏறியவர்கள்கூட, தங்கள் வாழ்வின் இறுதிக் காலத்தில் தான் அறிவுக்கான விளக்கத்தை உணர்ந்து கொண்டதாகக் கூறுகிறார்கள். அறிவின் நுட்பமான உட்பொருளை எளிதில் அறிந்துகொள்ள முடிவதில்லை.

மனிதரின் அறிவு குறித்த வரலாறு மிகவும் சிக்கலானது, எல்லா காலங்களிலும் அறிவைப் பற்றிய சந்தேகங்கள் எழுந்துகொண்டேயிருக்கின்றன. அறிவு எவ்வாறு தோன்றுகிறது. அறிவின் தன்மைதான் என்ன? அறிவின் செயல்பாடுகள் யாவை? அறிவின் செயல்பாடு நிகழும் போது அதன் பயன்பாடு என்ன? என்ற கேள்விகளுடனேயே மனித அறிவை, தேடும் பயணம் இன்னமும் தொடர்ந்து கொண்டேயிருக்கின்றது.

மனிதர் ஆரம்ப காலங்களில், அறிவைப் புலன்களால் அறியக் கூடியவை, அறிய முடியாதவை என்று இரண்டு பிரிவுகளாக பிரித்துப் பார்த்தனர். புலன்களிலிருந்து பெற்று புலன்களால் பார்க்க முடியாமல் மனதால் பார்க்கத் தொடங்கிய தருணங்களில்தான் அறிவின் ஆழம், மனிதருக்குப் பிடிபடத் தொடங்கியது. மனதில் பதிவானவை, பின்னர் நினைவுகூர்தல், ஒப்பிடுதல், கற்பனை செய்தல் என்ற காலத்திற்கு ஏற்றவாறு வளர்ச்சிகளைப் பெறத் தொடங்கியது.

ஆரம்ப காலத்தின் அறிவுப் பிறப்பு பற்றிய தகவல்கள் நம்மை யோசிக்க வைக்கின்றன. ஒன்றைப் பற்றிய அறிவு முதலில், புறப்பொருளின் வாயிலாக மனதில் பதிவு பெற்று, சிந்தனையின் வாயிலாக பின்னர் பிறப்பெடுக்கிறது. இதனைத் தான் உள்ளத்தில் உதிப்பதே சிந்தனை என்றுக் கூறத் தொடங்கினார்கள்.

காலம் மாற மாற அறிவின் கருப்பொருள் பற்றிய பார்வையும் விரிவடைகிறது. இதன்பின்னர், அறிவு பற்பல துறைகளாகப் பிரித்துவிட்டதை இன்று காண்கிறோம். இன்று இதன் வளர்ச்சி குறிப்பிட்ட எல்லைகளைக் கடந்துவிட்டது. தொடக்கக் காலத்தில் அறிவு பற்றி எழுப்பப்படும் சிக்கல்களுக்கு விளக்கம் அறிந்தவன் சரியான அறிவை கொண்டவன் என்ற நம்பிக்கைக் கொண்டிருந்தனர். எந்தத் துறையாக இருந்தாலும், அதன் கருப்பொருளை அறிந்துகொள்ள பெரிதும் உதவுவது கூர்மைப்படுத்தப்பட்ட அறிவு என்னும் இந்தக் கருவிதான். இதைக் கைக்கொண்டு பயிலத் தெரிந்தவர், எந்தத் துறையில் சென்றாலும் அந்தத் துறையில் சரியான அறிவைப் பெற்றுவிடுகிறார் என்பதை தொடக்கக் காலத்திலேயே மனிதக் கூட்டம் உணரத் தொடங்கியிருந்தது.

அறிவு பெறுவதில், புலன்களிலிருந்துப் பெறப்படும் விவரங்கள் மட்டும் போதுமானதாக இல்லை. தீவிரமான செயல்களை செய்ய வேறு கருதுகோள்கள் தேவைப்படுகின்றன. அதற்கு உண்மை அறிவு வேண்டும். நிலையான உண்மை அறிவினைப் பெற பல்வேறு துறை சார்ந்த அறிவும் அவசியமாகிறது. தத்துவம், சமயம், அறிவியல், அழகியல்

போன்ற பல்வேறு அறிவுத்துறைகளின் கருதுகோள்கள் இல்லாமல் எல்லாத் துறைகளிலும் செயல் திறனை வளர்த்தெடுக்க முடியாது. ஆகவே அறிவு முதற் கொள்கை இல்லாமல் மனிதனது சிந்தனை அல்லது ஆய்வுத் திறன் வளர்ச்சிப் பெறாது.

அறிவு முதற் கொள்கையினை ஏற்று கொண்ட பின்னர் தான் கணிதமுறை, அளவை முறை, கொள்கை விளக்க முறை ஆகியவற்றிற்கு அறிவுத்துறையில் முதலிடம் கிடைத்தது. இந்த முறைகள் சிந்தித்து செயல்படுவதை கருவாகக் கொண்டவை. நம் உள்ளத்துள் இயற்கையாகவே பொதிந்துள்ள கருத்துக்களின் அடிப்படையில் அறிவு எழுகிறது.. உள்ளத்தில் அனுபவமாக அமைந்த கருத்துகளை வெளியே கொண்டு வருவதற்கு சிந்தித்தல் துணை நின்று உதவுகிறது..

எல்லா வகை அறிவுக்கும் அறிவாக விளங்குவது அறிவுக் கோட்பாடு பற்றிய அறிவு. ஆனால் மனிதருக்கு இந்த அறிவானது, சிந்தனை என்ற ஒன்றிலிருந்து தொடங்குகிறது. மனிதரின் சிறப்புகளில் மிகவும் மேம்பட்டு நிற்பது எது என்று கேட்டால், கண்களை மூடிக்கொண்டு பதில் சொல்லிவிடலாம் சிந்தனையாற்றல்தான் என்று. கற்பனை செய்துகூட, பார்க்க முடியாத வகையில், எந்தச் சூழ்நிலையையும் மாற்றி அமைக்கும் பேராற்றலை இந்தச் சிந்தனை மனிதருக்கு வழங்கியிருக்கிறது. நமது தேவையும் சமுதாயத்தின் தேவையையும் நிறைவு செய்ய, நிர்ப்பந்தம் நிறைந்த அந்த நொடியிலேயே நம் உள்ளத்தில் உதித்துவிடுகிறது சிந்தனை.

மனிதருக்கு இயல்பில் அமைந்து, பரிணாமம் பெற்ற இந்த சிந்தனை ஆற்றல் மட்டும் இல்லை என்றால், மனிதர் எதுவாக இருந்திருக்க முடியும் என்பதை மிகவும் தெளிவாக நம்மால் இப்பொழுது கூறிவிட முடியும். இன்று நாம் பெருமையடித்துக் கொள்ளும் எந்தச் சிறப்பும் இல்லாத சராசரி உயிரினமாகத்தான் மனிதக் கூட்டமும் இருந்திருக்கும்.

பொருளை மனிதர்கள் இரண்டுவிதமாக பார்க்கத் தொடங்கியிருந்தனர். புலனால் அறியக்கூடியதை

மெய்யானவையாக முதல் நிலைக் கூறியது. இது பிற்காலத்தில் பொருள்முதல்வாதம் என்று அழைக்கப்பட்டது. ஒன்றின் முதல் பொருள் வெளியில் இல்லை. அது மனதில் தான் இருக்கிறது. மனத்தில் உள்ள இந்த கருத்துதான் வெளியிலிருக்கும் பொருளுக்கு வடிவத்தைத் தருகிறது. என்று இரண்டாவது கருத்து நிலை கருதினார்கள். இதனை கருத்து முதல்வாதம் என்று அழைக்கிறார்கள். பொருள்முதல்வாதம் அறிவை அடிப்படையாகக் கொண்டும், கருத்து முதல்வாதம் நம்பிக்கையை அடிப்படையாகக் கொண்டும் இதன்பின்னர் வளரத் தொடங்கின. இந்த இரண்டு தத்துவங்களுக்கு இடையிலான போராட்டங்கள் இன்று வரை தொடர்கிறது.

கிரேக்க நாட்டின் தத்துவ ஞானி அரிஸ்டாட்டில் மனிதரை 'பகுத்தறிவுள்ள மிருகம்' என்றார். மனிதரும் மிருகமும் சிந்தனையால் மட்டும்தான் வேறுபடுகிறார்கள் என்பது அரிஸ்டாட்டிலின் வரையறுப்பு. அடிப்படையில் மிருகத்திலிருந்துதான் மனிதர் வெளிப்பட்டனர். ஏனைய உயிரினங்களைப்போல, மனிதரும் உயிர் வாழ்வதற்கு பெரும் போராட்டத்தை நடத்திக் கொண்டிருந்தார்கள். சிந்தனை என்ற ஒன்று உருவான பின்னர் இவர்களால் இயற்கையை தனக்கானதாக மாற்றிக்கொள்ள முடிந்தது. எது எப்படியிருந்தாலும் மனிதரை மனிதராக வளர்த்தெடுப்பதில் சிந்தனைதான் உட்கருவாக இருந்து செயல்பட்டது.

அறிவைப் பெற்றெடுத்த சிந்தனை, சமுதாயத்திலிருந்து தான் ஒளி பொருந்திய பார்வையைப் பெற்றுக் கொள்கிறது. இந்த சிந்தனைக்கும் சமுதாயத்திற்குமான உறவு, தொப்புள் கொடி உறவைப் போன்றது. வரலாற்றின் அடிப்படையில் கூட்டமாக வாழப் பழகிய மனிதக் கூட்டம் அதை ஒரு சமுதாயமாக மாற்றி அமைக்கும்போதுதான் இந்தச் சிந்தனை வளர்ச்சியும் தீவிரம் கொள்கிறது. ஒன்று போல் சிந்திக்கும் பல மனிதர்கள் இதன்மூலமாகத்தான் உருப்பெறுகிறார்கள். இதுவே வலிமை மிகுந்த சமூகமாக மாற்றம் அடைகிறது.

தனி மனிதரிடம் சிந்தனை தோன்றியபோதிலும் இதனை உரசிப் பார்த்து, அதை மேலும் தகுதியுடையதாக மாற்றும் செயலை, ஒரு சமுதாயம்தான் செய்கிறது. இதன்பின்னர் தனிமனித சிந்தனைகள் அனைத்தும்

சமூகமயமாகின்றன. உலகில் எத்தனையோ புரட்சிகளும் சமுதாய மாற்றங்களும் நிகழ்ந்துள்ளன. மனித வாழ்வை மாற்றி அமைக்கும் நெம்புகோல் தத்துவங்கள் தோன்றின. இவை எல்லாவற்றையும் ஒரு தனிமனிதர் முன்மொழிந்த போதிலும், அது சமுதாயத்தின் சிந்தனை சக்தியாக மாறியபோதுதான் கொடுங்கோலர்களைத் தூக்கியெறியும் புரட்சிகளை செய்ய முடிந்தது. புதிய அரசியல் சமூகப் பொருளாதார மாற்றங்களைக் கட்டி அமைக்க முடிந்தது. மனிதச் சிந்தனைதான். சமுதாய மாற்றம் உள்ளிட்ட அறிவியல் முதலான அனைத்து மாற்றங்களுக்கும் காரணமாக அமைந்தது.

அறிவை அறிவியலின் அடிப்படையில் ஆராய்ந்து பார்க்கும் முறையே அறிவாராய்ச்சி. இது, மிகவும் வளர்ச்சியடைந்த தத்துவத் துறையாக இன்று மேம்பட்டுள்ளது. ஆரம்ப காலங்களில் இதனைக் கண்டறிவதற்கு சில வழிகாட்டுதல்களை, விதிகளாக வகுத்து வைத்திருந்தனர். இதன் இறுதி நோக்கம் முழுமையான அறிவைச் சென்றடைதல் ஆகும். ஊகித்துணர்தல், ஆழ்ந்து சிந்தித்தல், தரம் பிரித்துப் பார்த்தல், செயல்முறை வகுத்தல், சீர்தூக்கிப் பகுப்பாய்வு செய்தல் ஆகியவை இதன் வழிமுறைகளாக உலகில் பல நாடுகளில் கடைப்பிடிக்கப்பட்டன.

அறிவு பற்றிய பல்வேறு ஐயப்பாட்டிற்கு அறிவாராய்ச்சி விளக்கம் அளிக்கிறது. இந்த விளக்கங்கள் வாழ்வின் நீண்ட அனுபவத்தில் தோன்றியவை. அறிவு உண்மையைக் கண்டறிவதாகவும் சமுதாயத்திற்கு நன்மை அளிப்பதாகவும் இருக்க வேண்டும். அறிவாராய்ச்சியில் அறிவின் நம்பகத் தன்மை முக்கியமானதாகும். நம்பகத்தன்மை இல்லாத அறிவால் சமுதாயம் தீமைகளைத்தான் சந்தித்து வந்துள்ளது. இது பேரழிவுக்குக் காரணமாகிவிடுகிறது.

தத்துவ விசாரணை என்பது அறிவியல் கோட்பாட்டில் அடிப்படையானதாகக் கருதப்படுகிறது. நல்லறிவைக் கண்டறிதலும், தீய அறிவிலிருந்து மனிதரை விடுதலை செய்வதும் இதன் நோக்கமாக இருக்க வேண்டும். வேறு வகையில் சொன்னால், இது அறிவின் நம்பகத்தன்மையைக் கண்டறியும் முறையாகும். இதனை தனித்துவம் கொண்டதாக

உலகில் பல பிரதேசங்கள் வளர்த்து வைத்திருக்கின்றன. தமிழ்ச் சமூகமும் தத்துவ விசாரணையில் ஒரு தேர்ந்த சமூகமாகும்.

இன்று நடைமுறையில் நம் கல்விக் கூடங்களில் தத்துவப் பாடங்களில் கற்பிக்கப்படும் தத்துவங்களை ஆராய்வது இன்றைய காலத்தில் அவசியமானதாகும். இவை மேலைநாடுகளிலிருந்து காலனி ஆதிக்கக் காலங்களில் நமது நாட்டிற்கு வந்து சேர்ந்தன. மேலைநாட்டு தத்துவ அறிஞர்கள் அறிவுக் கோட்பாட்டை குறிப்பிட்ட நோக்கத்தோடு உருவாக்கியிருந்தார்கள். அறிவுக் கோட்பாட்டை, மேலை நாட்டினர் எப்ஸ்டிமாலஜி என்கிறார்கள். இந்தச் சொல், இரண்டு கிரேக்கச் சொற்கள் இணைந்து உருவாக்கிய ஒற்றைச் சொல். எபிஸ்டெமே என்னும் சொல் அறிவு என்னும் பொருளையும், லோகாஸ் என்னும் சொல் முறையான ஆய்வு என்னும் பொருளையும் தருகிறது. முதன்முதலில் இந்தச் சொல்லைப் பயன்படுத்திய அறிஞரின் பெயர் ஜே.எப்.பெர்ரியா ஆகும்.

பிளாட்டோ, அரிஸ்டாட்டில் போன்றவர்களின் கருத்துகள்தான், மேலைநாட்டின் அறிவாராய்ச்சியில் முதன்மைப்படுத்தி பேசப்படுகிறது பிளாட்டோ அறிவு, அறியாமை, நம்பிக்கை, ஆகியவற்றிற்கு இடையில் அமைந்த வேறுபாடுகளை விவரிப்பதிலிருந்து தனது அறிவாராய்ச்சியைத் தொடங்கினார். எது உள்ளதோ அது அறிவின் பொருள். எது இல்லையோ அது அறியாமையின் பொருள், இருப்பதற்கும் இல்லாததற்கும் இடையில் நம்ப வேண்டிய பொருள் இருப்பதாகவும் இவர் கூறினார். இதை மேலும் சுருக்கமாக, மனிதரின் குறிப்பிட்ட மன நிலைதான் அறிவு என்றார் பிளாட்டோ. அதை அப்படியே வழிமொழிந்தார் அரிஸ்டாட்டில்.

ஆனால், சாக்ரட்டிஸ்க்கு முன், தலை சிறந்த தத்துவ ஞானிகள் கிரேக்கத்தில் வாழ்ந்தனர். மேலைநாட்டு மரபில் வந்த, இந்த தத்துவ ஞானிகள் அறிவாராய்ச்சிக்கு முக்கியத்துவம் அளிக்கவில்லை. அவர்களைப் பொறுத்தவரை இயற்கையைப் பற்றிய அறிவு என்பது, அது தானாக நிகழக்கூடிய ஒன்று என்பது தான். அறிவு என்பது

இயற்கையிடமிருந்து மற்றவர்களிடமிருந்து வருகிறது என்பதை விட, நம்மிடமே ஏதோ ஒரு வழியில் தோன்றுகிறது என்று நினைத்துக் கொண்டார்கள். மாற்றத்தின் தன்மை மீதும், அதன் சாத்தியத்தின் மீதுமே அவர்களின் கவனம் இருந்தது. ஆனால் அறிவின் பிறப்பு, அதன் வளர்ச்சி பற்றிய கவனங்கள் மிக மிக குறைவாகவே இருந்தன.

தமிழ்ச் சமூகத்தின் நீண்ட பயணத்தில் அறிவுக்கு மையமான இடம் அமைத்துக் கொடுக்கப்பட்டிருப்பதை அறிய முடிகிறது. உலகின் பல நாடுகளோடு ஒப்பிட்டு பார்க்கும்போது தமிழரின் அறிவு மலைமுகட்டில் நிற்கும் மனிதரைப் போல தனித்துவத்துடன் தெளிவாகத் தெரிகிறது. காரணம், அவை உருவாக்கி வைத்துள்ள கருதுகோள்கள் மிகவும் வலிமை பொருந்தியவை.

அறிவையும், கல்வியையும் சங்க காலம் கொண்டாடியிருக்கிறது. அறிவுதான் முதன்மை என்பதற்கு பல ஆதாரங்களை சங்கப் பாடல்களில் காண முடிகிறது. கல்வியின் சிறப்பை முரசுக் கட்டில் ஒன்று நமக்கு உணர்த்துகிறது. புறநானூற்றின் சங்கப்பாடல் மூலம் அந்த கட்டில் நம் கண்ணுக்குத் தெரிகின்றது. அந்தக் கட்டில் பற்றிய விவரிப்பைத் தருகிறார் புலவர் ஒருவர். சுருக்கம் இல்லாத தோலால் அமைக்கப்பட்டிருந்தது முரசுக் கட்டில். மருங்குதல் என்னும் இதன் அடிப்பகுதி மயில் தோகையால் அழகுபடுத்தப்பட்டிருந்தது. பொன்னால் செய்யப்பட்ட உழிஞ் சுப் பூ, முரசை மேலும் கம்பீரப்படுத்தியிருந்தது. வெண்மை நுரை போன்ற கட்டில் மெத்தையால் அலங்கரிக்கப்படுள்ளது. முரசை நீராட்டும் அரசு நிகழ்ச்சி பெருமைக்குரிய ஒன்று. அதை படை பரிவாரங்கள் சூழ எடுத்துச் சென்ற மன்னன், அதை மீண்டும் கட்டிலுக்கே கொண்டு வருகிறான். கொண்டு வந்து உயர் இந்த மதிப்புமிக்க கட்டிலிலே வைக்க வேண்டும். தெய்வீகப் புனிதம்கொண்ட அந்தக் கட்டிலில் அவனுக்கு ஒரு அதிர்ச்சி காத்திருக்கிறது.

முரசை சுமந்துவரும் மன்னன் கட்டிலைப் பார்க்கிறான். கட்டிலில் யாரோ படுத்துறங்குவது தெரிகிறது. அதில் யாராவது அமர்ந்தாலோ அல்லது உறங்கினாலோ, பெரும் தண்டனைக்குரிய குற்றம். வாளை எடுத்து கட்டிலில்

உறங்குபவனை இரண்டு துண்டாக வெட்டிப் போடுவதுதான் மன்னனின் கடமை. ஆனால் கட்டிலில் உறங்குபவரை ஒரு கணம் பார்த்துவிடுகிறான். அவனுக்கு மனமாற்றம் வந்துவிடுகிறது. அவரை வெட்டவில்லை. மயில் தோகை விசிறி ஒன்றைக் கையில் எடுத்து, விசிறத் தொடங்கிவிடுகிறான். காரணம், கட்டிலில் உறங்கம் கொண்டிருப்பவர் புலவர். தமிழின்மூலம் அறிவை வளர்த்தெடுக்கும் ஆசான்.

இந்த விவரிப்பு, புறநானூற்றுப் பாடல் ஒன்றில் வருகிறது. கட்டிலில் உறங்கிய புலவரின் பெயர் மோசிக்கீரனார். புலவருக்கு மயில் தோகையால் விசிறிய மன்னனின் பெயர் சேரமான் தகடூர் எறிந்த பெருஞ்சேரல் இரும்பொறை. அரச தர்மங்கள் அனைத்தையும் கடந்து, அறிவுக்கும் புலமைக்கும் சங்க கால சமுதாயத்தில் இருந்த மதிப்பை அறிந்துகொள்ள, இதைவிடவும் வேறு உதாரணங்கள் தேவையில்லை.

இதைப் போல அறிவுக்கும் நட்புக்கும் உரிய மேன்மையை மற்றொரு சங்கப்பாடல் விவரிக்கிறது. அதியமான் நெடுமான் அஞ்சி தகடூரை ஆண்ட சங்ககால மன்னன். இவன் ஆட்சிக்கு உட்பட்டிருந்த நாடு தலைநீர் நாடு எனப் பெயர் பெற்றிருந்தது. அருவி நீர் மேலெழும்பி புகைபோல் மேலெழுவதால் அந்த ஊரின் பெயர் புகைக்கல் என்றும் கன்னட மொழியில் அது ஒகைக்கல் ஆகி, மீண்டும் தமிழில் ஒகேனக்கல் ஆனதாகக் கூறப்படுகிறது. ஒகேனக்கலின் சங்க காலப் பெயர் தலைநீர் நாடு என்று சில ஆய்வுகள் தெரிவிக்கின்றன.

புறநானூறு, அகநானூறு, குறுந்தொகை, பதிற்றுப்பத்து, சிறுபாணாற்றுப்படை ஆகிய நூல்கள், தலைநீர் நாட்டைத் தலைநகராகக் கொண்டு ஆட்சி புரிந்த நெடுமான் அஞ்சி என்ற அரசனைப் பற்றிய குறிப்புகள் பேசுகின்றன. அஞ்சியின் வீரமும், கொடைச் சிறப்பும் புலவர்கள் பலரின் பாடல்களில் இடம்பெற்றுள்ளன. ஔவையார் இதில் முதலிடம் பெறுகிறார். திண்மையான உடல்வலி பொருந்தியவன் என்றும், சேரன், சோழன், பாண்டியன் உட்பட்ட ஏழு அரசர்களை எதிர்த்து நின்று வென்றவன் என்றும் இவன் புகழ்ந்து பாடப்படுகிறான். இவனது வள்ளல் தன்மை பெரிதும் புகழ்ந்துரைக்கப்படுகிறது.

இவனது வாழ்விடம் அரண்மனை அல்ல. அவை அடையா நெடுங்கதவுகளைக் கொண்டவை. வருவோர்க்கு எல்லாம் வாரி வழங்குவதற்கென்று திறந்த வாயிலைக் கொண்டிருந்தது. அவனது கைகள் மழையைப் போல் ஈரத்தன்மை உடையன என்று அவனைப் புகழ்ந்தனர். இவை எல்லாவற்றிற்கும் மேலாக தமிழால் தமிழர் வாழ சாவா மருந்தாகிய நெல்லிக்கனியைத் தான் உண்ணாது ஔவையாருக்குக் கொடுத்தான் என்பது தான் அதியமான் பற்றிய வரலாறு மறந்துவிடாமல் நமது நெடிய ஞாபகத்தில் வேர் பிடித்து நிற்க வைத்துள்ள செய்தி.

இது பற்றிய ஔவையின் பாடல்,

மன்னுக பெரும நீயே! தொன்னிலை
பெருமலை விடரகத்து அருமிசை கொண்ட
சிறியிலை நெல்லித் தீங்கனி குறியாது
ஆதல் நின்னகத்து அடக்கி
சாதல் நீங்க எமக்கு ஈத்தனையே

அருமையான நெல்லிக்கனி, அதை உண்டால் என்றும் இறவாமல் இருக்கலாம் என்று தெரிந்தும் அதை நீ உண்ணாமல், அந்தச் செய்தியை எனக்குச் சொல்லாமல் நான் என்றும் இறவாமல் இருக்க வேண்டும் என்று எனக்கு ஈந்தனையே அதியர் கோமான் அஞ்சி! என்பதுதான் இந்தப் பாடலின் பொருளாகும்.

இதைப் போன்ற செய்தி சிறுபாணாற்றுப்படையிலும் வருகின்றது. இதை எழுதிய நல்லூர் நத்தத்தனார் “நெல்லி அமிழ்து விளை தீங்கனி ஔவைக்கு ஈந்த அதிகன்” என்கிறார். இது புலமைசார் அறிவை தமிழர்கள் எவ்வாறு போற்றிவந்தனர் என்பதற்கான ஆதாரமாகக் கொள்ளலாம்.

அறிவின் சிறப்பை சங்க காலம் போற்றியதற்கு மேலும் சில ஆதாரங்களை நம்மால் கூற முடியும். அறிவுக்கான வாசல் கல்விதான். கல்வியைக் கற்றவன் சிறப்பு பற்றிய பாடல்கள் புறநானூற்றில் இடம் பெற்றுள்ளன. அதில் ஒன்று, கல்வி என்பது மனிதரின் உயர் தகுதியின் அடையாளம். வயது, வாரிசு உரிமை ஆகிய எல்லாவற்றையும் இது

வெற்றி கொண்டுவிடுகிறது என்பதை உணர்த்தும் இந்தப் பாடல், ஒரே குடியில் பிறந்து ஒரே சூழ்நிலையும் வாய்ப்பும் உடையவர்களுள் அரசாள வருக என மூத்தோனை அழைக்காமல், அறிவுடையவன் இளையவன் என்பதால் அவனை அழைத்து வரவேற்று, அவன் சொல் கேட்டு அரசு நடைபெறும்' என்று கூறப்படுகிறது. புறநானூற்றில் காணப்படும் இந்தக் குறிப்பு தமிழ்ச் சமுதாயம் அறிவுக்குத் தந்த சிறப்பிடத்தை உணர்த்துகிறது.

புறநானூற்றை ஒட்டி நீதி நூல்களிலும் கல்வியின் சிறப்புக் கூடுதலாகவே காணப்படுகிறது. விளம்பி நாகனார் என்னும் புலவரால் இயற்றப்பட்ட நான்மணிக்கடிகை பதினெண்கீழ்க் கணக்கு நூல்களுள், ஒன்று. நூற்றியொரு பாடல்களைக் கொண்டுள்ள இதன், ஒவ்வொரு பாடலும் நான்கு அடிகளால் அமைக்கப்பட்டுள்ளது. நான்கு மணியான கருத்துகளை ஒவ்வொரு பாடலும் முன் வைக்கிறது. இதில் மொத்தம் நூற்று நான்கு பாடல்கள் உள்ளன. இவற்றில் இரண்டு பாடல்களை ஜி.யூ.போப் அவர்கள் ஆங்கிலத்தில் மொழிபெயர்த்துள்ளார். இந்நூல், கி.பி. நான்காம் நூற்றாண்டில் இயற்றப்பட்டது. இந்தப் பாடல்களில் ஒன்றுதான் கல்வியின் சிறப்புப் பற்றிக் கூறும் "ஒரு குடியிற் கல்லாது மூத்தானைக் கைவிட்டுக் கற்றான் இளமை பாராட்டும் உலகு" என்ற பாடல். அறிவுள்ளவர்கள்தான் ஆளும் தகுதியைப் பெற்றவர்கள் என்பதை வலியுறுத்துகிறது.

இதைப்போலவே பழமொழி நானூறு, சங்கம் மருவிய கால நீதிநூலாகும்.. பதினெண் கீழ்க்கணக்கு நூல்களுள் ஒன்றான இது, முன்றுறையர் அல்லது முன்றுறை அரையனார் என்பவரால் இயற்றப்பட்டது. சங்க காலம் பற்றிய அறிவுபூர்வமான அதிகத் தகவல்களை இது தருகின்றது. இதன் காலம் கி.பி. ஐந்தாம் நூற்றாண்டு எனக் கருதப்படுகின்றது. சிறப்புகளுக்கெல்லாம் சிறப்புத் தருவது அறிவு. அறிவின் சிறப்பில்லாமல் பிற சிறப்புகளை யாரும் போற்றுவதில்லை. 'மனிதனுக்கு அழகு தருவனவற்றுள் ஆடையே முதன்மையானது. பிற அணிமணிகளெல்லாம் துணைப் பொருள்களே. அதுபோல், அறிவே முதன்மையான

சிறப்புடையது; பொன்னும் பொருளும் அறிவுக்குப் பின்னே வரும் துணைப் பொருள்கள்' என்று கூறுகிறது.

இதைப் போன்று தமிழ் இலக்கிய மரபு, முழுவதும் கல்வியையும் அறிவையும் கொண்டாடும் உயர் மதிப்புக் கொண்ட வாழ்க்கை முறைக்கான ஆதாரங்களாகவே இருக்கின்றன.

*

3

மொழியின் தொன்மை

அறிவுப் பாரம்பரியம் அல்லது நுண்திறன் அறிவு என்பது மனிதனுக்கு அமைந்த அதி அற்புத திறன் ஆகும். ஆனாலும் மொழி இல்லாமல் அறிவு தோன்றியிருக்க முடியுமா? மொழி என்னும் நிலத்தில்தான் அறிவு என்னும் விதை விழுந்து, மனங்கவர்ந்த சோலைகள் தோன்றி, அறிவு மலர்கள் பூத்திருக்க முடியும். தமிழ் என்னும் மொழி நிலத்தில், வளர்ந்து செழித்தவை தான் காவிய வனங்களை உருவாக்கி வைத்துள்ளன. சங்க, இலக்கியங்களைப் போன்று பொருத்தமாக ஏழு நிறங்களில் அமைந்த காவிய மலர் வனத்தை பூமி முழுவதும் தேடிப் பார்த்தாலும் மிகவும் அபூர்வமாகத்தான் கிடைக்கிறது தொன்மையான மொழிகளில்தான் செழுமையான இலக்கணங்கள் தோன்றுகின்றன.

தொல்லுலகில் கிரீக், லத்தீன், ஹீப்ரு, சமஸ்கிருதம் ஆகியவை பழைமை வாய்ந்த ஆதிமொழிகள். இந்திய அரங்கில் வெள்ளை அரசினரின் ஆதரவால் ஐந்து மொழிகள் செம்மொழியாக அறிவிக்கப்பட்டன. அவை: சமஸ்கிருதம், பாரசீகம், அரேபியம், பாலி, பிராகிருதம் என்பனவாகும். 1835, இந்திய வரலாற்றில் குறிப்பிடத்தகுந்த ஆண்டாகும். கல்வியையும் நீதி நிர்வாகத் துறைகளையும் மெக்காலே தங்கள் ஆதிக்கத்திற்காக நெறிப்படுத்தி முறைப்படுத்தியதைப் போலவே செம்மொழிகள் எவை என்பதையும் அடையாளப்படுத்தினார். இவை இந்திய மக்களின் ஒற்றுமை சிதைந்து பகைமை ஏற்படக் காரணமாக அமைந்தது.

சமஸ்கிருதம், பாரசீகம், அரேபியம், பாலி, பிராகிருதம் என்று ஆரம்பத்தில் அறிவித்தாலும், பாலி, பிராகிருதம் ஆகிய இரண்டையும் இதிலிருந்து நீக்கிவிட்டு, மற்ற மூன்று மொழிகளையும் செம்மொழி என்று அறிவித்தார்.. இந்த வரையறைக்கு மதஅடிப்படையே காரணமாக இருந்தது. இந்துக்களின் செம்மொழியாகச் சமஸ்கிருதமும் இஸ்லாமியரின் செம்மொழியாக அரேபியமும், பாரசீகமும் ஏற்கப்பட்டது. மொழியின் தரத்தை முடிவு செய்வதற்குச் சமயப் பின்னணி அமைத்தது, வெள்ளை அரசின் 'ராஜதந்திரமே' காரணம். ஆனால் இதில் தமிழ் இல்லை என்பது மற்றும் ஒரு வேதனைக்குரியதாகும்.

செவ்வியல் மொழி எது? மொழியின் செவ்வியல் பண்பு எனக் கூறிய அறிஞர்கள், மகோன்னதமான ஒரு மேம்பாடு (Excellence), மதிப்பீடுகள் (Values), சிறந்த ஒரு நிலைபேறு (Permanence) என்பன பற்றிக் கூறுவர். இந்த நோக்கங்களை பிரதிபலிக்கும் இலக்கியத்தை செவ்வியல் இலக்கியம் என்றும், இப் பண்பைக் கொண்ட மொழியினை செவ்வியல் மொழி என்றும் கூறுவர். சங்க இலக்கியத்தை இதனை அடிப்படையாகக் கொண்டு செவ்வியல் இலக்கியம் என்று ஏற்க மறுத்தது, ஒரு சதி அன்றி எதுவாக இருக்க முடியும்.

தமிழ் மொழியின் தொன்மையான இலக்கியச் சிறப்பால், இது உலக அளவில் வியந்து பார்க்கப்படுகிறது. செம்மொழிக்கு உரிய எல்லா சிறப்புகள் இருந்தும் அன்று அது செம்மொழியாக மெக்காலேவால் ஏற்றுக் கொள்ளப்படவில்லை. இதைப் பின்தொடர்ந்து தமிழின் தொன்மையை மூடிமறைக்கும் முயற்சி இன்றுவரை தொடர்கிறது. புகழ்மிக்க தமிழின் பெருமைகள் உலக மொழியியல் அறிஞர்களை அறியவிடாமல் மூடிமறைக்கும் தந்திரமாக இது தெரிகிறது. ஆனால் தமிழுக்கென்று தனித்துவம் கொண்ட அறிவுசார் பாதை ஒன்று இருப்பதை பிற்கால வரலாற்றில் யாராலும் மறுக்க முடியவில்லை.

எந்த ஓர் இனத்திலும் மொழி பிறந்து, ஆயிரம் ஆண்டுகளுக்குப் பின்னர்தான் இலக்கண இலக்கியங்கள் தோன்ற முடியும். பல ஆண்டுகளுக்கு முன்னரே தமிழில்

தலைசிறந்த நூல்கள் தோன்றிவிட்டன. வளம் பொருந்திய மொழியும், அதை இயக்கும் உள்ளொளி பொருந்திய அறிவும் இல்லாமல் இவ்வாறு இலக்கண இலக்கியங்கள் தோன்றியிருக்க வாய்ப்பு இல்லை.

தமிழரின் சிந்தனைத் திறனுக்கு ஒரு தேர்ந்த அறிவுப் பூர்வமான நூல் என்று தொல்காப்பியத்தைக் கூற முடியும். இன்றைய நவீன உலகமே பார்த்து, வியந்து போகும் இலக்கணத்தைக் கொண்டுள்ளது. உலகில் பல்வேறு மொழிகளின் இலக்கணங்களோடு ஒப்பிட்டுப் பார்த்தவர்கள், தொல்காப்பிய இலக்கணத்தை தலைசிறந்த ஒன்று என்று புகழ்ந்துரைக்கிறார்கள். இன்று உலக மொழிகள் என ஆங்கிலம், பிரஞ்சு, ஜெர்மன், ரஷ்யன் போன்ற மொழிகள் கருதப்படுகின்றன. கடலை கைப்பற்றி, நாடுகளை சூழ்ச்சியால் கைப்பற்றிய காலனி ஆதிக்கக் காலங்களில்தான், இந்த மொழிகளை உலகம் அறியத் தொடங்கியது.

ஆங்கில மொழியானது ஆங்கிலேய - சாக்ஸன் நாடோடிக் குழுக்களின் பேச்சு மொழியாக இருந்து வளர்ந்தது. 1500 ஆண்டுகள் தான் அதன் வரலாறு. ஏராளமான தமிழ்ச் சொற்களை தன்வயமாக்கிக் கொண்டது ஆங்கிலம். அரிசி என்ற சொல் கிரேக்க மொழியில், அருஸா என்றாகி பின் அங்கிருந்து ரைஸ் என ஆங்கில மொழியில் கலந்தது. ஆனால் இந்த மொழிகள் தோன்றுவதற்கு பல நூற்றாண்டுகளுக்கு முன்பே தொல்காப்பியம் இலக்கண நூலாக படைக்கப்பட்டுவிட்டது.

தொல்காப்பியத்தில், வேர்விட்டு நிற்கும் அறிவுப் பூர்வமான தரவுகள், மிகச்சிறந்த நுட்பங்களைக் கொண்டிருக்கின்றன. கற்பனை செய்துகூட பார்க்கமுடியாத வகையில், பல்வேறு அறிவுக் கூறுகள் நன்கு ஒருங்கிணைக்கப்பட்டு செப்பம் செய்யப்பட்ட இலக்கண நூலாக இது திகழ்கிறது. அவ்வாறே தொலைதூர நோக்குடன் செம்மையும் சீர்மையும் கொண்ட மற்றொரு சங்க இலக்கியம்தான் திருக்குறள், இன்று வரை உலகமே வியந்து பாத்துக்கொண்டிருக்கும் நூலாக இது மாறிவிட்டது.

சேர மன்னனின் இளவல் இளங்கோவின் எழுத்தாணியில் பிறந்ததுதான் சிலப்பதிகாரம். இது தொன்மையையும் அதற்கேற்ற தனித்துவத்தையும் கொண்ட காப்பியமாகும். தமிழின் மற்றொரு காப்பியம் மணிமேகலை. பசிப்பிணியை போக்கும் அட்சயப் பாத்திரத்தை தமிழர்கள் அனைவருக்கும் வழங்கியிருக்கிறது. சங்க இலக்கியத்தைப் போலவே, நீதி இலக்கியம், பக்தி இலக்கியம் எனப் பலவகை இலக்கியங்களைக் கொண்டு, ஒவ்வொரு காலத்தின் தேவையையும் எதிர்கொள்ளும் மொழியாகத் தமிழ் அமைந்துள்ளது. இதனால்தான் இதனை அழிக்க முடியவில்லை. காலத்தால் உலகில் பல மொழிகள் அழிந்துபோயின என்ற உண்மையையும் நாம் மறந்துவிடக் கூடாது.

இலக்கண வல்லுநர்கள், காப்பியப் படைப்பாளிகள், பக்தி இலக்கியங்கள் படைத்த நாயன்மார்கள், ஆழ்வார்கள் ஆகியோர் தமிழில் இருப்பதைப் போல, இத்தனை வலிமையோடு, வேறு மொழிகளில் பார்க்க முடிவதில்லை. சங்க இலக்கியங்கள் மட்டும் அல்லாது பக்தி இலக்கியங்களின் அழகியல் சிறப்புக் கூறுகளும் இன்றைய மேலைய உலகின் கவனத்தை ஈர்த்து வருகின்றன. தமிழில் காலந்தோறும் புதுபுது படைப்பாளிகள் தோன்றிக் கொண்டேயிருக்கிறார்கள். அறிவுசார் கல்வியாளர்களும், கவிஞர்களும் மொழிகளில் மிகவும் அபூர்வமாகத்தான் தோன்ற முடியும். சில தருணங்களில் இதற்கு நூற்றாண்டு கால இடைவெளிகள் தேவைப்படுகின்றன. தமிழ் அப்படியில்லை. காலந்தோறும் அறிவு புலமைசார் மாகவிகளைப் பெற்று உலகத்திற்கு அளித்து வந்துள்ளது.

இருபதாம் நூற்றாண்டில் உலகில் பலமொழிகளில் எத்தனையோ மாகவிஞர்கள் வெளிப்பட்டிருக்கிறார்கள். படைப்புலக வீரியம் கொண்ட தமிழ் மொழியும் இருபதாம் நூற்றாண்டுக்குரிய பங்களிப்பையும் செலுத்தத் தவறவில்லை. உலக அளவில் புகழ் பெற்று நிற்கும் பாரதியையும் பாரதிதாசனையும் பெரும் கொடையாகத் தந்துள்ளது. இதைத் தொடர்ந்து, இன்று வரை இந்தப் பாதையில் நின்று தமிழ்ப் படைப்பாளிகள், மண்வாசனை மாறாத மனித வாழ்வை பிரதிபலிக்கும் உயர்வுடன் பல படைப்புகளை

படைத்துக்கொண்டே இருக்கிறார்கள். இதைப் போலவே, தமிழின் மற்றொரு சிறப்பு அதன் எழுத்துக்கள்.

எழுத்துகளுக்கு தமிழ் வரையறுத்துள்ள இலக்கண நுட்பம் வேறு எம்மொழியிலும் காண முடியாது. எல்லா மொழிகளிலும் தானே இயங்கவல்லது உயிர் என்பதும் உயிரோடு சேர்ந்தே மெய் இயங்கும் என்பதும் பொது இயல்புகளே. ஆனால், உயிர், மெய், உயிர்மெய் என்று மூன்றாகப் பெயரிட்டு அழைத்தது தமிழ் மட்டும்தான். இதில்தான் தமிழரின் ஆதி அறிவைப் புரிந்துகொள்ள வேண்டும்.

தமிழ் உயிர்மெய்க்குத் தந்த விளக்கம் இதுதான்.

"புள்ளிவிட்டு அவ்வொடு முன்உரு வாகியும்
ஏனை உயிரோடு உருவு திரிந்தும்
உயிர் அளவாய் அதன் வடிவு ஒழித்து, இருவயின்
பெயரோடும் ஒற்றுமுன்னாய் வரும் உயிர் மெய்"

எழுத்துக்களின் மூலம் ஒரு மொழி எவ்வாறு கட்டமைக்கப்படுகிறது என்பதற்கு இதைவிடவும் வேறு ஆதாரம் தேவையில்லை. சிலர் கூறுவதைப் போல இதனை எவ்வாறு மிகைப்படுத்தலாகக் கூறமுடியும்.

தமிழில் இரண்டு திணைகள் இருக்கின்றன. ஒன்று உயர்திணை மற்றொன்று அஃறிணை. உயர்வு இல்லாத திணை; தாழ் திணை என்றுதான் சொல்ல வேண்டும், தமிழ் இலக்கணம் உயர்வு பெற்றதை உயர்திணை என்று சொன்னதோடு, உயர்வு அல்லாத திணை (அஃறிணை) என்று சொல்வதன் மூலம் அதன் தமிழ் மொழியின் செவ்வியல் தன்மை வெளிப்படுகிறது.

தமிழ்மொழி ஒரு செவ்வியல் மொழி மட்டுமல்ல. இன்றைய காலத்திற்கு மிகவும் பொருத்தமான தமிழ் மொழி, தனது விறுவிறுப்பையும் வேகத்தையும் அதிகரித்துக் கொண்டே செல்லும் ஒரு நவீன மொழியாகவும் உள்ளது. ஏனைய செவ்வியல் மொழிகளான லத்தீன், சமஸ்கிருதம் ஆகிய மொழிகள் இன்று வழக்கிழந்துவிட்ட மொழிகள். ஆனால் தமிழ் மொழியோ, பல ஆயிரம் ஆண்டுகளாக

எந்தவிதமான இடையூறுமின்றி, தொடர்ச்சியாக அறிவுசார் மொழியாக செயல்பட்டு வருகிறது. இதற்குக் காரணம் தமிழ் மொழியின் தொன்மையும் அதைத் தொடர்ந்து வரும் இளமையும்தான். இதில் தொன்மை பற்றியவற்றை அறிந்துகொள்ளுதல் அவசியமாகிறது.

ஒரு மொழி பேசும் மக்களின் தொன்மையை மரபணு ஆய்வுகளின்மூலம் உறுதிப்படுத்தும் முயற்சிகள் இன்றைய ஆய்வுகளில் முதலிடம் பெற்று வருகின்றன. இதில் தமிழ் மொழி பேசும் மக்கள் மூத்த மரபணுவின் மூலக்கூறுகளைக் கொண்டவர்களாகக் கூறப்படுகிறது. டாக்டர் பிச்சையப்பா ராமசாமி தலைமையில் கணேஷ் பிரசாத், அருண் குமார் ஆகிய மூவரும் நடத்திய ஆய்வில் இதுகுறித்த முக்கியமான தகவல்கள் கிடைத்துள்ளன. இதைப் போலவே புகழ்பெற்ற மரபணு அறிஞர் ஸ்பென்சர் வெல் என்பவர், எழுதிய (Journey of the Man) என்ற நூலில் ஒரு லட்சத்து 50 ஆயிரம் ஆண்டுகளுக்குமுன் ஆப்பிரிக்காவிலிருந்து புறப்பட்ட மனிதக் கூட்டம் 60 ஆயிரம் ஆண்டுகளுக்கு முன்னர் இன்றைய தமிழ் மக்கள் வாழும் இந்தியாவின் தென்பகுதிக்கு வந்து சேர்ந்தனர் என்று ஆய்வுகள் குறிப்பிடுகின்றன. இங்கிருந்து ஆஸ்ரேலியாவுக்குச் சென்றுள்ளனர். இவர்கள் இன்று அபர்ஜினிஸ் என்று அழைக்கப்படுகிறார்கள். இந்தத் தொன்மைதான் மொழியின் தொன்மைக்கும் அறிவின் தொன்மைக்கு அடிப்படைக் காரணமாகிறது.

மனிதரின் பரிணாமத்தை டார்வின் கண்டறிந்ததை ஒரு புரட்சி என்று தான் கூற வேண்டும். அதிலும் இவர் மனித மரபு வழி பண்புகள் குறித்து ஆய்வு செய்தார். அந்தப் பண்புகள் எவ்வாறு மரபு வழிமுறைகளைச் சார்ந்திருந்தன என்பதை இவரால் ஆதாரங்களாகக் காட்டி விளக்க இயலவில்லை. கிரிகோர் மெண்டல், ஓர் உயிரின் பண்பு நலன், அதன் வழி வந்த தலைமுறை உயிர்களிடம், உயிர்மக் கூறுகளாக வருகின்றன என்பதை விளக்கினார். மனிதரின் பண்பு நலன்கள் மரபு வழி, அவர்கள் வாழ்ந்து வளர்ந்த சூழல், ஆகிய இரண்டும் அடித்தளங்களில் நிறுவப்படுகிறது என்பது இதன் மூலம் நிரூபிக்கப்பட்டது. தமிழர் ஆதியில்

தோன்றிய மக்கள் கூட்டம் எனில், அதன் அறிவின் தொடர்ச்சி மரபணுக்கள் மூலம் தொடர்வதை யாரால் தான் மறுக்க முடியும்?

இந்திய நாகரிகத்தைப் புரிந்து கொள்ள, 1924ஆம் ஆண்டில் சர் ஜான் மார்ஷல் நிகழ்த்திய அகழ்வாய்வுப் பணிகள் முக்கியமான சாட்சியத்தைத் தருகின்றன.. கிறித்து பிறப்பற்கு மூவாயிரம் ஆண்டுகளுக்கு முன்பே தோன்றி வளர்ந்த, மொகஞ்சதரோ-ஹரப்பா நாகரிகம், சுமேரிய, பாபிலோனிய நாடுகளோடு வணிக, சமய, கலைத்தொடர்புகளைப் பெற்றிருந்தது என்றும், இந்தப் பழைய நாகரிகத்திலிருந்தே, இந்தியாவிற்கு குடியேறிய, ஆரிய இனத்தினர் சிற்றூர்ச் சமூக அமைப்பு, நிலக்குத்தகை, வரிவிதிப்பு ஆகியவற்றைக் கற்றனர் என்றும் அறிஞர் வில்டுராண்ட் கூறுகின்றார். பழம்பெரும் திராவிட நாகரிகத்தின் கூறுகள், அதிலும் தமிழர்களின் பங்களிப்பு, இந்தியப் பண்பாட்டின் கட்டமைப்பிற்குப் பெரிதும் உதவியுள்ளது என்கிறார்.

மனிதக் கூட்டத்தின் ஒலியிலிருந்துதான், மொழி பிறந்தது ஒலியிலிருந்து எழுத்துகளும், பின்னர் சொற்களும், வாக்கியங்களும் பிறந்தன. புவிசார் தட்பவெப்ப நிலைகளுக்கும், மனிதக் கூட்டம் எழுப்பத் தொடங்கிய ஒலிக்கும் நெருக்கமான தொடர்பு இருக்கிறது. வெப்ப மண்டலங்களில் ஒலி வேறாகவும் குளிர் மண்டலங்களின் ஒலி வேறாகவும் இருக்கின்றன. இது ஒவ்வொரு மொழியின் உச்சரிப்பிலும் வேறுபாடுகளை உருவாக்கிவிடுகிறது. தமிழ் நிலத்தின் அமைப்பும், அதன் தட்பவெப்ப தகவமைப்பும் அதன் ஒலிகளின் உச்சரிப்புக்கு முக்கியம் காரணமாக அமைக்கிறது. வல்லினம், இடையினம், மெல்லினம் என்று இதை வகை பிரித்துள்ளது தமிழின் தொன்மையான இலக்கண விதிகள்.

ஐயாயிரம் ஆண்டுகளுக்கு முன்னர் வழக்கத்திலிருந்த அறிவியல்பூர்வமான தமிழின் உச்சரிப்பு முறைகளை, இன்றைய நவீன காலத்தோடு ஒப்பிட்டுப் பார்க்க வேண்டிய அவசியம் நமக்கு எழுந்துள்ளது. தமிழின் உச்சரிப்பு முறைமை தனித்துவம் கொண்டது என்பதை நம்மால் உறுதியோடு சொல்லமுடியும். தமிழரின் அறிவுக் கோட்பாட்டை

அறிந்துகொள்ளலில் இதனை முக்கியமான ஒன்றாகக் கருதுகிறேன்.

இன்றைய நவீன மொழியியலார் பேச்சுறுப்புகள் குறித்த ஆய்வுகளை கூடுதலாகச் செய்துவருகின்றனர். பேச்சுறுப்புகளுடன் இணைந்து எவ்வாறு ஒலியுறுப்புகள் செயல்படுகின்றன என்பதும் ஆய்வின் முக்கியமான பகுதியாகும். இன்றைய வளர்ச்சி நிலையோடு தொல்காப்பியத்தை ஒப்பிட்டுப் பார்த்தால், நம்மை அதிர்ச்சி அடைய வைக்கும் ஆச்சரியம் அதில் அடங்கியிருக்கிறது. காலத்தை விஞ்சிய அன்றைய செயல்பாடாகத் தெரிகிறது. தொல்காப்பியர் தம் காலத்திலேயே தமிழ் மொழியின் உச்சரிப்புகளை வகைப்படுத்தியுள்ள முறை நமக்கு பெரும் வியப்பைத் தருகிறது.

மொழியில் காணப்படும் பல்வேறு ஒலிகளைச் சரியாக உச்சரிக்க உடலில் தனி உறுப்புகள் இருக்கின்றன. நெஞ்சிலிருந்து எழுப்பப்படும் காற்று, தொண்டை வழியாக சென்று, வாய் மூக்கு ஆகியவற்றின்மூலம் வெளிப்படும் போதுதான், ஒரு மொழிக்கான உச்சரிப்புகள் பிறக்கின்றன. பல், உதடு, அண்ணம், குரல்வளை, ஆகியவற்றின் ஒருங்கிணைப்போடு காற்றை பல்வேறு முறைகளில் கட்டுப்படுத்தி, மொழிக்குத் தேவையான உச்சரிப்புகள் உருவாக்கப்படுகின்றன. உலகில் பல மொழிகளுக்கு எழுத்து வடிவம் தோன்றாத காலத்திலேயே இது உருவாக்கியுள்ளது என்றால் அதுதான் தமிழின் பெருமை.

எழுத்துகள் குற்றெழுத்துகள், நெட்டெழுத்துகள் இரண்டாகப் பிரிக்கப்பட்டுள்ளன. இவற்றின் உச்சரிப்புக்கு மாத்திரை என்னும் கால அளவை தமிழ் இலக்கணம் நிர்ணயித்துள்ளது. மாத்திரை கால அளவு இயல்பாக கண்மூடி கண் திறக்கும் நேரம் என்று கூறப்படுகிறது. குற்றெழுத்தின் உச்சரிப்புக்கு ஒரு மாத்திரை அளவும், நெட்டெழுத்துக்கு இரண்டு மாத்திரை அளவும், தனி மெய்யெழுத்து, ஆய்த எழுத்து, குற்றியலிகரம், குற்றியலுகரம் ஆகியவற்றுக்கு அரை மாத்திரையும் உச்சரிப்பு நேர அளவாக வகுக்கப்பட்டுள்ளது.

தமிழ் மொழியின் சிறப்புகளில் ஒன்று அதன் மொழிக் கட்டமைப்பாகும். இதன் மொழிக் கட்டமைப்பு பற்றிய ஆய்வுகள், இன்றும் பல நாடுகளில் நிகழ்ந்து கொண்டேயிருக்கின்றன. இன்றைய மொழியியலில் தொன்மையான தகவல்கள் பலவற்றை அறிந்துகொள்ள முயற்சிக்கிறார்கள். பல நூற்றாண்டுகள் பயணம் செய்தும், தனது இயல்பான கட்டமைப்பை, இன்று வரை இழந்துவிடாமல் என்றும் இளமையோடு வாழ்ந்து வரும் சிறப்புக்கான காரணத்தைப் பலரும் ஆராய்ந்து கொண்டிருக்கிறார்கள்.

தொன்மையான மொழியின் சிறப்பை உலகின் பிற மொழிகளுடன் காலந்தோறும் அது கொண்டிருந்த தொடர்பிலிருந்து புரிந்துகொள்ள முடியும். வரலாற்றின் தொடக்கக் காலங்களில் உலகில் தமிழ் பிற மொழிகளுடன் கொண்டிருந்த தொடர்பை அறியும்போது, நாம் அதிர்ந்து போகிறோம். புகழ்மிக்க தமிழறிஞர் கால்டுவெல், பின்னிஷ், ஹங்கேரியன் போன்ற மொழிகளுக்கும், தமிழுக்கும் இடையே மிகுந்த தொடர்பு உள்ளது என்பதை ஆராய்ந்து கருத்து வெளியிட்டுள்ளார், திராவிட மொழிகளுக்கும் மத்தியதரைக் கடல் பகுதியில் வாழ்ந்த சுமேரியன், எலமைட், காரியன் போன்ற மொழிகளுக்கும் இடையே தொடர்பு இருப்பதை நிரூபித்துள்ளனர் சாட்டர்ஜி, லவகோரி, சதாசிவம் போன்றோர்கள். இது மட்டுமல்லாமல் சிலர் இத்தாலியில் வாழ்ந்த சிறந்த மொழியான எத்துருஸ்கன் மொழியுடன் தொடர்புபடுத்தி தமிழ் மொழியை ஆய்வு செய்துள்ளனர்.

பேராசிரியர் ஓனோ தம்முடைய ஆய்வில், ஜப்பானிய மொழிக்கும் தமிழ் மொழிக்கும் இடையில் அமைந்த தொடர்பை விரிவாக ஆய்வு செய்து, இந்த இரு மொழிகளிலும் காணப்படும் ஒற்றுமையையும், உறவையும் தெளிவுபடுத்தியுள்ளார். மொழியமைப்பிலும் இவை ஒத்துள்ளன என்பதையும் இவர் உறுதிப்படுத்தியுள்ளார். மேலும் தமிழ், ஜப்பானியக் கலை, கலாச்சாரம், பண்பாடு ஆகியவற்றிலும் காணப்படுகின்ற பொதுப் பண்புகளை ஒப்பிட்டு விளக்கியுள்ளார். இந்திய மொழிகளோடும் தமிழை ஒப்பிட்டுப் பார்க்க முடியும்.

மொழிகளின் காட்சி சாலை என்று இந்தியா கூறப்படுகிறது. இங்கு 1600க்கும் அதிகமான மொழிகள் உள்ளன. இவற்றுள் பல, கிளை மொழிகள். அடிப்படையில் நான்கு மொழிக் குடும்பங்கள் முக்கியமானது என்று கூறப்படுகிறது. இந்தோ ஆரிய மொழிகள், திராவிட மொழிகள், ஆஸ்திரோ ஆசிய மொழிகள் அல்லது முண்டா மொழிகள், சீன திபேத்திய மொழிகள் என நான்கு மொழிக் குடும்பங்கள் உள்ளன. இந்தோ ஆரிய மொழிக் குடும்பம் இந்தி, பஞ்சாப், உருது, ராஜஸ்தானி குஜராத்தி போன்ற மொழிகளைக் கொண்டுள்ள குடும்பம்.

இதில் மற்றொரு முக்கிய குடும்பமாகக் கருதப்படுவது, திராவிட மொழிக் குடும்பம். இது இந்திய நாட்டில் கணிசமான மக்கள் தொகையைக் கொண்டுள்ளது. ஒரு காலத்தில் இந்தக் குடும்பத்தினர் இந்தியா முழுவதும், இன்றைய பாகிஸ்தான், ஆப்கானிஸ்தான் ஆகிய பகுதிகளிலும் பரவி வாழ்ந்தனர் என்பதற்கான ஆதாரங்கள் இப்பொழுது முன்வைக்கப்படுகின்றன. அப்படி பரவியிருந்த காலம் தொல்திராவிட மொழியின் காலமாகக் கூறப்படுகிறது. காலத்தின் போக்குக்கும் தேவைக்கேற்ப ஒரு மொழி தன்னைத் தகவமைத்துக் கொள்வதன் மூலமே வளர்ச்சியும் வளமும் பெறமுடியும் என்பது மொழியியல் வரலாறு, தமிழ்அவ்வாறு தன்னை தகவமைத்துக் கொண்ட மொழி.

சங்க இலக்கியத்தில், சமயத் தாக்கங்கள் எதுவுமே இல்லை. தொடக்கக் காலங்களில், இயற்கை அறிவு தந்த அனுபவ அடிப்படையில் சமுதாயத்தை அகம், புறம் என்று பிரித்துப் பார்த்தனர். ஆனாலும் ஒவ்வொருக் காலத்திலும், தனது தனித் தன்மையை இழந்து விடாமல், மாற்றங்களை தமிழ் ஏற்றே வந்துள்ளது. வெவ்வேறு காலங்களில் வைதீக சமயம், சமணம், பௌத்தம், கிருத்துவம், இஸ்லாம் ஆகியவை எழுச்சிப் பெற்றன. அந்தக் காலங்களிலெல்லாம் தனக்கு உடன்பாடானவற்றை தமிழ் ஏற்று, வளர்ந்திருக்கிறது.

ஐரோப்பபியர் காலத்தில், அதிலும் குறிப்பாக ஆங்கிலேயர் காலத்தில், புத்திலக்கியங்கள் தமிழகத்திற்கு வருகை தந்தன. நாவல், சிறுகதை, புதிய வரலாறு என்று புதியக் கண்ணோட்டங்கள் தமிழுக்குள் வந்தன. இதை எதிர்

கொண்டு, ஏற்க வேண்டியவற்றை, ஏற்று, நிராகரிக்க வேண்டியவற்றை நிராகரித்து தன்னை வளர்த்துக் கொண்டது. புதியக் கருத்துக்களும், புதிய சிந்தனைகளும் வருகின்ற போதெல்லாம் . அதற்கு தேவையான மொழி நடையையும், புதிய சொற்களையும் படைபாக்கம் செய்து கொள்வதை, நம் மொழி இயல்பாகவே பெற்றிருக்கிறது. தமிழ், அடிப்படையில், புதிய மாற்றங்களை உடன் புரிந்து, அதற்கேற்ப தன்னை தகவமைத்துக் கொள்ளும் மொழி.

கலைச் சொல்லாக்கத்தில் மற்ற மொழிகளில் காணமுடியாத ஒரு தனித்தன்மை தமிழ்க் கலைச் சொற்களுக்கு உண்டு. அதற்கான சிறப்பை தமிழின் வேர்ச் சொற்கள் தருகின்றன. ஆங்கில மொழியில் ஒரு புதிய கலைச்சொல்லை உருவாக்க வேண்டுமெனில் அதற்கான வேர்ச்சொல்லை லத்தீன், கிரீக், ஹீப்ரு அல்லது வேறு மொழிகளில் தேடிப் பெறவேண்டும். ஆங்கில மொழியில் வேர்ச்சொல் கிடைப்பது மிக அரிது. ஏனெனில், ஆங்கில மொழி, மேற்கூறிய மொழிகளின் கூட்டுக் கலவையாகும்.

ஆனால் அதேசமயத்தில், இந்தியிலோ அல்லது மராத்தியிலோ ஒரு புதிய கலைச்சொல்லை உருவாக்க வேண்டுமெனில் அதற்கான வேர்ச்சொல்லை சமஸ்கிருத்திலோ, பாலி, பிராகிருத மொழிகளிலோ தேடிப் பெறவேண்டும். கன்னட, தெலுங்கு, மலையாள மொழிகளின் சொல் உருவாக்கத்துக்கான வேரை சமற்கிருதத்திலோ அல்லது தமிழிலோ தேடவேண்டும். ஆனால், தமிழில் ஒரு கலைச்சொல்லை உருவாக்க வேண்டுமெனில் அதற்கான வேர்ச்சொல்லை தமிழில் மட்டுமே காணமுடியும். வேறு எந்த இந்திய மொழிகளிலும் தேடிக் காணவே முடியாது.

தமிழை அறிவியல்பூர்வமாக, மொழியியல் அடிப்படையில் ஆராய்ந்தவரும், மொழியியல் தந்தை எனப் போற்றப்படுபவருமான டாக்டர் எமினோ, உலகத்து மொழிகளிலேயே மிக அதிகமான வேர்ச்சொற்களையுடைய மொழியாகத் தமிழ் அமைந்துள்ளது எனப் பாராட்டியுள்ளது இங்கு நினைவு கூரத்தக்கதாகும்.

தொல்திராவிட மொழி என்பது, திராவிட மொழிகள் தனித்தனியாக பிரிந்து வளர்ச்சியடைவதற்கு முன்பிருந்த மொழி வடிவம். இந்த வடிவத்தில் தமிழின் செல்வாக்கு மிகக் கூடுதலாக உள்ளது என்று இன்றைய ஆய்வாளர்கள் கூறுகிறார்கள். இதற்கு சிந்து சமவெளியிலும் இன்னமும் பல ஆசியப் பகுதிகளிலும் கண்டறியப்பட்ட அகழ் ஆய்வுகளிலிருந்து ஆதாரங்களைத் தருகின்றனர். தொல் திராவிட மொழியின் சிறப்புகள் அனைத்தும் தமிழின் சிறப்புகளாகவே கருதப்படுகின்றன.

தமிழகத்தில் காணப்பெறும் பிராமிக் கல்வெட்டுகள் கி.மு.மூன்றாம் நூற்றாண்டுக்கும், கி.பி. மூன்றாம் நூற்றாண்டுக்கும் இடைப்பட்டவை என்கிறார்கள். கலப்பற்ற தூய தமிழ் சொற்களும் இவற்றில் காணப்படுகின்றன. தமிழ்நாட்டுப் பிராமிக் கல்வெட்டுகளில் தமிழ் மொழிக்கே உரிய ழ, ற, ன ஆகிய எழுத்துக்கள் காணப்படுகின்றன. இவற்றைக்கொண்டு அறிஞர் மயிலை சீனி, வேங்கடசாமி அவர்கள் இந்தச் சிற்பபு எழுத்துக்களைப் பிராமி எழுத்து வருவதற்கு முன்னரே தமிழகத்தில் வழங்கிவந்த பழைய தமிழ் எழுத்திலிருந்து எடுத்துப் பிராமி எழுத்துக்களோடு அமைத்துக் கொண்டனர் என்று தோன்றுகிறது என்று கூறுகிறார். பிராமி வரி வடிவம் தமிழகத்திற்கு வருமுன்னரே தமிழ்மொழியில் ஒரு வரிவடிவம் குறித்துச் சில செய்திகளைக் கூறியுள்ளனர். அறிஞர்கள். மொகஞ் சதரோ வரிவடிவமே காலவளர்ச்சியில் பிராமி வரிவடிவமாக மாறி வந்திருக்கக்கூடுமென எண்ணுகின்றனர்.

தொல்திராவிட மொழி தமிழ் மொழியாகப் பிரிந்து, சங்க காலம் தொடங்கிய பின்னரும், தமிழர்களின் அறிவை உலகத்தின் பல நாடுகளுடனும், இன்றைய இந்தியாவின் அன்றைய முக்கியப் பகுதிகளுடனும் பகிர்ந்துகொண்டதற்கான இலக்கிய ஆதாரங்கள் இருக்கின்றன. பட்டினப்பாலையில் துறைமுகம் பற்றிய பாலைத் திணை பாட்டு கூறுகின்றது. இது, மகதப் பேரரசு பற்றிய வரலாற்றுக் குறிப்பாகும்.

இந்திய வரலாற்றில் மகதப் பேரரசுக்கு, குறிப்பிடத் தக்க பங்களிப்பு உண்டு. அலெக்சாண்டர் வருகைக்குமுன்னர், பிம்பிசாரனும் அவன் மகன் அஜாதசத்ருவும் கி. மு. 525 முதல் 475 வரை, பாடலிபுத்திரத்தை தலைநகராகக் கொண்டு ஆட்சி செலுத்தினர். சோணையாறும் கங்கையாறும் கலக்கும் இடத்தில் பொருத்தமுற இதன் தலைநகர் அமைந்திருந்தது. செல்வம் கொழிக்கும் இந்த நகரை நந்தர்கள் கைப்பற்றி பெரும் செல்வந்தர்களாக மாறினர் என்பது உண்மை. இதை ஒரு பாடலில் பட்டினப்பாலையில் பதிவு செய்யப்பட்டுள்ளது. அதைப் பதிவு செய்தவிதம் மிகவும் நுட்பமானதாக இருக்கிறது.

தலைவனின் பிரிவுக்குக் காரணம் கூறும் புலவர் மாமூலனார் இதனை ஒப்பீடாகக் கூறுகிறார்.

சங்க இலக்கியங்களில் கிரேக்க நாட்டினரைப் பற்றிப் பல இடங்களில் கூறப்படுகின்றது. யவனர் கொண்டுவந்த மது, பாவை, விளக்கு ஆகியனவும் குறிக்கப்படுகின்றன. யவனரைப் பாசறைக் காவற்பணியில் தமிழரசர் ஈடுபடுத்தியிருக்கின்றனர். யவனர் என்னும் சொல்லும் கிரேக்கரில் ஒரு பிரிவான அயோனியரைச் சுட்ட எழுந்ததென்றும், பிறகு அச்சொல் கிரேக்கர் அனைவரையும் குறித்தது என்றும் கூறப்படுகின்றது. ஈப்ரு மொழியில் இச்சொல் 'ஜவனா' என வழங்கப்பெற்று வடமொழியில் 'யவனர்' எனத் திரிந்ததாகக் கருதுவர். பாணினி யவனர் என்னும் சொல்லைத் தன் நூலிற் குறித்துள்ளார், தொல்காப்பியர்.

"ஆவோ டல்லது யகர முதலாது"

என்று கூறுவதால் தொல்காப்பியர் காலத்திற்குப் பின்னரே இச்சொல் தமிழில் புகுந்திருக்க வேண்டும்.

தமிழகத்தைக் குறித்த அயல்நாட்டினரின் செய்திகளும் சங்க காலத்தைக் குறித்து அறிவதற்குத் துணை செய்கின்றன. கிரேக்க அரசர் செல்யூகஸ் நிகேடரின் அரசத் தூதுவராகிய மெகஸ்தனிஸ் இந்தியாவில் தாம் தங்கியிருந்த ஆறு ஆண்டுகளில் (கி.மு.302-296) இந்தியாவைக் குறித்துத் தாம் அறிந்த செய்திகளை 'இண்டிகா' என்னும் நூலாக்கியுள்ளார்.

தமிழகத்தைக் குறித்துச் சில புராணங் கலந்த செய்திகளும் இருப்பின், மெகஸ்தனிசின் நூல் கூறும் வரலாற்றுச் செய்திகளை ஒதுக்கிவிடுதல் இயலாது.

தாமிரபரணி ஆறு பற்றியும், பாண்டி அரச மரபு பற்றியும், அவர் கூறுவன வரலாற்றுக்கு இயைந்தனவாக இல்லையெனினும், அக்காலத்தில் தென் தமிழ் நாட்டில் பாண்டிய அரசு நிலவியது பாண்டியனிடமிருந்து ஒரு வணிகத் தூதுக்குழு சென்றமையினை ஸ்ட்ராபோ குறிப்பிடுகின்றார். இத்தூதுக் குழுவின் தலைவரான ஒருவர் தன் பணி முடிந்த பின், தீக்கொளுவிக்கொண்டதாகவும் அறியப்படுகின்றது. ஸ்ட்ராபோ, அகஸ்டஸ் ஆகிய இருவரும் கி.மு. முதல் நூற்றாண்டினர். தமிழக மேலைக் கடற்கரையில் யவனர் குடியிருப்பு ஒன்றும், அகஸ்டஸ் வேந்தனுக்கு எடுப்பிக்கப்பெற்ற கோயிலும் இருந்தன என குறிக்கின்றனர்.

பிளினி என்னும் வழிப் பயணியின் குறிப்பிலிருந்து தாமிரவருணி ஆறு பற்றியும், தமிழகத்திலிருந்து கி.மு. முதல் நூற்றாண்டில் ரோம் நாட்டிற்கு ஏற்றுமதியான பொருள்கள் பற்றியும் அறிய முடிகிறது. கி.பி. 60 ஆம் ஆண்டில் எழுதப்பெற்ற பெரிப்ளூஸ் நூல்வழி முசிறி காவிரிப்பூம்பட்டினம், உறையூர், தொண்டி, மரக்காணம், கொற்கை, புதுச்சேரி ஆகிய தமிழக நகரங்கள் குறித்து அறிய முடிகிறது. தமிழகத்திற்கும் அயல்நாடுகளுக்கும் இடையே நிலவிய சங்ககால வாணிப நிலை இவ்வழிப் பயணிகளால் மேலும் மேலும் அறியப்படுகின்றன

இன்றைய அறிவியல் வளர்ச்சியைப் புரிந்துகொண்டு அதற்கேற்றவாறு தன்னையும் இணைத்துக் கொள்ளும் வலிமைகொண்ட அறிவியல் மொழியாகயும் தமிழ் வளர்ச்சி பெற்றுள்ளது. இன்று தமிழை கணினிக்கு ஏற்ற பொருத்தமான மொழி என்கிறார்கள். சொற்களைப் பிரித்தல், சேர்த்தல், பகுத்துப் பார்த்தல் போன்றவை தான் இதன் சிறப்புக் கூறுகள். கணித அடிப்படையில் அமைந்த மொழிகள்தான், இதற்கு பொருத்தமான செயல் ஊக்கத்தைத் தருகின்றன. தமிழ் மொழி அடிப்படையில் கணிதப் பண்புகளைக் கொண்ட மொழி என்று, அறிஞர்கள் கூறுகிறார்கள். இதனால் கணினி

வடிவமைப்புக்கு ஏற்புடைய மொழியாக தமிழ் மொழி திகழ்கிறது. இதற்கு ஏற்ற புதிய சொல்லாக்கங்களும் தமிழில் தினம் தினம் பிறந்துகொண்டேயிருக்கின்றன. தொன்மைக்கும் நவீனத்திற்கும் பொருத்தமுடைய மொழியாக தமிழ் இயல்பிலேயே அமைந்ததுதான் இதற்கான காரணமாகும்..

தமிழ்மொழி இன்று நாற்பதுக்கும் மேற்பட்ட நாடுகளில் வழங்கப்படுகின்ற மொழியாகும். தமிழகத்தில் மட்டுமல்லாமல் இலங்கை, மலேசியா, சிங்கப்பூர், பர்மா, இந்தோனேஷியா, பிஜித்தீவு, தென்ஆப்பிரிக்கா, மொரீஷியஸ், மடகாஸ்கர், ரீயூனியன், பிரிட்டிஷ் கயானா போன்ற பலநாடுகளில் கணிசமான அளவு மக்கள் தமிழ் மொழியைப் பேசி வருகின்றனர். இன்று மேல்நாடுகளில் பிரான்சு, ஜெர்மனி, இத்தாலி, சுவிட்சர்லாந்து போன்ற நாடுகளில் எல்லாம் தமிழ் மக்கள் வாழ்ந்து வருகின்றனர். தமிழ்ப் பள்ளிகளும் இந்நாடுகளில் கணிசமான அளவுக்கு உள்ளன. புலம்பெயர்ந்து வாழும் தமிழ் மக்களின் குழந்தைகளுக்காகப் பல பள்ளிகள் இங்கு இயங்கி வருகின்றன.

இலங்கை, சிங்கப்பூர், மலேசியா போன்ற ஒரு சில நாடுகளில் ஆட்சி மொழியாகவும் தமிழ் மொழி உள்ளது. இலங்கையில் சிங்களமும் தமிழும் ஆட்சி மொழிகளாகவும் பள்ளி மொழிகளாகவும் உள்ளன. இதுபோன்று சிங்கப்பூரிலும் சீனம், மலாய், தமிழ் ஆகிய மூன்று மொழிகளும் ஆட்சி மொழிகளாகவும் பள்ளி மொழிகளாகவும் இருப்பதுடன் தமிழ் மொழி மிகப்பெருமையுடனும் பெருமிதத்துடனும் கருதப்படுகின்ற நிலையில் உள்ளது. இதே நிலைதான் மலேசிய நாட்டிலும் காணப்படுகின்றது. இதுமட்டுமல்லாமல், மலாய் மொழியில் தமிழ் மொழியின் தாக்கம் மிக அதிகமாக உள்ளது.

இவை எல்லாவற்றிற்கும் தொன்மையான நம் மொழியின் அறிவுக்கோட்பாடுதான் காரணமாகத் தெரிகிறது. அறிவைப் போற்றி மதித்து வளர்த்தெடுத்த பண்பு ஆரம்ப காலங்களிலேயே தமிழருக்கு அமைந்துவிட்டது. இதற்கு சங்கப் பாடல்களில் சான்றாதாரங்கள் இருக்கின்றன.

நற்றிணை, குறுந்தொகை, அகநானூறு, புறநானூறு, கலித்தொகை, பதிற்றுப்பத்து, பரிபாடல், பத்துப்பாட்டு,

எட்டுத்தொகை, பதினெண்கீழ்க்கணக்கு நூல்கள், திருமுருகாற்றுப்படை, சிறுபாணாற்றுப்படை, பெரும்பாணாற்றுப்படை, பொருநராற்றுப்படை, கூத்தராற்றுப்படை, மருதக்காஞ்சி, முல்லைப்பட்டு, குறிஞ்சிப்பாட்டு, பட்டினப்பாலை, நெடுநல்வாடை, முதலிய நூல்கள் சங்க காலத்தில் தோன்றின. இதில் திருக்குறள் தலையாய நூல். இவை எல்லாம் தமிழரின் அறிவுக்கான சான்றாதாரங்கள்.

பின்னர் சங்ககாலம் மருவிய பின் சிலப்பதிகாரம், மணிமேகலை, சீவகசிந்தாமணி, வளையாபதி, குண்டலகேசி முதலிய ஐம்பெருங்காப்பியங்களும், முதுமொழிக்காஞ்சி, களவழி நாற்பது, கார்நாற்பது, நாலடியார், திரிகடுகம், நான்மணிக்கடிகை, சிறுபஞ்ச மூலம், ஏலாதி, ஆசாரக்கோவை, பழமொழி நானூறு, இன்னா நாற்பது, இனியவை நாற்பது, முத்தொள்ளாயிரம் முதலிய நூல்களும் தோன்றின. மனித வாழ்க்கையின் அடிப்படைகளாக - வாழ்க்கையை மேம்படுத்தும் வாயில்களாக - அறம், பொருள், இன்பம் என்னும் மூன்று கோட்பாடுகளையும் வகுத்த மரபு, தமிழ் மரபு. இவை அனைத்தும் தமிழருக்கு அறிவுக் கோட்பாடு உண்டு என்பதற்கு ஆதாரமாகின்றன.

*

4

வீரயுகம்

கிரேக்க விளைநிலத்தில் உருவான வீரயுகப் பாடல்கள் ஐரோப்பிய வாழ்க்கையில் கதகதப்பான சிலிர்ப்பைத் தந்தன. தங்களுக்கான வீரத்தையும் காதலையும் கண்டெடுக்க கிரேக்க வீரயுகப் பாடல்களின்வழியாக நடந்து பார்த்தன, முழு ஐரோப்பிய மொழிச் சமூகமும். கிரேக்கம், இலத்தீன் போன்று தொன்மையான மொழி அல்ல ஆங்கிலம்.

ஆங்கில நவீன அறிவுசார் இலக்கிய உலகம், தங்கள் முன்னோர் காதலையும் வீரத்தையும் கிரேக்க வீரயுகப் பாடல்களில் தீவிரமாக தேடிக் கொண்டிருந்தது. உலகில் மூன்றில் ஒரு பகுதியை தங்கள் ஆளுகைக்குக் கொண்டுவந்த பின்னர், பிரிட்டிஷ் ஆட்சியாளர்கள், காலனி நாடுகள் அனைத்திலும் தங்கள் வியாபாரத்தைப் போலவே கிரேக்க கருதுகோளை தங்கள் கருதுகோளாகச் சுமந்து போயினர். வியாபாரத்திற்குத் தேவையான அடிமையுலகத்தை உருவாக்குவதைப் போல, கருத்துலகிற்கான ஆதிக்க முயற்சியும் இதில் இருந்தது. இதன் பின்னர் கிரேக்க வீரயுகப் பாடல்களோடு ஒப்பீடு செய்யும் ஆய்வு முறை உலக அளவில் கூடுதல் விரிவு செய்யப்பட்டது.

பேராசிரியர் க.கைலாசபதி போன்றவர்கள் தமிழின் தொன்மைய உணர்த்தும் முயற்சியாக இந்த ஆய்வை கையிலெடுத்தபோதும் அதற்குள் ஒரு குறைபாடு இருந்தது. சங்க காலப் பாடல்களை அளந்து பார்க்கும் பார்வையாக

ஐரோப்பிய வீரயுகப் பாடல்களைக் கருதினார். இது, மற்றொரு தவறான ஆய்வுமுறையைத் தமிழில் உருவாக்கிவிட்டது.

அறிவுப்புலம், ஒவ்வொரு மொழி பேசும் நிலத்திலும், ஒருவிதமாக அமைந்துவிடுகிறது. இன்னமும் கூர்ந்து கவனித்தால், பூமியின், நில அமைப்பும், அதில் வாழும் உயிரினங்களும் எல்லா இடங்களிலும் ஒரே தன்மையுடையதாய் இருப்பதில்லை. மலை, புல்வெளி, ஆறு, நீர்நிலைகள், கடற்கரை என்று பிரிந்து கிடக்கும் நிலப்பரப்பில், எத்தனையோ வகைகளும், வேறுபாடுகளும் உள்ளன. அதே வகைப்பாட்டுடன்தான் அந்த மண் தந்த இலக்கியங்களும் இருக்க முடியும். ஏதோ ஒரு நாட்டின் கருத்துநிலையை மனத்தில் வைத்துக்கொண்டு, அதனை அளவுகோலாகக் கொண்டு அப்படியே மற்றைய இலக்கியங்களை அளந்து பார்க்க முடியுமா?

புவிப் பரப்பில் வேறுபட்ட அமைப்புகளில் தோன்றும் இலக்கியங்களுக்கிடையே ஒருசில ஒற்றுமைகள் இருந்தாலும், அவற்றின் தனித்தன்மைகள் முக்கியமானவை. தனித் தன்மை இல்லை என்றால் அழகு இல்லை. இலக்கிய சுவையும் இல்லை. தமிழின் சிந்தனைத் தளத்தை அதன் தனித்தன்மைகளை அடிப்படையாகக் கொண்டுதான் அளவீடு செய்ய வேண்டும். கிரேக்க வீரயுகத்தை அப்படியே சங்க காலத்தில் பார்க்க முயற்சிக்கக் கூடாது. தமிழின் நீண்ட பாரம்பரியத்தில் ஓர் அறிவுசார் புலமைமிக்க மரபு இருக்கிறது. அதிலிருந்துதான் தமிழரின் புலமையை நாம் அளந்து பார்க்க வேண்டும்.

இதையொட்டி, வீரமும் காதலும் வீரயுகத்தின் இரண்டு கண்கள் என்று கூறப்படுகிறது. இதனால் சங்க காலத்தில் வீரமும் காதலும் மட்டுமே இருப்பதைப் போன்ற தோற்றம் ஏற்பட்டுவிட்டது. இருபதாம் நூற்றாண்டு ஒரு ரசனை மிகுந்த காலம், இந்தக் காலத்தில் தமிழகத்தின் வெகு மக்கள் வாழ்வில்

தமிழரின் தொன்மையான மரபாக, காதலும் வீரமும் தீவிரமாக முன்வைக்கப்பட்டது. இதற்கு இலக்கியங்களில் ஏற்பட்ட மறுமலர்ச்சியும், மக்களின் மனங்களை தனக்குள் ஈர்த்து வைத்துக் கொண்ட, திரையுலகமும் புதிய வாய்ப்புகளைத் தந்தன. திரைக்கதைகளும், திரையிசைப் பாடல்களும் திரைக்கதை வசனங்களும் தொன்மையான தமிழரின் வாழ்க்கை என்பது காதலும் வீரமும் என்பதைப் போன்ற சிந்தனைக் கட்டமைப்பை தமிழருக்கு உருவாக்கிவிட்டது. இதில் அமைந்த உணர்ச்சிப்பெருக்கு தமிழராய் நம்மை நாம் உணர்ந்துகொள்வதற்கு, உதவியது. ஆனால் இந்த உணர்ச்சிக் கொண்டாட்டங்களில் நாம் அறிந்தோ அறியாமலோ கைவிட்ட மற்றொன்றுதான் நம்மை பெரிதும் வேதனைக்கு உள்ளாக்குகிறது.

பேராசிரியர் ஏ.கே.ராமானுஜன் அவர்களின், சங்ககாலப் பார்வையை வாசிக்கும்போது எனக்குள் ஆழமான சில உணர்வுகள் தோன்றின. இதன்பின்னர் இவரைப் பற்றி அறிந்துகொள்ள வேண்டும் என்ற உணர்வும் கூடுதலானது. இவர் தமிழ், ஆங்கிலம். சமஸ்கிருதம், தெலுங்கு, கன்னடம், ஆகிய மொழிகளில் புலமை பெற்றவர். சங்க இலக்கியங்களை ஆங்கிலத்தில் மொழியாக்கம் செய்தவர். இவர் சங்க இலக்கியத்தைப் பற்றி முன்வைத்த மதிப்பீடுகள் முக்கியமானவை. "இந்திய இலக்கியங்கள் வேறு எவற்றிலும் இல்லாத சிறப்பு சங்க இலக்கியப் பாடல்களில் இருக்கின்றன. இந்தப் பாடல்கள் கூறும் வாழ்க்கை நெறியிலும் அவை முன்வைக்கும் வாழ்க்கை முறையிலும், உள்ள சிறப்பு வேறு இந்திய மொழிகளில் இல்லை.

சங்கப் பாடல்களின் சிறப்பு அதன் வெளிப்படையான உள்ளுறை, இறைச்சி, அங்கதம் ஆகிய தனிச்சிறப்பில் அடங்கியிருக்கின்றன. தலைவன், தலைவி பெயர் சங்க இலக்கியங்களில் சுட்டப்படவில்லை. ஆனால் வர்ணனைகள், வண்ணங்களைக் குழைத்து பொருத்தமுற வரைந்த சிறந்த ஓவியம் போல், எழுத்தாக்கங்களில் காட்சி தருகின்றன. சிறு வர்ணனை ஒப்பீட்டில், மாபெரும் இலக்கியப் பொருளை உணர்த்தும் வலிமை சங்க இலக்கியங்களுக்கு இருக்கின்றன.

இவ்வாறு தமிழர் அறிவுத்திறன் பற்றிய மூத்த எழுத்துகளின் வெளிப்பாடுதான் சங்க இலக்கியத்தின் சிறப்பு என்று இவர் குறிப்பிட்டுள்ளார். உலக இலக்கியங்களோடு ஒப்பிடும்போது, சங்க இலக்கியங்கள் அறிவுத் திறன் கொண்ட தொன்மையான இலக்கியங்கள் என்பது இவரது மதிப்பீடு.

இது மட்டுமல்லாது, கிரேக்க வீரயுகப் பாடல்கள், வாய்மொழிப் பாடல் மரபாகவே அறியப்படுகின்றன. ஆனால் சங்கப் பாடல்கள் அவ்வாறு இல்லை. புறநானூற்றுப் பாடல்கள் தோன்றுவதற்கு பல நூறு ஆண்டுகளுக்கு முன்னரே, தமிழில் வாய்மொழிப் பாடல்கள் தோன்றிவிட்டன என்று பேராசிரியர் மருதநாயகம் அவர்கள் கூறுகிறார். இதற்கு இவர், ஹீப்ரு மொழி அறிஞர் கைம்பீம் என்பவரை ஆதாரமாகக் காட்டுகிறார். கி.மு. ஐந்தாயிரம் ஆண்டுகளுக்கு முன்னர் சாலமன் எழுதிய கவிதையின் கவிதை (songs of songs) என்னும் நூலில் சங்கப் பாடல்களை ஒத்த கருத்துகள் இருக்கின்றன. குரங்கு, மயில் ஆகியவற்றை ஹீப்ரு மக்களுக்கு அறிமுகம் செய்த தமிழக வணிகர்கள்தான் தமிழின் பாடல் மரபையும் அறிமுகம் செய்துள்ளனர். சங்கப் பாடல்களுக்கு பல நூறு ஆண்டுகளுக்குமுன்னரே தமிழில் வாய்மொழிப் பாடல்கள் இருந்துள்ளன என்பற்கு இதுபோன்ற ஆதாரங்களை முன்வைக்கும் பேராசிரியர் மருதநாயகம் அவர்கள், சங்கப் பாடல்கள் வாய்மொழிப் பாடல்கள் இல்லை என்பதையும், இவை வாய் மொழியை அடிப்படையாகக் கொண்ட வீரயுகப் பாடல்கள் அல்ல என்பதை தன் ஆய்வின்மூலம் உறுதி செய்கிறார்.

எப்படியோ வீரயுகம் என்பதிலான முத்திரையில் தமிழரின் அறிவுக் கோட்பாடு தடைபட்டுப்போனது; தமிழரின் குறைபாடாகத்தான் அமைந்துவிட்டது. ஆனாலும் அறிவார்ந்த பண்பாட்டு வாழ்க்கையை அமைத்துக் கொண்டவர்கள் தமிழர்கள் என்பதற்கு சங்கப் பாடல்களே சாட்சியம் அளிக்கின்றன. அறிஞர்களின் கூற்றுப்படி, "கலித்தொகை, பரிபாடல், திருமுருகாற்றுப்படை ஆகியவை பிற்காலத்தில் எழுதப்பட்டவை, அவற்றை நீக்கிவிட்டு சங்க இலக்கியப் பாடல்களைக் கணக்கிட்டால், இதில் உள்ள

பாடல்களின் எண்ணிக்கை 2209 ஆகும். சங்க காலத்தைச் சேர்ந்த இந்தப் பாடல்களில் 1705 அகப்பாடல்கள். இதில் 391 பாடல்கள் மட்டும்தான் வீரர்களைப் பற்றிக் குறிப்பவை. சங்கப் பாடல்களில் 70 சதவீதத்திற்கும் அதிகமானவை வீரர்களைப் பற்றி குறிப்பிடுவதில்லை. இதனை எவ்வாறு வெறும் வீரயுகப் பாடல்களாக மட்டும் குறிப்பிட முடியும் என்ற நியாயமான கேள்வி இதையொட்டி எழுகின்றது.

புறநானூறு மிகுந்த அறிவுத்திறனோடு எழுதப்பட்டுள்ளது. ஒரு குறிபிட்ட கால இடைவெளியில் பல்வேறு பெரும் புலவர்களால் எழுதப்பெற்றவை. மனித வாழ்வின் எல்லாக் கூறுகளையும், ஆழமாகச் சிந்தித்துக் கலை நுணுக்கத்தோடு அறிஞர்களால் படைக்கப்பட்டவை. இதில் வியக்கத்தக்க முதிர்ச்சி இருக்கிறது. வாய்மொழிப் பாடல்களின் ஓரிரு கூறுகள் இருப்பதால் இதனை வீரயுகப் பாடல்கள் என்று சிலர் அடையாளம் காட்டுகின்றனர். புறநானூற்றுப் பாடல்களை, ஏனைய சங்க இலக்கியங்களையும் ஆழ்ந்து வாசித்துப் பார்த்தாலே இவை வாய்மொழிப் பாடல்கள் அல்ல என்ற முடிவுக்கு எளிதில் வரமுடிகிறது. இது கிரேக்க அறிவுமுறையிலிருந்து முற்றிலும் வேறுபட்ட மற்றொருமுறை என்பதை யாராலும் மறுக்க முடியாது. சங்க கால நெடும் பரப்பை கூர்ந்து நோக்கினால், எங்கும் எப்பொழுதும் வீரயுக வாழ்க்கை வாழ்ந்தோம் என்று கருதமுடியாது.

தமிழ்ச் சமூகத்தில் அரச ஆதிக்க கட்டமைப்பை ஆராய்ந்து பார்க்கும்போது, திணைச் சமூகத்தை, சிற்றரசர்களும், சிற்றரசர்களை மூவேந்தர்களும் போர் தொடுத்ததை அறியமுடிகிறது. சங்க காலத்தின் தொடக்கத்தில் வேள் பாரி, வல்வில் ஓரி, மலையமான் திருமுடிகாரி, அதியமான் முதலான சிற்றரசர்கள் மூவேந்தர்களால் மூர்க்கம் கொண்டு அழித்த சோகமும் சங்கப் பாடல்களில் இருக்கத்தான் செய்கின்றது.

ஆனாலும் இவர்கள் அமைத்துக்கொண்ட போர்முறைகளை அறிந்தால் இது எவ்வாறு மற்ற போர்முறைகளிலிருந்து வேறுபட்டிருக்கிறது என்பதை நம்மால் புரிந்துகொள்ள முடியும். சங்க காலத்தில் போர்களும், அதற்கான ஆயத்தங்களும் இருந்தது உண்மைதான்.

அதில் உள்ளீடாகச் செயல்பட்ட தமிழரின் போர் அறத்தை வேறு சமூகங்களில் காண இயலவில்லை.. அறநெறி தவறாத போர்முறையாக அது அமைந்திருந்தது. கிரேக்க வீரயுகங்களிலோ அல்லது இதைப் போன்ற வேறு வீரயுகங்களிலோ இந்த வகைப்பட்ட பாடல்களைப் பார்க்க முடியவில்லை.

பழைய கிரேக்கத்தில் அரசர், புரோகிதர், குடிகள், அடிமைகள் என்று நான்கு பிரிவுகளும், உரோமாபுரியில் செல்வர், குடிமக்கள், அடிமைகள் என்ற மூன்று பிரிவும் இருந்தனர். ஹிரோடோட்டஸ், பழைய எகிப்தில் அமைந்த ஏழு பிரிவுகளைக் குறிக்கின்றார். நிலத்துக்கு நிலம் வேறுபாடுகளும் பிரிவுகளும் இருந்தன. ஆனாலும் இதைப்போன்ற மிகுந்த பொருளாதார ஏற்றத் தாழ்வுகளைக் கொண்டதாக தமிழ் சமூகம் அன்று இல்லை.

கிரேக்க, உரோமானிய வீரயுகத்தில் அடிமைகளின் பெருந்துயர் கேட்டுக்கொண்டேயிருக்கிறது. அடிமை வாழ்வில் நடத்திய போராட்டங்களுக்கும் பின்னர் அமைந்த வாழ்க்கைக்கு ஒரு வரலாறு இருப்பதைப் பின்னர் அறிந்துகொள்ள முடிந்தது. தமிழர் போர்முறையால் இவ்வாறான அடிமையுலகம் பிற்காலத்தில் ஏற்படவில்லை. இதற்கும் தமிழரின் போர் அறத்திற்கும் முக்கியமான பங்கு இருக்கிறது.

தமிழரின் போர் அறத்தைப் புரிந்துகொள்ள போரில் பெண்களின் நிலையை அறிந்துகொள்ளல் அவசியமாகிறது. பெண்ணை, அவள் விருப்பமின்றி அடைவதற்குப் போர் புரிந்து, அவளைக் கவர்ந்து சென்று பின்னர் கூட்டமாக அவளை வன்புணர்ச்சி செய்யும் பெருங்கொடுமையின் அபயக் குரலை எல்லா வெறிபிடித்த போர்களிலும் காண முடிகிறது. ஆனால் சங்க இலக்கியங்களில் இவ்வாறு கேட்க முடிவதில்லை. இதற்கு எத்தனையோ உதாரணங்களைக் கூறமுடியும்.

ஒரு சிறந்த உதாரணம் : போரில் வென்ற வீரர்களின் மகளிர் கைம்மை நோன்புக்காக தம் கூந்தலைக் களைந்தனர். அந்த அவலநிலையைக் கண்ட பாண்டியன் தம் கொலைத் தொழிலை நிறுத்தினான் என்கிறார் கல்லாடனார் (25-10-14)

போரில் எவ்வாறு பெண்கள் காப்பாற்றப் பட வேண்டும் என்று வலியுறுத்திய, சங்க காலச் சமூகம் பெண்களுக்குத் தனித்துவமான மதிப்பையும் வழங்கியிருக்கிறார்கள். சங்க காலத்தில் பெண் மக்களின் காதல் உணர்வும், உடல்சார்ந்த மொழிகளிலும் அந்தச் சமூகத்தால் மதிக்கப்பட்டிருக்கிறது. ஏற்றுக் கொள்ளப்பட்டிருந்தது. பெண்களின் அறிவாற்றலும் மதிக்கப்பட்டன.

போர் பற்றிய விதிகளை வகுப்பதில்கூட கிரேக்கத்திலிருந்து தமிழக மக்கள் வேறுபட்டிருந்தார்கள். போர்வேண்டாம் என்ற குரல் சங்க காலத்தில் வலுவாக ஒலித்துக் கொண்டேயிருக்கிறது. இந்தக் குரல் புலவர் பெருமக்களின் அறிவார்ந்த குரல். போரற்ற உலகம் வேண்டும் என்பதில் இவர்களின் உறுதியை பல்வேறு இடங்களில் காணமுடிகிறது.

தமிழரின் போருக்கான விதிகள் அறிவுபூர்வமானவை. இது, அவர்களின் அறிவார்ந்த சிந்தனையின் வெளிப்பாடு. போரில் யாரை கொல்லக்கூடாது என்பதற்கான பட்டியலை வகுத்துள்ளது. புறமுதுகிட்டு ஓடும் எதிரியை கொல்லக் கூடாது. ஆடையிழந்து நிற்போரை கொல்லக் கூடாது. மேய்ச்சல் நிலத்தில் வீழ்ந்தோரை கொல்லக் கூடாது. நீரில் பாய்ந்தோரையும், படைக்கலம் இன்றி நிர்க்கதியாய் நிற்போரையும் கொல்லக்கூடாது என்று இந்தப் பட்டியல் கூறுகிறது. போரில் இத்தகைய அறம் சார்ந்த அணுகுமுறைகள் மிகவும் அபூர்வமாகத்தான் பிற நாடுகளில் வெளிப்படுகின்றன.

புறநானூறு 15 வது செய்யுளில் ஒரு பாடல் நம்மை பெரிதும் வியப்படைய வைக்கிறது. சேரமான் பெருஞ் சோற்று உதியஞ் சேரலாதன் பற்றி புலவர் முரஞ்சியூர் முடிநாகராயர் பாடிய பாடல்

பாடல் வரிகள் இது தான்.

ஈரைம் பதின்மரும் பொருதுகளத்து ஒழியப்
பெருஞ்சோற்று மிகுபதம் வரையாது கொடுத்தாய் புறம் 15

சேரமான் பெருஞ்சோற்று சேரலாதன், வேறுபாடு கொண்டு போர் புரிந்த, தன் நாட்டு படைகளையும் பகை நாட்டு படைகளையும் அமர வைத்து உணவளித்தான்

என்று கூறப்படுகிறது. இத்தகைய விவரிப்புகள் வேறு மொழி இலக்கியங்களில் இல்லை. தமிழர்கள் போர் புரிதலை வெறும் வெற்றித் தோல்வியாக மட்டும் பார்க்கவில்லை என்பதற்கு இது ஆதாரமாகும்.

போருக்கு தனித்தனியான விதிகள் வகுக்கப்பட்டன. நோக்கங்களை மிகவும் தெளிவாக அறிவித்துக் கொண்ட இவை, புறத்திணை என்று அழைக்கப்பட்டன. புறத்தாரால் அறியப்பட்ட ஒழுக்கம் புறப்பொருள் என்று அழைக்கப்பட்டது.

போர் தொடங்குவதற்குமுன், அந்தப் பூவை அடையாளமாக அணிந்துகொள்வார்கள். ஒவ்வொரு பூ அணிந்தவர்களுக்கும் ஒவ்வொருக் குறிக்கோள் தரப்பட்டது. ஆநிரை கவர்தல், போர்முறைகளில் ஒன்றாகக் கூறப்படுகிறது. வெட்சிப் பூ அணிந்தவன் கால்நடைகளுக்கு எந்தவிதமான சேதமும் இல்லாமல் பகை நாட்டு ஆநிரைகளைக் கவர்ந்து வருவான். பகை நாட்டு மன்னன், அரணை அழிக்க முயற்சி செய்யும்போது அதனை தடுத்து நிற்பவன் நொச்சிப்பூ அணிந்துகொள்வான், எதிரி நாட்டு அரண்மனையை முற்றுகையிட்டு நிற்போன், உழிஞ்சு பூ அணிவான். களத்தில் நேருக்குநேர் மோதிக்கொள்ளும் இரு பகுதியினரும் தும்பைப் பூ அணிந்து கொள்வர். போரில் வெற்றி பெற்றவர்கள் வாகைப் பூ அணிந்து கொள்வர். இவ்வாறு போர் புரிபவரின் நோக்கத்தை அறிவிக்கும் அடையாளமாக பூக்கள் முன்வைக்கப்பட்டிருந்தது. வீரர்களின் வீரத்தையும், புகழையும் போற்றிப் பாடுவது பாடாண் திணை. இதில் விடுபட்ட போரின் சிறப்புகளைப் பற்றி பேசுவது பொதுத் திணையாகும்.

அறம் சார்ந்த போர்முறை சங்க காலங்களில் வழிவழியாக தொடர்ந்து வந்தன. சங்க இலக்கியங்களில் ஆநிரை கவருதல் பற்றிய குறிப்புகள் நிறையவே கிடக்கின்றன. புலவர்கள் ஆநிரை கவரும் நிகழ்ச்சியைப் பல இடங்களில் நுட்பமாக அமைத்து, இலக்கியப் படைப்பாக்கம் செய்துள்ளனர். இந்தத் தகவல்கள் அனைத்தையும் அடிப்படையாகத் தொகுத்துப் பார்த்தால், பண்டைத் தமிழர்களின் வாழ்க்கையில் இவை அறநெறி சார்ந்து நின்றன என்பதை உறுதிபடக் கூறமுடியும்.

பிறர் அறியாமல் ஆநிரையை மட்டும் கவர்ந்து செல்ல வேண்டும். ஆநிரை கவர்தல் அறத்தின் பொருட்டேயன்றிப் பிறிதின் பொருட்டன்று என்று கூறப்படுகிறது.

இதனை தொல்காப்பியம்

"வேந்துவிட முனைஞர் வேற்றுப்புலக் களவின்
ஆதந்தோம்பல் மேவற்றாகும்"

என்று கூறுகிறது.

"உழிஞை" திணையில் ஒரு நாட்டை வென்று கைப்பற்றுவதற்காக அந்த நாட்டின் மதிலை வளைத்து முற்றுகையிடுவது, வில் அம்பினால் போர் செய்து அந்த மதில்களை முற்றுகையிடுங்கால் உள்ளிருக்கும் அரசன், கோட்டைக் கதவடைத்து உள்ளிருந்தே போர் புரிவான். வெளியே இருப்பவன் உள்ளே செல்லவும், உள்ளே இருப்பவன் வெளியில் வரவும் முயலும் நிகழ்ச்சியாகக் காட்சியளிக்கும்.

"முழுமுதலரண முற்றுலுங் கேடலு
மனைநெறி மரபிற்றாகுமென்ப"

என்ற சூத்திரத்தின் வழி கண்டு உணரலாம். 'உழிஞை' இருப்பது துறைகளைப் பெற்றுள்ளது. பிற்காலத்தில் தனியாகப் பிரிந்த நொச்சியும் உழிஞையின் பகுதியாகும்.

போரின் இறுதியில் நடைபெறுகின்ற நிகழ்வு வாகைத் திணையாக இடம் பெற்றுள்ளது. போரிட்ட இரு பகுதியினருள் ஒருவர் வெற்றி பெறுவதே இயல்பு. அந்த வெற்றியின் அடையாளமாக வாகைப்பூவைச் சூடுவர்.

"வாகை தானே பாலையது புறனே
தாவில் கொள்கைத் தத்தம் கூற்றை"

என்று வாகைத் திணைக்கு விதி கூறுவார் தொல்காப்பியர். போரில் பிரிவு, என்பது முதலில் துன்பமாயினும் பின்பு இன்பம் பயக்கும் என்று கூறுகிறார். பிரிந்து சென்ற தலைவன் போர் வெற்றி பெற்றோ, பொருளீட்டிக் கொண்டோ, வீட்டுக்குத் திரும்பி வருங்காலம் தலைவியின் இன்பம் முன்னைவிட பன்மடங்காகும். வாகையிலும் தலைவன் தலைவியை விட்டுப் பிரிந்து சென்று கடமைகள் ஆற்றும்

நிலைமைகள் உண்டு. வாகையால் தாம் மேற்கொண்டுள்ள கடமைகள்பால் காதல் மிகும்.

இதைப்போலவே போர்விதிகள் மனித அறத்தை நோக்கமாகக் கொண்டுள்ளன. இருபெரு வேந்தர்கள் போர் புரியக் கருதி ஒரு நாட்டின்மீது மற்றொரு நாடு போர் தொடுக்கும்போது அதற்குரிய போர் விதிகளை வகுத்துள்ளனர். அறம் சார்ந்தததாக அந்த விதி அமைந்திருந்தது. இத்தகைய போர் அறத்தை தமிழர்களிடம் மட்டும்தான் பார்க்க முடிகிறது.. ஆநிரைக் கூட்டமும், அறவோரும், மகளிரும் காப்பாற்றப்பட வேண்டும் என்று இந்த விதி பேசுகிறது. ஒருவன் பகை நாட்டுக்கு, "யான் போர் செய்ய வருகிறேன். அறவோரும், பெண்களும்,, பிணியுடையோரும், குழந்தைகளும் வெளியேறுங்கள் என்று அறிவிப்புச் செய்ய வேண்டும். இந்தப் பிரிவு இவர்கள், தாமே செல்லும் ஆற்றல் அற்றவர்கள். ஆகையால் அவர்களை போர்க்களத்திலிருந்து பாதுகாக்க வேண்டும். ஆநிரையை மட்டும் கவர வேண்டும்.

தொல்காப்பியர் வெட்சி முதல் பாடாண் என ஏழு திணைகளாக புறத்திணையை அமைத்துள்ளார். தொல்காப்பியத்துக்குப் பின்வந்த பன்னிரு படலமும், புறப்பொருள் வெண்பாமாலையும், பத்துத் திணைகளாக இவற்றைக் கூறுகின்றன. அரசருக்கே உரிய போர் நிகழ்ச்சிகளும், பிறவும் புறப்பொருள் இலக்கணங்களாக அமைக்கப்பட்டுள்ளன.

தமிழரின் போர் என்பது வெறி சார்ந்து இல்லாமல், அறம் சார்ந்து நிற்பதற்கு சங்கப் பாடல் ஒன்று சாட்சியம் அளிக்கிறது.

பெருஞ்சேரல் இரும்பொறை என்னும் மன்னன் கரிகால் பெருவளத்தானால் கைது செய்து சிறையில் அடைக்கப்படுகிறான். போரில், இரும்பொறைக்கு முதுகில் காயம் பட்டுவிட்டது. இதனை தனது வீரத்திற்கு ஏற்பட்ட இழுக்காகக் கருதுகிறான். வெண்ணிக் குயத்தியார் என்னும் புலவர் இதுபற்றி ''**மிகப்புகழ் உலகம் எய்த உலகம் எய்தப் புறபுண் நாணி வடக்கிருந்த சேர மன்னன்**'' என குறிப்பிட்டுள்ளார்.

காரிகால் வளவனைப் பாடும் வெண்ணிக்குயத்தியார் என்னும் பெண் பால் புலவர் அவன் நின்னினும் நல்லவன் அன்றே. வெற்றி பெற்ற உன்னைவிட புறமுதுகில் காயப்பட்ட காரணத்திற்காக உயிர் இழக்க பட்டினியிருக்கும் அவன் அல்லவா, புகழ் படைத்தவன் என்கிறார். இவ்வாறு வெற்றி பெற்ற அரசனிடம் அவனது அரசவையில் இடம்பெறும் ஒரு புலவர் பாட முடியுமா? இது அறிவால் உயர்ந்த சங்க காலப் பண்பை நமக்கு உணர்த்துகிறது.

இதைப்போலவே மற்றொரு சங்கப்பாடல், ஓர் அரசு எவ்வாறு மதிப்பீடு செய்யப்படுகிறது என்பதைத் தெளிவுபடுத்துகிறது. "உரமிக்க மறவர் படை, உறுதியான தேர்ப்படை, விரைந்து பாயும் குதிரைப்படை, சினந்தெதிர்க்கும் யானைப்படை என்பனவற்றால் அரசு சிறக்குமென்றாலும், அறநெறியை அடிப்படையாகக் கொண்டு செயல்பட்டால் மட்டுமே அவ்வரசு வெற்றி பெறும். "அறநெறி முதற்றே அரசின் கொற்றம்" என்கிறது புறநானூறு.

இன்றைய நமது மீள் பார்வையில், தமிழரின் தனித்துவம் மிக்க போர்குறித்த அறத்தையும், இதில் அறிவின் செயல்பாட்டை ஆராய்வதும் அவசியமானதாகும்

*

5

தமிழுக்கு அநீதி

அந்தக் கருத்தாக்கம் நீதிசார்ந்தாக இல்லை. ஒரு குறிப்பிட்ட மொழியை ஆதிக்கப்படுத்த வேண்டும் என்ற நோக்கத்துடன் அதன் செயல்பாடுகள் அமைந்திருந்தன. ஒரு தொன்மையான மொழியைத் தெரிந்து அறிந்து கொள்ளாமல், அதன் பிறப்பின் மூலம் உருவாக்கிக் கொண்ட அறிவார்ந்த செயல்பாடுகளை உணர்ந்து கொள்ளாமல், அந்த மொழியின் தாய் யார் என்று முடிவுக்கு வருவது எத்தகைய அநீதியானது. பிறப்பை மறைத்து, தாயை மாற்றி அமைப்பது எத்தகைய சதி மிக்கது. இந்த அநீதிதான் இன்று வரை தமிழுக்கு இழைக்கப்பட்டு வருகிறது.

இந்திய மொழிகள் அனைத்துக்கும் தாயாக இருந்து, அறிவுக் கோட்பாட்டை வளர்த்துக் கொடுத்தது வடமொழி என்னும் சமஸ்கிருதம்தான் என்ற கருத்து உருவாக்கப்பட்டது. ஆங்கிலேயர் காலத்தில் மேற்குலகில் திட்டமிட்டு இந்தக் கருத்துநிலையை பெரும் முயற்சி செய்து பரப்பிவிட்டார்கள். இந்தப் பரப்புரையின் வலிமையால், மேலைய அறிவுலகில் பல காலம் தமிழின் மேன்மை அறியப்படாமல் தடுக்கப்பட்டது. இதற்கென்று தமிழுக்கு எதிராக உருவாக்கப்பட்ட தவறான கட்டுமானங்கள் மிகுந்த கவலை தரக்கூடிவை.

தமிழுக்கான அடிப்படைகள் அனைத்தும் சமஸ்கிருதத்தில்தான் இருக்கிறது என்ற கருத்துநிலை நம்மை புண்படுத்துவதாக அமைந்துவிட்டது. வடமொழியை அடிப்படையாகக் கொண்டுதான் தமிழ் பிறந்தது என்று

சொல்வதைக் கேட்கும்போது மனம் வேதனையடையத் தொடங்கிவிட்டது.

வேதத்தை அடிப்படையாகக் கொண்டு, தமிழரின் அறிவுலகைப் பார்க்கும் நடைமுறை ஆய்வுலகத்திற்கு எவ்வாறு வந்தது என்று தெரியவில்லை. ஆனால் இந்த நிர்ப்பந்தம், வெகுகாலத்திற்கு முன்பே, முன்னோடி ஆய்வாளர்களால் தமிழின்மீது திணிக்கப்பட்டுவிட்டது என்பது மட்டும் தெரிகிறது. இதற்கு தமிழரின் அறிவுக் கோட்பாட்டை சார்புநிலை கோட்பாடாக மாற்றும் உள்நோக்கத்தைத் தவிர வேறு எதுவுமே காரணமாகத் தெரியவில்லை.

இதன் கடந்த காலப் பின்னணியையும் பார்க்க வேண்டும். ஒரு காலத்தில், சமஸ்கிருதத்திலிருந்துதான் தமிழ் பிறந்தது என்ற கருத்து மேலைய உலகத்தின்முன் பொய் விதைப்பாக விதைக்கப்பட்டது. வேதங்கள் அடிப்படையில்தான், இந்திய வரலாறு இருந்தது என்ற நம்பிக்கை ஆய்வாளர்களிடம் இதன்மூலம் உருவாக்கப்பட்டிருந்தது. இதனால் தமிழ்சார்ந்த உண்மையான வரலாறு திட்டமிட்டுத் திசை திருப்பப்பட்டது. இதில் சம்பந்தப்பட்டவர்களுக்கு வெற்றியும் கிடைத்தது.

வடமொழி சமய மொழியாக மாற்றப்பட்டு மாமன்னர்களின் மனதில் இடம்பிடித்து, இந்திய துணைக்கண்டம் முழுவதும் முதன்மை பெறத் தொடங்கியது. இதன் பின்னர் ஆட்சியாளர்களிடையேயும், கல்வியாளர்களிடையேயும் இது செல்வாக்குப் பெறத் தொடங்கியது. இதனைத் தொடர்ந்து, அது கற்றவர் மொழி என்னும் புதுப்பெயரைச் சூட்டிக்கொண்டு குறுக்குவழியில் தனது பயணத்தைத் தொடர்ந்தது. தமிழ்நாட்டு அறிஞர்களும் தம் கருத்துகள் இந்திய அளவில் சென்றடைய வேண்டுமெனின், வடமொழியில் கூறுவது தவிர்க்க முடியாமல் போய்விட்டது. இதைப் புரிந்து கொள்வதற்கு சில உதாரணங்கள் நமக்குக் கிடைத்துள்ளன. அர்த்த சாஸ்திரத்தை எழுதிய சாணக்கியர் காஞ்சிபுரத்தை சேர்ந்தவர். நாட்டிய சாஸ்திரம் எழுதிய பரத முனிவர் தென்னாட்டவர். இதைப் போல தமிழறிஞர்கள் பலரும் வடமொழிப் புலமை பெற்றவர்களாகத் திகழ்ந்துள்ளனர். இந்தக் காரணங்களையொட்டி. தமிழில் அறிஞர்கள்

கருத்துகள் வெளியிட்டபோது, வடமொழிச் சொற்களையும் பயன்படுத்தியுள்ளனர். பல்வேறு வடமொழிச் சொற்கள் தமிழில் காணப்படுவதற்கு இதுவே காரணமாகும்.

இங்கொன்றும் அங்கொன்றுமாகக் காணப்படும் சொற்களைப் பொறுக்கி எடுத்து தொகுத்துக் காட்டி தமிழ், வடமொழியிலிருந்துதான் பிறந்தது என்று கூறுகிறார்கள். இதை வைத்து வடமொழித் தத்துவ நூல்களிலிருந்து கடன் பெற்றவைதான் தமிழரின் தத்துவம் என்பதை சிறுபிள்ளைத்தனம் என்றுதான் கூற வேண்டும். இந்தப் பொய் கட்டுமானத்தை உண்மை என்று நிறுவுவதற்கு சிலர் இன்றும் முயற்சி செய்கிறார்கள்.

சமஸ்கிருதம் இந்தோ - ஐரோப்பிய குடும்பத்தைச் சார்ந்த மொழி. இந்தோ - ஐரோப்பிய மொழிகளில் காணப்படாத சிந்தனையும், பண்பாட்டுக் கூறுகளும் சமஸ்கிருதத்தில் காணப்பட்டால், அவை இந்தியாவில் உள்ள பிறமொழிக் குடும்பத்திடமிருந்துதான் கடன் பெற்றிருக்க வேண்டும் என்று உறுதிபடக் கூறமுடியும். இங்கு திராவிட, திபெத்திய, பர்மிய, கொலேரியன் மொழிக் குடும்பங்கள் இருக்கின்றன. இந்த மொழிக் குடும்பங்களின் சிந்தனையாக அல்லது பண்பாட்டுக் கூறாகத்தான் இவை இருப்பதற்கு வாய்ப்பு இருக்கிறது.

இது குறித்த ஆய்வை மேலும் கூர்மையுடன் நிகழ்த்திப் பார்க்கும்போது, கொலேரியன், திபெத்திய, பர்மிய மொழிக் குடும்பத்திற்கு தொன்மையான இலக்கியங்கள் எவையும் இல்லை. திராவிட மொழிக் குடும்பத்திற்கு மட்டும்தான் செழிப்புமிக்க இலக்கியங்கள் இருக்கின்றன. கி.பி. ஆறாம் நூற்றாண்டுக்கு முன்னரே, ஓர் தொன்மையான இலக்கியம் இருந்துள்ளது என்பதை யாராலும், மறுக்க முடியாது. எனவே, சமஸ்கிருதத்தில் இன்று உயர்வாகப் பேசப்படுபவை, இந்தோ - ஐரோப்பியக் கூறுகளில் இல்லை என்றால் அவை தமிழிலிருந்து அல்லது திராவிடத்திலிருந்து பெறப்பட்டவை என்று தான் கூறமுடியும்.

இந்த வரலாற்றுப் பின்னணியில் தமிழில் ஏதாவது இருப்பின் அது சமஸ்கிருதத்திலிருந்து கடன் வாங்கப்பட்டது அல்லது தழுவி வந்தது என்பது எத்தகையக் குற்றமுடைய ஆய்வு என்பதை இப்பொழுதாவது உணர்ந்துகொள்வது அவசியம்.

இந்திய நாகரிகத்தின் அடித்தள உருவாக்கத்திற்கு, தமிழ் நாகரிகத்தின் சில இன்றியமையாப் பண்புகள் பயன்பட்டிருக்கின்றன. சென்ற நூற்றாண்டில் மார்க்ஸ் முல்லர் போன்றோர் ஆரிய நாகரிகமே விழுமிய நாகரிகமென்றும், ஆரியர் வரவுக்கு முன் இந்தியாவில் குடியிருந்தோர் நாகரிகமற்ற கறுப்பு நிறத்தினர் என்றும், இன்றைய இந்திய நாகரிகத்தின் விழுமிய பண்புகள் எல்லாம் ஆரிய நாகரிகக் கூறுகளே என்றும் தவறுபடக் கருதினார்கள். இதை சமஸ்கிருத அறிஞர் எஸ்.கே.டே தெளிவுபடுத்தியுள்ளார். ஆரியர்களின் மொழியிலும், பண்பாட்டிலும் திராவிடப் பண்பாடு மிகப் பெரிய மாற்றங்களை ஏற்படுத்தியுள்ளது என்று இவர் குறிப்பிடுகின்றார். இந்தியப் பண்பாட்டில் எழுபத்தைந்து விழுக்காடு ஆரியல்லாதாருடையது என்று சுநீதிகுமார் சட்டர்ஜி கருதுவதும் இங்கு எண்ணத்தக்கதாகும்.

இந்திய மொழிகளின் எழுத்தியல் வரலாற்றை ஆராய்ந்தால் சமஸ்கிருதத்திற்கு நீண்டகாலமாக எழுத்து வடிவங்கள் இல்லை என்றும் முதன்முதலாக கி.மு. முதல் நூற்றாண்டில்தான், சமஸ்கிருதத்திற்குரிய வரிவடிவம் காணப்படுகிறது என்றும் கல்வெட்டு அறிஞர்கள் உறுதிப்படுத்தியுள்ளனர். இதுவும் தமிழின் தொடக்கம் சமஸ்கிருதத்திலிருந்து என்பதை மறுப்பதாகவே அமைந்துள்ளது.

இந்தியாவில் தோன்றி வளர்ந்த மெய்யியல்கள் ஒவ்வொன்றும் ஒவ்வொரு மொழியைச் அடிப்படையாகக் கொண்டே வளர்ந்துள்ளன. பௌத்தம் பாலி மொழியோடும், வேதம் அல்லது வைதீகம் சமஸ்கிருத மொழியை அடிப்படையாகக் கொண்டே வளர்ந்துள்ளன. வேதம் சார்ந்த சிந்தனைப் பள்ளிகள், மனிதன் அறியாமை நிரம்பியவன் என்றும், அவனால் மெய்ம்மையை அறிய முடியுமென்பது அரிய செயல் என்றும் கூறுகின்றன.

மெய், வாய், கண், மூக்கு, செவி எனும் ஐந்து புலன்களால் கிடைக்கும் புலன் உணர்வும், முற்றும் உணர்ந்த ஞானியர் தவத்தால் பெறும் உள்ளொளியும் மனிதனுக்கு அறிவைத் தருகின்றன என்பதை வேதங்கள் ஓரளவிற்கு கூறுகின்றன என்றபோதிலும், இவை எல்லாம் முற்றிலும் உண்மையானவை என்பதை வேதங்கள் ஏற்றுக் கொள்வதில்லை. வேத உரைகளே உண்மையானவை என்று இறுதித் தீர்ப்பை வழங்குகின்றன. வேதங்கள் சொல்வனவற்றை மெய்மையெனக் கொண்டு பிறவற்றைத் தள்ளிவிடுவதே வேதங்கள் காட்டும் அறிவுக் கோட்பாடு.

உலகில் உள்ள அனைத்திற்கும் முதன்மையான அறிவு வேதம்தான் என்று கூறுப்படுகிறது. எல்லா அறிவு ஆராய்ச்சியும் வேதத்திலிருந்துதான் தொடங்கியது என்கிறார்கள். எத்தகைய அறிவாராய்ச்சிக்குப் பின்னர் பெறப்பட்ட அறிவாக இருந்தாலும், வேத உரைகளுக்கு மாறாக இருக்குமேயானால், அதை ஏற்றுக்கொள்ளக் கூடாது என்பதுதான் வேத அறிவு காட்டும் உறுதிப்பாடு.

'அறிவு' பற்றிய ஆராய்ச்சி முடிவுகளை மேலைநாட்டுத் தத்துவ அறிஞர்கள் 'அறிவுக் கோட்பாடு' என்பர். அறிவுக் கோட்பாடு (Theory of Knowledge), நுண்பொருள் கோட்பாடு (Theory of Metaphysics), அறக்கோட்பாடு (Theory of Morals), அழகுக் கோட்பாடு (Theory of Beauty) என்பன தத்துவ அமைப்பின் நான்கு பெரும் பிரிவுகள். அறிவுக் கோட்பாடு பற்றிய ஆராய்ச்சி தத்துவத் துறைக்குச் சிறப்பாகவும், அறிவு திரட்டும் பிற துறைகளுக்குப் பொதுவாகவும் வேண்டப்படுகிறது.

தமிழின் தோற்றம் தென்மையானது என்பது ஒருபுறம் இருக்க, இந்தியத் தத்துவ இயல் வரலாற்றில் எட்டு தத்துவக் கோட்பாடுகள் பேசப்படுகின்றன. இதில் வேதாந்தம், மீமாம்சம் இரண்டும் முற்றிலும் வேதச் சார்புடையவை. சாங்கியம், யோகம், வைசேசிகம், நியாயம் ஆகிய நான்கும் வேதாந்தத்தில் சில உடன்பாடுகளைக் கொண்டிருந்தாலும் மாறுபாடுகளையும் கொண்டுள்ளன. புத்தம், சமணம் இரண்டும் வேதாந்தத்தோடு வேறுபட்டு நிற்கின்றன.

ஐரோப்பிய மெய்ப்பொருள் அறிஞர்கள் அறிவு விளக்கம் தருவதற்குப் பல நூற்றாண்டுகளுக்கு முன்னரே தொல் காப்பியம், திருக்குறள் உள்ளிட்ட சங்க இலக்கியங்களில் அறிவுக் கோட்பாட்டிற்கான உள்ளடக்கம் இருக்கவே செய்கின்றன. தத்துவத்திற்கென்று தனி நூல் இல்லை என்றாலும், அறிவுக் கோட்பாடு பற்றிய பிரச்சனைகளும், அவற்றின் தீர்வுகளும் தமிழ் இலக்கியங்களில் பரவாலாகக் காணப்படுகின்றன. இவை இயற்கையை அடிப்படையாகக் கொண்டு இருக்கின்றன என்பதுதான் இதன் தனிச் சிறப்பாகும்.

இருப்பவன் - இல்லாதவன் என்ற அடிப்படையில்தான் தத்துவங்கள் கட்டியமைக்கப்படுகின்றன. ஆதிக்கக்காரர்களுக்கு ஒரு தத்துவம் என்பதைப் போலவே சமுதாய வளர்ச்சிப் போக்கில், ஒடுக்கப்பட்ட மக்களுக்கும் ஒரு தத்துவம் தோன்றி விடுகிறது. ஆதிக்கக்காரர்கள் தங்கள் ஆதிக்கத்தைத் தக்கவைத்து, மேலும் அதை விரிவுப்படுத்திக் கொள்வதற்கும், தத்துவங்களை வலிமைகொண்டதாக மாற்றும் சூழலில்தான் ஒடுக்கப்பட்டவர்களுக்கான தீவிர அரசியல் தேவைப்படுகிறது. எல்லாவற்றையும் இழந்து முற்றிலும் மறுக்கப்பட்டவர்கள் தங்கள் விடுதலையை சாத்தியப்படுத்திக் கொள்வது தவிர்க்கமுடியாத வரலாற்று நிகழ்வாகும். இதன் வளர்ச்சியடைந்த நிலையாக பொருள்முதல்வாதம், கருத்துமுதல்வாதம் என்று இரண்டாகப் பிரிந்து நிற்கின்றன. இது இயங்கியலுக்கும், மாயையியலுக்கும் இடையிலான போராட்டமாகப் பன்னெடுங்காலமாக நடைபெற்று வருகிறது.

பெரும்பான்மை மக்களை மிகச் சிறுபான்மையினர் அடக்கியாள கருத்து முதல்வாதம் தேவைப்பட்டது. இந்திய மரபில் ஆளும் வர்க்கத்தின் மடியிலிருந்து கருத்து முதல்வாதம், பொருள்முதல் வாதத் தத்துவங்களுக்கு எதிரான ஈவிரக்கமற்ற தாக்குதலைத் தொடுத்தது என்று பேராசிரியர் நெடுஞ்செழியன் குறிப்பிடுவதை யாருமே மறுக்க முடியாது

இந்தியச் சிந்தனை மரபு வேதத்திற்கு முந்தியது. ஆரியர் அல்லாத இந்த மண்ணின் பூர்வக்குடி மக்களுக்கு சொந்தமானது. மூடி, மறைத்து முடக்கி வைக்கப்பட்ட

இதில் மூழ்கி எழுந்து உண்மையை உலகறியச் செய்ய வேண்டுமெனின் முதலில் தொல்காப்பியத்தில்தான் இதனைத் தேடி எடுக்க வேண்டும்.

எதிர்காலத்தில், தமிழின் தனித்துவமான பிறப்பை உலக அளவில் ஒப்பிட்டு அதன் தொன்மையை நிரூபிக்க வேண்டிய அவசியம் தமிழர்களுக்கு இருக்கின்றது. அப்பொழுதுதான் தாய்த் தமிழின் தொல் சிறப்பை மேலும் நாம் உணர்வதையும் அதை உலகத்திற்கு உணர்த்துவதையும் சாத்தியப்படுத்த முடியும்.

*

6

தமிழரின் தத்துவம்

எனக்கு அறிமுகமான ஒருவரிடம் பேசிக் கொண்டிருந்தேன். அவரை நண்பர் என்று என்னால் கூறமுடியவில்லை. அவருக்கு தமிழின்மீதும், தமிழ் பண்பாட்டின்மீதும் ஒருவிதமான எரிச்சல் இருந்ததை நான் அவருடன் நடத்திய உரையாடலின் ஆரம்பத்திலேயே உணர்ந்துகொண்டேன். அவர் மிகவும் சாமர்த்தியமாகத் தமிழின் பெருமைகள் ஒவ்வொன்றையும் குறைகூறி வந்தார். பொறாமையின் மூலம் வெளிப்படும் அவரது அறியாமையை நினைத்து மனதுக்குள் சிரித்துக் கொண்டேன். ஆனால் அவர் கடைசியாகக் கேட்ட கேள்வி ஒன்று என் சிந்தனையை வழிமறித்து அப்படியே நிறுத்திவிட்டது. அது, சிந்தித்து தேடிக் கண்டுபிடிக்க வேண்டிய ஒரு கேள்விதான்.

உலகியல் வாழ்க்கையில் தத்துவம் என்னும் மெய்யியல் தவிர்க்க இயலாதது. ஒவ்வொரு மொழி பேசும் மக்களும் தங்களுக்கென்று ஒரு தத்துவத்தை உருவாக்கி வைத்திருக்கிறார்கள். அதிலும் உலகில் மூத்த மொழிகள் ஒவ்வொன்றும் தங்களுக்கான வேறுபட்ட தத்துவத்தை உருவாக்கி வைத்திருக்கின்றன. தமிழ் தொன்மைவாய்ந்த மொழி என்பதில் யாருக்கும் வேறுபாடுகள் இருக்க முடியாது. அவர் கேட்ட கேள்வி தமிழுக்கு தத்துவம் அல்லது மெய்யியல் என்ற ஒன்று உண்டா என்பதுதான்.

தமிழுக்கென்று தத்துவமும் தத்துவ நூல்களும் இல்லையா? என்று மனம் யோசிக்கத் தொடங்கிவிட்டது. கீதை, குரான், பைபிள் போன்ற சமய நூல்கள் ஒருபுறம் வழிபாட்டுக்குரிய

மத நூல்களாகவும், மறுபுறம் தத்துவ நூல்களாகவும் காட்டப்படுகின்றன. ஆனால் தமிழில் அவ்வாறான நூல்கள் இல்லையா?

ஒருவிதத்தில் பார்த்தால், தமிழில் தத்துவ நூல்கள் இல்லைதான். ஆனால் திருக்குறளில் சொல்லாத ஒன்றை உலகில் எந்த தத்துவ நூல்கள்தான் சொல்லிவிட்டன. சங்க இலக்கியங்களின் விரிந்த பரப்பில், உலகத்தவர் பார்த்து வியக்கத்தக்க வகையில் தத்துவங்கள் அமைந்துள்ளன. தொல்காப்பியத்தில் அறிவன் தேயம் என்ற சொல் முன் வைக்கப்பட்டுள்ளது. இது தத்துவத்தைத் தேடும் தொடக்கம் எனலாம். ஆசீவகத்தின் தத்துவச் சிறப்பை பேராசிரியர் நெடுஞ்செழியன் போன்றவர்கள் இன்று, மிகவும் ஆழமாகக் கொண்டு செல்கிறார்கள்.

தமிழின் தத்துவ மரபிற்கு மணிமேகலை மிகச் சிறந்த எடுத்துக் காட்டு. தத்துவவாதிகள் என்று அறியப்பட்ட சமயக் கணக்கர்களிடம் 'திறம் உரை காதை' என்னும் பகுதியில் மணிமேகலை பல்வேறு கேள்விகளை முன் வைக்கிறாள். பூதவாதிகள், உலகாயதவாதிகள் என்று பல தத்துவப் போக்குகளில் இந்த விவாதம் நீண்டு கொண்டே செல்கிறது.

தத்துவ நூல்களின் வரலாற்றைக் கூர்ந்து கவனித்தால் எந்த நாட்டிலும் தத்துவ நூல்கள் என்று எதுவுமே எடுத்த எடுப்பிலேயே பிறந்துவிடவில்லை. தங்கள் பண்டைய மரபுகளிலிருந்து தத்துவ நூல்களை பிற்காலத்தில் உருவாக்கிக் கொண்டிருக்கிறார்கள். கிரேக்க வரலாற்றில் பிளாட்டோ போன்றவர்கள் எழுதிய சில வரிகளைத்தான் பிற்காலத்தில் வந்தவர்கள் அதை ஒரு வலிமைவாய்ந்த தத்துவ மரபாக உருவாக்கிக் கொண்டார்கள். இதை அளவுகோலாகக் கொண்டு பார்த்தால், தமிழ் இலக்கியத்தின் நீண்ட மரபில் திறந்து பார்க்கப்படாத வளம் வாய்ந்த சுரங்கத்தைப் போல எல்லையற்ற தத்துவக் கருத்துகள் மறைந்து கிடக்கின்றன. இதை தமிழரின் மெய்யியல் நூலாக உருவாக்க முடியும். கடந்தகாலத்தில் பலர் முயற்சி செய்திருக்கிறார்கள்.

தமிழ் மரபுத் தளத்தில் நின்று, அதற்கான சான்றுகளைக் கண்டறிந்து, மெய்ந்நூல் அல்லது தத்துவ நூலை உருவாக்க சிலர் முயன்றனர் அவர்களை இங்கு நினைவு கூறுவது அவசியம். தமிழறிஞர் பூர்ணலிங்கம்பிள்ளை அவர்கள் 1927 ஆம் ஆண்டிலேயே இதற்கான முயற்சியை எடுத்தார். இதன் பின்னர் மறைமலை அடிகள் 1930 ஆம் ஆண்டிலும், 1941 ஆம் ஆண்டிலும் முயற்சி எடுத்தார். தேவநேயப்பாவாணர் அவர்கள் 1940 ஆம் ஆண்டு முதல், கடின முயற்சியை மேற்கொண்டார். தெ.பொ.மீனாட்சி சுந்தரனார் இதன் பின்னர் "தமிழ்ச் சிந்தனையை எழுதுதற்கான வேண்டுகோள்" என்ற ஆங்கிலக் கட்டுரையை Journel of the Annamalai University, vol, xvi, July, 1951). எழுதினார்.. இந்தக் கட்டுரையில், தமிழ் மற்றும் பிற மொழிகளில் உள்ள தமிழ் மெய்ந்நூற் சிந்தனைகளையும் தொகுக்க வேண்டும் எனவும், இதற்கான மூலங்களுள் சிந்து சமவெளிச் செய்திகளுக்கு முதன்மை இடம் தர வேண்டும் எனவும் தெ.பொ.மீ குறிப்பிட்டுள்ளார்.

எதிர்காலத்தில் இளம் தமிழ் ஆய்வாளர்கள் இதைச் செய்வார்கள் என்று நம்புகிறேன்.

ஆதிமனிதர், தன்னைச் சுற்றியிருப்பவை அனைத்தையும் பயம் கலந்த கற்பனையோடு பார்க்கத் தொடங்கியிருக்க வேண்டும். ஒவ்வொரு நிலத்திலும் பூமியைப் பற்றிய கற்பனைக் கதைகள் உருப்பெற்றன. இதில் தமிழர், பூமி குறித்து அறிவை எவ்வாறு வளர்த்து வைத்திருந்திருந்தனர் என்பது முக்கியமானது.

தமிழில் நமக்குக் கிடைத்த ஆரம்பகால நூல் அனைத்தும். எது பற்றிய தனது பார்வையை முதல் பார்வையாக வைத்துள்ளது என்பது முக்கியமானதாகும். தமிழரின் பார்வை மற்ற நாடுகளின் பார்வையிலிருந்து வேறுபட்டிருந்தது. மற்றவர்களுக்கு கற்பனை உருவாக்கித் தந்த, நம்பிக்கைகளின் அடிப்படையில்தான் உலகின் தோற்றத்தைப் பற்றிய விவரிப்புகள் பிறந்தன. தமிழின் இலக்கிய நூல்கள் அனைத்தும் இயற்கைசார்ந்த நம்பிக்கை அடிப்படையில் தங்கள் கருதுகோள்களை வகுத்து வைத்திருக்கின்றன.

மனித வாழ்வை மையமாகக் கொண்ட தொல்காப்பியத்தில் உருவாக்கப்பட்ட வரையறைகளை காலவளர்ச்சியில் மேலும் மேலும் விளக்கமாகப் புரிந்துகொள்ள முடிகிறது. அகம், புறம் என்ற இரண்டு பகுப்புகளையும் மெய்ப்பொருள் அடிப்படையில் ஆராய்ந்து பார்த்தால், பல புதிய அர்த்தங்களை நம்மால் சென்றடைய முடிகிறது. அகமும் புறமும் தனித்தனியானவை. அகத்தின் உள்ளடக்கமும் புறத்தின் உள்ளடக்கமும் வெவ்வேறானவை.

ஆனால் இவை இரண்டிற்கும் உள்ள பிரிக்கமுடியாத உறவின் மூலம்தான் மனித வாழ்க்கை கட்டி அமைக்கப்பட்டுள்ளது. வாழ்வின் இந்த மேன்மையான பகுதியை உலகில் பல நாடுகளில் உள்ள மக்கள் ஆரம்ப காலங்களில் புரிந்துகொள்ளவில்லை. தமிழரின் தொன்மையான வாழ்க்கைமுறை ஆரம்ப காலத்திலேயே அவர்களுக்கு இதை புரியவைத்துவிட்டது. இதைப் போல உயிரையும் உடலையும் தனித்தனியாக பிரித்துப் பார்க்கும் பார்வை மனித வரலாற்றில் முக்கியமானதாக இருந்திருக்க வேண்டும். மனிதரைப் பற்றி மனிதர் புரிந்துகொண்ட தத்துவத்தில் இது அடிப்படையானதாகும்.

'மெய்யோடு இயையினும் உயிரியல்திரியா'

என்று தொல்காப்பியம், எழுத்ததிகார பத்தாவது பாடலில் கூறப்பட்டுள்ளது. மெய் என்றால் உடல். உயிர் உடலுடன் கொண்டுள்ள நுட்பமான உறவு என்று தொல்காப்பியம் விவரிக்கிறது.

இதைப் போலவே,

'மெய்யின் வழியது உயிர் தோன்று நிலையே'

என்ற வரிகள் தொல்காப்பியம் எழுத்ததிகாரம் 18வது பாடலில் காணப்படுகிறது.

தனது எழுத்துகளிலேயே உயிரெழுத்து, மெய்யெழுத்து என்ற இரண்டு பிரிவுகளைக் கொண்ட தமிழ், உயிருக்கும் உடலுக்கும் இடையில் அமைந்த மெய்ப்பொருளைத் தொடக்கக் காலத்திலேயே நன்கு உணர்ந்து வைத்திருந்தது.

இந்த மெய்யியல் உறவைத்தான் தொல்காப்பியம் விளக்கமாக எடுத்துரைக்கிறது.

அகம், புறம், உயிர், உடல் என்ற நான்கைப் பற்றிய தமிழரின் ஆரம்பகால அறிவு தனிச்சிறப்பைக் கொண்டிருக்கிறது. தொல்காப்பியம் முன்வைத்த தத்துவக் கருத்துகளை வளர்த்தெடுத்தால், அகத்திற்கும் புறத்திற்கும் இடையில் அமைந்த உறவு வாழ்க்கையைத் தீர்மானிக்கிறது. உயிருக்கும், மெய் என்னும் உடலுக்குமான உறவு மனித இயக்கத்தைத் தீர்மானிக்கிறது.

திருக்குறள், தமிழர் மெய்யியலின் ஒரு குறிப்பிட்ட காலத்தின் உயர் வளர்ச்சி என்று கூறமுடியும். அறிவால் உணர்ந்து உருவாக்கிக்கொள்ளும் அறத்தைப் பற்றியும், இன்பம் பொருள் பற்றிய புரிதலை வழங்குகிறது. எல்லாவற்றையும் குறுகத் தரித்து, மெய்யியலின் உட்கருவாக 'மெய்ப்பொருள் காண்பதறிவு' என்ற வரியில் விளக்கத்தை முன்வைக்கிறது. திருவள்ளுவர் முன்வைக்கும் 'அறிவறிவு' என்ற சொற்றொடர் இந்த மெய்யியலை அடைவதற்கான பாதையைப் பற்றி பேசுகிறது.

தமிழரின் மெய்யியலில் உன்னத நோக்கமாக அறிவிக்கப்பட்டிருப்பது அறம், பொருள், இன்பம். தொல்காப்பியத்தில் இன்பம்தான் முதலிடம் பெறுகிறது. அதிலும் தொல்காப்பிய காலத்தில் இன்பம், பொருள், அறம் என்று இந்த உயர் நோக்கங்கள் அமைந்திருந்தன.

இன்பமும் பொருளும் அறனும் என்றாங்கு
அன்பொடு புணர்ந்த ஐந்திணை மருங்கின்
காமக் கூட்டம்...

என்பார் தொல்காப்பியர்.

உயிரின் இயற்கைப் பண்பு இன்பநாட்டம். இன்பத்திற்குத் தேவை பொருள். அந்த இரண்டையும் அறத்தின் அடிப்படையில் துய்க்கவும் ஈட்டவும் வேண்டும். தனிமனித வாழ்வு சமூக வாழ்வோடு இணையும்போது அறம் முதலிடத்திற்கு வந்துவிடுகிறது. இதற்கான காரணங்களும் இருக்கத்தான் செய்கின்றன.

திணை வாழ்க்கை என்பது சங்க காலத்திற்கு முந்தைய வாழ்க்கை. அன்றைய வாழ்க்கை முற்றிலும் இயற்கையோடு இயைந்து, பகைமையற்றிருந்த வாழ்க்கை. இதன்பின்னர் குறுநில மன்னர்களிடம் பகை தோன்றி, பின்னர் மூவேந்தர்களின் படையெடுப்புகள் நிகழ்ந்தபோது பகைமையற்ற உலகம், பகைகொண்ட உலகமாக மாறியது. இதனால் அறம் தேவைப்பட்ட சமூகமாகவும் அது மாறிப்போனது. இதனால் தமிழர்களின் உயர் நோக்கங்களில் அறம் முதலிடத்தைப் பெற்றுவிட்டது. இதன்பின்னர் திருக்குறள் உள்ளிட்ட நூல்கள் இன்பம், பொருள், அறம் என்பதை அறம், பொருள், இன்பம் என்று மாற்றிக் கொண்டன.

அகவாழ்வை முதன்மையாகக் கொண்ட தொல்காப்பியத்தில் இன்பமும் பொருளும் அறமும் எனும் முறை வைப்பு இருந்தது, அகவாழ்வின் தன்மைகளில் மாற்றம் கண்டு, புற வாழ்வில் போரும் பகையும் தோன்றிய பின்னர் அறம் பொருள் இன்பம் என்று அன்றைய சமூக எதார்த்தத்திற்கான வழிகாட்டுதலை வள்ளுவம் முதலான நூல்கள் முன்வைக்கத் தொடங்கின.

பிற்காலத்தில் அறம், பொருள், இன்பம், என்பதோடு வீடு என்னும் மறுவுலக நம்பிக்கையும் சேர்த்துக் கொள்ளப் பட்டன. தொடக்க காலத்தில் வீடு என்பது, தமிழர்களின் நம்பிக்கையாக இல்லை என்பதற்கு புறநானூற்றில் ஆதாரம் இருக்கிறது.

அறம், பொருள், இன்பம் எனும் வாழ்வியலோடு, வீட்டையும் இணைத்து பிற்காலத்தில் கூறப்பட்டது. வாழ்வின் உறுதிப் பொருளை புருடார்த்தங்கள் என்கிறது வைதிகம். வாழ்வின் உறுதிப் பொருளை நான்கு என்று கூறும் வைதிகம், இவை அனைத்தையும் வருண நெறிக்கு உட்படுத்தி, அறம், பொருள், இன்பம், வீடு எனும் நான்கு என்று கூறுகிறது. பார்ப்பன, சத்திரிய, வைசியர்களுக்கு மட்டும் இவை உரியன என்றும் கூறப்பட்டது. சூத்திரர்களுக்கும் பஞ்சமர்களுக்கும் இது மறுக்கப்பட்டது. இதை எவ்வாறு வாழ்வின் உறுதி பொருளாக ஏற்றுக் கொள்ள முடியும்?

ஆனால் வீடு அல்லது வீடுபேறு என்பது தொல் தமிழர்கள் வாழ்க்கையில் காணப்படவில்லை. கோப்பெரு சோழன் இறப்பதற்கு முன்னர், புறநானூற்றுப் பாடல் ஒன்றில் பாடியவை முக்கியமானவை. இந்தப் பாடல் ஊழ் பற்றியது. இதில் மறுமையை ஆதாரம் இல்லாமல் ஏற்க முடியாது என்று குறிப்பிடுகிறான்.

தமிழரின் மெய்யியல் என்னும் தமிழரின் தத்துவம் இன்றைய நவீன அறிவுக் கோட்பாடு முன்வைக்கும், பொருளின் இருப்பு, பொருள் பற்றிய அறிவு, வாழ்வின் விழுமியங்கள் அதற்கான காரணங்கள், மனம், மொழி தொடர்பான கருதுகோள்கள் என்று அனைத்தின் அடிப்படைகளையும் உள்ளியக்கமாகக் கொண்டிருக்கிறது.

தமிழரின் தொடர் பாரம்பரியம் இயற்கை அழகையும், வாழ்க்கை அழகையும் விவரித்தபோதிலும், அவை அனைத்தும் அறிவுசார் இயற்கை தத்துவத்தை அடிப்படையாகக் கொண்டது என்பதை யாராலும் மறுக்க முடியாது. இதனை தமிழ் சித்தர்களின் பார்வையிலிருந்து பார்ப்பது அவசியமாகிறது.

தமிழ்ச் சித்தர் மரபில், நிறுவனங்களை உருவாக்கிக் கொண்டதாகச் சான்றுகள் இல்லை. இன்று சமயவாதிகள், சித்தர்கள் என்று சொல்லிக் கொள்வோர் உருவாக்கியிருப்பதுபோல் மிகப்பெரிய நிறுவன அமைப்பையோ, தங்களுக்கென்று ஆயிரக்கணக்கான சீடர்களையோ, கோடிக்கணக்கான செல்வத்தையோ தமிழ்ச் சித்தர்கள் சேர்த்துக் கொள்ளவில்லை. இவையெல்லாம் ஞானத்திற்கு தடையெனக் கருதினார்கள். தன்னை நாடிவந்த தகுதியுள்ள சீடனுக்கு மெய்ப்பொருளை கண்ணாரக் காட்டிக் கொடுத்துவிட்டு, நாடோடிகள் போல் சென்றுகொண்டேயிருந்தனர்.

தமிழ்ச் சித்தர்கள் தங்களுக்கென்று குறிப்பிட்ட மூர்த்தியையோ (கடவுள் உருவம்), குறிப்பிட்ட தீர்த்தத்தையோ (காசி, ரிஷிகேஷ், திரிவேணி சங்கமத்தில் நீராடுவோர்), தங்களுக்கென்று குறிப்பிட்ட தலத்தையோ (கோயில்கள்) வைத்துக்கொண்டு வழிபடுவதில்லை.

தமிழ்ச் சித்தர் மரபில் சடங்குகளுக்கோ, சம்பிரதாயங்களுக்கோ, மரபுவழிப்பட்ட வழிபாட்டு முறைக்கோ இடமில்லை. சித்தர் சிந்தனை மரபில் கடவுள் ஒருவரே. 'ஒன்றே குலம் ஒருவனே தேவன்' என்றார் திருமூலர்.

மெய்ப்பொருள் ஒன்று எனக் கண்டுரைத்தவர் தமிழ்ச் சித்தர். அண்டத்தையும், பிண்டத்தையும் ஒரே பரம்பொருள்தான் ஆட்சி செய்கிறது என்று கண்டுரைத்தவர் தமிழ்ச் சித்தர்.

அமைதியான, மிகப்பெரிய சமுதாய மாற்றத்தை தமிழ்ச் சித்தர்கள் செய்தனர். உயிரே கடவுள் எனப் போற்றி (திருமந்திரம் 2017) வழிபட்டனர். இந்த அக வழிபாட்டிற்குச் சாதியோ, செல்வமோ, தகுதியோ இன்னபிறவோ தடையில்லை. அவரவர் மனம் விரும்பியபடி அமைதியாக, முழு ஈடுபாட்டுடன் இந்த அக வழிபாட்டினைச் செய்யலாம். தமிழ்ச் சித்தர் கண்ட புரட்சிகரமான உடம்பாலய வழிபாடு போற்றி வரவேற்கத்தக்கது. அனைவரும் பின்பற்றத்தக்கது.

தமிழ்ச் சித்தர் சிந்தனை மரபில் மணிமுடியாகத் திகழ்வது, தன்னை அறிதல். தான் என்பது உடலல்ல என்பதனை உணர்ந்து இந்த உடலை உருவாக்கிய அறிவுப் பொருளாக உயிராக இருக்கிற மெய்ப்பொருளை அறிவதுதான் தன்னை அறிதல்.

தன்னை யறியத் தனக்கொரு கேடில்லை
தன்னை யறியாமல் தானே கெடுகின்றான்
தன்னை யறியும் அறிவை அறிந்தபின்
தன்னையே அர்ச்சிக்கத் தானிருந் தானே

(திரும. 2355)

தன்னை யறிந்திடுந் தத்துவ ஞானிகள்
முன்னை வினையின் முடிச்சை யவிழ்ப்பார்கள்
பின்னை வினையைப் பிடித்துப் பிசைவார்கள்
சென்னியில் வைத்த சிவனரு ளாலே *(திரும. 2611)*

எனச் சித்தர்கள் உரைத்திருப்பதிலிருந்து தன்னை அறிதலே தமிழ்ச் சித்தர்தம் தலையாய நெறி. தன்னை அறிந்த உயிர் காலத்தை வென்று, முக்காலத்தையும் வென்றவர்தாம் தமிழ்ச் சித்தர்.

தமிழ்ச் சித்தர் ஏதேனும் ஒருவகையில், மக்கள் தொண்டினை வாழ்நாள் முழுவதும் செய்துகொண்டே இருந்தனர். மக்களின் உயிர்ப்பிணியாக இருக்கும் பசிப்பிணியைப் போக்கும் மாபெரும் தொண்டினையும், உடற்பிணியாகிய நோய்களை நீக்கும் மருத்துவத்தையும், தன்னை அறியும் தவத்தால் நீங்கும் பிறவிப் பிணியைப் போக்கும் தொண்டினையும் செய்தனர்.

யாவர்க்கு மாம்இறை வற்கொரு பச்சிலை
யாவர்க்கு மாம்பசு வுக்கொரு வாயுறை
யாவர்க்கு மாம்உண்ணும் போதொரு கைப்பிடி
யாவர்க்கு மாம்பிறர்க் கின்னுரை தானே

(திருமந். 252)

படமாடக் கோயிற் பகவற்கொன் றீயில்
நடமாடக் கோயில் நம்பர்க்கங் காகா
நடமாடக் கோயில் நம்பர்க்கொன் றீயில்
படமாடக் கோயில் பகவற்க தாமே

(திருமந். 1857)

என்ற திருமூலரின் பாடல்கள், மனிதநேயத்தோடு தமிழ்ச் சித்தர் செய்த தொண்டினை விளக்குவனவாகும்.

இதில் பெருமைக்குரியது யாதெனின், இந்த உலகு இறைவனால் படைக்கப்பட்டது என்ற தொடக்க கால மானுட நம்பிக்கைகள் சூழ்ந்திருந்த காலத்தில், மனித அறிவு, வாழ்க்கை ஆகிய அனைத்தும் இயற்கையிலிருந்துதான் பிறப்பெடுத்தது என்பதில் தமிழரின் மெய்யியல் இதில் கூடுதல் கவனம்கொண்டிருந்தது என்பதை உணர்ந்துகொள்ள முடிகிறது. இன்றைய தமிழ் சித்தர் மரபு இதற்கான ஆதாரமாகும்.

*

7
தொல்காப்பியர்

தொன்ம நம்பிக்கைகள் என்பதை, நேரடி அனுபவமாக நம் கண்கள் பார்த்ததில்லை. வரலாற்றிலும் இவை ஆழமாகப் பதிவு பெறாதவை. இதை மட்டும் ஆதாரமாகக் கொண்டு தொன்ம நம்பிக்கைகள் பொய்யானவை என்று கூறிவிட முடியாது. உலகில் இன்று கண்டறியப் பட்டுள்ள ஆய்வுகளில் பல, ஆரம்பத்தில் தொன்ம நம்பிக்கைகள்தான். அதை அடிப்படையாகக் கொண்டுதான், அவை பின்னர் நிரூபிக்கப்பட்டன. தமிழர்கள் புறப்பட்ட தொலைதூரம் இன்று நம் கண்ணுக்கு அது தெரியவில்லை. கண்ணுக்குத் தெரியவில்லை என்பதால் உண்மை இல்லை என்று மறுக்க முடியுமா? தொன்மம் என்னும் மாய நம்பிக்கைகளின் வேர்களைக் கைப்பற்றி தமிழர்கள், கடந்த காலத்தில் தமிழர்கள் வாழ்ந்த மலைமுகடுகளில் இன்று ஏறி அமர்ந்து சிந்தித்துப் பார்க்கும் சீரியமுயற்சிகள் நமக்கு வேண்டும்.

தொல்காப்பிய காலத்தை அறிந்துகொள்வதற்கு முன் சங்க காலத்தைப் பற்றி நமக்குக் கிடைத்த தகவல்களை அறிந்துகொள்வது இங்கு அவசியமாகிவிட்டது. முதற்சங்கம், இடைச்சங்கம், கடைச்சங்கம் என்ற மூன்று தமிழ்ச் சங்கங்கள் இருந்தன. இந்த முத்தமிழ்ச் சங்க வரலாற்றை, இறையனார் அகப்பொருள் உரைதான் சொல்கிறது. கி.பி. 7ஆம் நூற்றாண்டைச் சார்ந்த நூல் இது.

சிலப்பதிகார உரையாசிரியர் அடியார்க்கு நல்லார், தனது பதிக உரையில், இரண்டாம் ஊழியாகிய கபாடபுரத்தில் நிலந்தரு திருவிற் பாண்டியன் அவையில் அகத்தியரும்

தொல்காப்பியரும் இருந்ததாகக் குறிப்பிடுகிறார். நேரடியான எழுத்துகளில், ஆதாரம் கேட்டு இன்று இது பொய் என்று தீர்ப்பு எழுதிவிட முடியும். ஆனால் தொல்காப்பியம் நமக்குக் கிடைத்துள்ள முதல் நூல் என்றால் அதற்கு முன்னர், எந்த நூல்களும் தோன்றியிருக்க முடியாது. எந்த உயர் மக்கள் பண்பாடும் வாழ்ந்திருக்க முடியாது என்று யாராலும் கூறமுடியுமா? இதை உண்டு என்பவர்களிடம் ஆதாரம் இல்லை என்றால் இல்லை என்று மறுப்பவர்களிடம் மட்டும் என்ன ஆதாரம் இருக்கிறது.

புகழ்மிக்க தமிழறிஞர் நா. சுப்பா ரெட்டி தொல்காப்பியர் பற்றி கீழ்க்கண்டவாறு குறிப்பிடுகிறார். மூன்று கடல்கோள்கள் தமிழ் நிலத்தின் ஒரு பகுதியை விழுங்கின. இந்தப் பெரும் துயரில் சங்க கால நூல்கள் அனைத்தும் அழிந்துபோயின. தொல்காப்பியர் முதல் சங்கத்தைச் சேர்ந்தவர். நூல்கள் எல்லாம் அழிந்தால் பழைய மரபை ஒட்டி தொல்காப்பியம் எழுதவேண்டிய அவசியம் அவருக்கு ஏற்பட்டது என்கிறார். அச்சக வசதி, காகித வசதியும் இல்லாத அந்தக் காலத்தில் ஓலைச் சுவடிகளில் தொன்மையான பாரம்பரியத்தில் நின்று, இலக்கணம் வகுப்பது எத்தகைய மகத்தான செயல். அதிலும் வாழ்க்கைக்கும் மொழிக்குமான இலக்கணம் பாக்களின் வடிவத்தில். உருவாக்கப்பட்டுள்ளது என்கிறார்.

இறையனார் அகப்பொருள் என்பது ஒரு தமிழ் இலக்கண நூல். இந்த நூலின் ஆசிரியர் இறையனார் என்று கூறப்படுகிறது. இதன் உரையாசிரியர் நக்கீரர். தமிழ் இலக்கியங்கள் செய்யாத சாதனையை இருபதாம் நூற்றாண்டின் திரைப்படம் ஒன்று செய்து முடித்துவிட்டது. புகழ்மிக்க இயக்குநர் ஏ.பி.நாகராஜன் இயக்கத்தில் அமைந்த திருவிளையாடல், மிகவும் அறிந்தவராக நக்கீரரை நமக்கு பிரபலப்படுத்திவிட்டது. நக்கீரரின் இறையனார் அகப்பொருள் உரையில், அகத்தியம் இலக்கணமாக இருந்தது. இவை இடைச் சங்க காலத்தில் புகழ்பெற்றிருந்தன என்றும், அகத்தியமும் தொல்காப்பியமும் கடைச்சங்க காலத்திலும் மேலும் அறியப்பட்டிருந்தன என்றும் கூறப்பட்டுள்ளது. இதிலுள்ள உண்மையை, பொய்யை ஆய்வுகள் மூலம்

கண்டறிய வேண்டும் என்பதில் ஆட்சேபணை இல்லை. ஆனாலும் இந்தத் தகவல்களை தெரிந்துகொள்வதில் எந்தத் தவறும் இருப்பதாகத் தெரியவில்லை.

தொல்காப்பியத்தின் பாயிரம் பற்றிக் குறிப்பிடும் அதன் உரையாசிரியர் இளம்பூரணர், 'தமிழ்பேசும் நிலத்தில் வாழுகின்ற அகத்தியர்' என்று குறிப்பிடுகிறார். மற்றொரு உரையாசிரியர் நச்சினார்க்கினியரும் அகத்தியம், மாபுராணம், பூதபுராணம், இசை நுணுக்கம் போன்ற நூல்களைப் பற்றிக் கூறுகிறார். சிவஞான முனிவர், 'அகத்தியம் தொன்மைமிக்கது' எனக் கூறுவர்.

தமிழ் இலக்கிய வரலாற்றில் நூலாசிரியர்களுக்கு சமமாக உரையாசிரியர்கள் இடம்பெற்றுள்ளனர். உரையாசிரியர்கள், நற்றமிழ் மொழிக்குச் செய்துள்ள தொண்டு அளப்பரியது. காலம் பல கடந்தும் தமிழ் அதன் இளமை குன்றாது வாழ்வதற்கு உரையாசிரியர்கள் ஆற்றிய பணிகள் சிறப்பிடத்தைப் பெறுகின்றன.

தொல்காப்பியத்தின் உரையாசிரியர்கள் பற்றி நாம் தெரிந்து கொள்வது அவசியமாகிறது. தொல்காப்பியத்திற்கு முதன்முதலில் உரை எழுதியவர் இளம்பூரணர். இவரைப் பின்பற்றி பேராசிரியர் சேனாவரையர், நச்சினார்க்கினியர், தெய்வச்சிலையார், கல்லாடர் போன்றோர் உரை எழுதியுள்ளனர். தொல்காப்பிய சொல்லதிகாரத்திற்குப் பழைய உரை ஒன்று உள்ளது. அதனை இயற்றியவர் ஊர், பெயர் எதுவும் தெரியவில்லை.

அழியாத பெருமையுடைய அகத்தியன் என்னும் அருந்தவ முனிவனால் ஆக்கப்பட்டது என்று கூறப்படும் அகத்தியம், பேரகத்தியம், சிற்றகத்தியம் என இருவகைப்படும் என்று சொல்கிறார்கள் சிலர். பேரகத்தியம் முதல் நூலாக இருக்கலாம். சிற்றகத்தியம் அதன் சுருக்கமாகவும் இருக்கலாம் என்றும் கூறப்படுகிறது.

முதற்சங்கம், இடைச்சங்கம், கடைச்சங்கம் மூன்று காலங்களிலும் நின்று நிலவியது அகத்தியம். இன்று அது நமக்குக் கிடைக்கவில்லை. அகத்தியம் என்ற பெயரில் அரிதாக சில சூத்திரங்கள் மட்டுமே கிடைத்துள்ளன.

எப்படிப் பார்த்தாலும் தொல்காப்பியருக்கு முன்னரே அறிவுசார் படைப்புலகம் ஒன்று தமிழில் இருந்தது என்பதை மறுக்கமுடியாது. இன்று நம் கைகளுக்கு அந்த நூல்களும், அதை இயற்றிய புலவர்களின் பட்டியலும், கிடைக்கவில்லை என்பதாலேயே அந்த அறிவுசார் உலகம் இருந்ததை நம்மால் மறுக்கமுடியாது. சிறந்த இலக்கியங்கள், இலக்கண நூல்கள் இருந்திருக்க முடியும் என்பதையும் நம்பிக்கையோடு அனுமானித்துக் கொள்ள முடிகிறது. தொல்காப்பியருக்கு முன்னரே ஒரு சிறந்த இலக்கிய மரபு தமிழில் இருந்திருக்கிறது என்பது உண்மையிலும் உண்மை.

நவீன காலத்தின் கவனத்தை தொல்காப்பியத்தின் பாயிரம் கவர்ந்துள்ளது. தற்காலத்தில் வெளிவரும் நூல்கள் அனைத்திலும் முன்னுரை அல்லது நூன்முகம் கட்டாயம் இடம் பெறுகிறது. இதில் சிறப்பு என்னவெனில், உலகத்திலேயே முதன்முதலில் எழுதப்பட்ட முன்னுரை எது என்றால் அது தொல்காப்பியத்தின் பாயிரம்தான். இதற்கான ஆதாரங்களை பேராசிரியர் தமிழண்ணல் தனது ஆய்வுகளில் முன்வைத்துள்ளார்.

பாயிரத்தின் முதல் மூன்றடிகளில் தமிழகத்தின் எல்லைகள் வரையறுக்கப்படுகின்றன. எந்த மண் தந்த அறிவு வளம், தொல்காப்பியரை உலகின் தலைசிறந்த இலக்கண நூலை உருவாக்கப் பணித்ததோ, அந்த மண்ணின் எல்லைகள் எவை என்பதும் தொல்காப்பியத்தில் கூறப்பட்டுள்ளது. பின், ஆறாவது ஏழாவது அடிகளில், செந்தமிழ் இயற்கை மிகுதியும் செழித்த இந்த நிலத்தின் முன்தோன்றிய நூல்களை முறைப்பட எண்ணி, அவர் இலக்கியத்திற்கு உரிய இலக்கண விதிகளை யாத்துள்ளார் என்று குறிப்பிடுகிறார். இவை. **'வடவேங்கடம் தென்குமரி ஆயிடைத் தமிழ் கூறும் நல்லுலகத்து செந்தமிழ் இயற்கை சிவணிய நிலத்தொடு, முந்துநூற் கண்டு முறைப்பட எண்ணி முந்தைய நூல்களின் துணை கொண்டு'** எழுதப்பட்டது என்று பாயிரத்தில் குறிப்பிடப்பட்டுள்ளது.

தொல்காப்பியரின் காலம் மிகவும் தொன்மையானது. தொன்மையான வாழ்க்கையை வரைமுறை செய்வதிலும் சில சங்கடங்கள் வந்துவிடுகின்றன. இதை வைத்துக் குழப்பங்களை

உருவாக்கிக் கொண்டிருப்பவர்களும் இருக்கத்தான் செய்கிறார்கள். ஆனாலும் அவர் வாழ்ந்த காலம்பற்றி அறிஞரிடையே கருத்து வேறுபாடுகள் இருக்கின்றன.

வேத வியாசர் காலத்திற்குமுன்பே தொல்காப்பியர் வாழ்ந்தார் என்ற கருத்தும் இருக்கிறது. இவரது காலம் கி.மு. 5320 முதல் கி.மு. 6ஆம் நூற்றாண்டு வரை என்று பல்வேறு காலங்களை குறிப்பிட்டுச் சொல்கிறார்கள்.

தொல்காப்பியர் கி.மு. 5320 ஆண்டுக்கு முற்பட்டவர் என்பது பேராசிரியர் க.வெள்ளைவாரணனாரின் கருத்து. மறைமலை அடிகள் இதிலிருந்து வேறுபடுகிறார். அவரது மதிப்பீட்டின்படி, கி.மு.3500 ஆண்டுக்கு முற்பட்டது என்கிறார். கி.மு.1000க்கு முற்பட்டது என்ற கருத்தை முன்வைக்கிறார், நாவலர் ச.சோமசுந்தர பாரதியார். கி.மு. முதல் நூற்றாண்டு என்பது டாக்டர் மு.வரதராசனாரின் கால வரையறை.

கி.மு. முதல் இரண்டு நூற்றாண்டுகளைச் சார்ந்தவர் என்று தமிழறிஞர் சீனிவாச அய்யங்கார் கூறுகிறார். கி.மு. நான்கு அல்லது ஐந்தாம் நூற்றாண்டு என்று பேராசிரியர் எஸ்.வையாபுரிப்பிள்ளை, கே.ஏ. நீலகண்ட சாஸ்திரி ஆகியோரின் ஆய்வு முடிவு தெரிவிக்கிறது. மக்கள், இரும்பு, பொன் முதலிய உலோக வகைகளைக் கண்டுபிடித்த காலம் கி.மு. ஐயாயிரத்திற்குப் பின் என்கிறார்கள். தொல்காப்பியத்திலே உலோகங்கள் குறிப்பிடப்பட்டுள்ளன. ஆதலால் அதன் காலம் கி.மு. ஐயாயிரத்திற்குப் பிற்பட்டது தான் என்பதில் ஐயமில்லை என்பதும் உறுதிபட கூறப்படுகிறது.

ஒரு மொழியில் முதலில் தோன்றியது இலக்கியம். அதன் அடியொட்டி அமைவது இலக்கணம். இலக்கியம் கண்டதற்குப் பின்பு தான் இலக்கணம் தோன்றியிருக்க முடியும். இதனை இலக்கியம் இயம்பலின் என்ற சொல் மூலம் உறுதிப்படுத்துகிறார் நன்னூல் இயற்றிய பவணந்தி. இலக்கியத்திற்குப் பின்னர்தான் இலக்கணம் தோன்ற முடியும் என்ற தமிழரின் மரபுசார்ந்த நம்பிக்கைக்கு இது ஒரு முக்கியமான ஆதாரமாகும். தொல்காப்பியர் விரிந்த எல்லைகளைக் கொண்ட ஒரு பெரும் இலக்கண நூலை

இயற்றி விதிகள் வகுக்கவேண்டும் என்றால், அதற்கு முன்னரே தகுதிவாய்ந்த தமிழ் நூல்கள் இருந்தால் மட்டுமே இவ்வாறு ஒரு நூல் எழுதுவதற்கு வாய்ப்புக் கிடைத்திருக்கும் என்பதை யாராலும் மறுக்க முடியாது..

'என்மனார் புலவர்'
'என்ப வாய்மொழிப் புலவர்'
'மொழிப யாப்பறி புலவர்'
'என்ப சிறந்திசினோர்'

என்பவை போன்ற சொற்றொடர்கள் தொல்காப்பியத்தில் தொல்காப்பியரால் எழுதப்பட்டுள்ளது. 'முன்னைய நூலாசிரியர்கள் இவ்வாறு கூறுவார்கள்' என்பதே இச்சொற்றொடர்களுக்கும் சொற்களுக்கும் உரியப் பொருள் ஆகும். இதற்கு முன்னர் இலக்கியங்களும் இலக்கண நூல்களும் பலரால் எழுதப்பட்டுள்ளது என்பதையும் தொல்காப்பியர் என்ப, என்மனார், புலவர் என்பன போன்ற வாய்பாடுகளால் குறிப்பிடுகின்றார் இவை எல்லாவற்றிற்கும் மேலாக பாயிரம் எழுதிய பனம்பாரனார்.

முந்து நூல்கண்டு மறைப்பட எண்ணிப்
புலந்தொகுத்தோன்

என்று கூறியுள்ளார்.

தமிழறிஞர் ரா.இராகவையங்கார், கூறும் கருத்துக்கள் முக்கியமானவை. தொல்காப்பியர் தமக்கு முன்னிருந்த இலக்கணங்களையும், இலக்கியங்களையும் ஆராய்ந்தவர். அவற்றை வைத்துக்கொண்டே தமது இலக்கணத்தை எழுதினார் என்று கூறவும் முடியும்.

தொல்காப்பியருக்கு முன்பு இருந்து, பின்பு கடல் கோள்களால் விழுங்கப்பட்ட நிலம் தந்த மரபு முன்னோர் மரபாக இருக்கலாம். அந்த கடற்கோள் பெருக்கிய பெரும் வெள்ளத்தால் நம் முன்னோரின் அனைத்து நூல்களையும் நாம் இழந்துவிட்டோம். தொல்காப்பியம் அந்த அறிவின் தொடர்ச்சிதான் என்பதை இன்றைய தர்க்க அறிவின்மூலம் நாம் உணர்ந்துகொள்ள முடியும். முந்தைய நூல்களின் மதிப்புயர்ந்த கருத்துகளை அறிந்து, அதை அன்றைய

காலத்திற்கேற்ப தொல்காப்பியர் வடிவமைத்துள்ளார் என்பதை நாம் யூகித்து அறிந்துகொள்ள முடியும் அதனால்தான் தொல்காப்பியம், தமிழரின் முழுமை பெற்ற நூலாக அமைந்துள்ளது என்கிறார் இவர்.

புகழ்மிக்க இந்தப் பெருநில மரபு செவி வழியாகவும், உரையாசிரியர்கள் வழியாகவும், ஆய்வுகள் வழியாகவும் நம்மிடம் வந்துசேர்ந்துள்ளது. இதை மறுப்பதற்கு வேறு காரணங்கள் இல்லை. இடைக்காலத்தில் மக்கள், தாம் செவிவழி அறிந்த செய்திகளோடு கூடுதலாகச் சில புராணச் செய்திகளும் இதில் கலந்துள்ளது என்பதும் உண்மைதான். இதில் உண்மையை விருப்பு வெறுப்பற்ற ஆய்வுகளின் மூலம் நாம் விளங்கிக்கொள்ள வேண்டும்.

முன்னோர் மரபுக்கான ஆதாரத்தை தொல்காப்பியரே தருகிறார். மொத்தம் 330 இடங்களில் தொல்காப்பியத்தில் முன்னோர் மரபு குறிப்பிடப்படுகிறது. ஐந்து நூற்பாக்களுக்கு ஒரு நூற்பா என்ற விகிதத்தில் இது அமைந்துள்ளது. தொல்காப்பியர் இது முன்னோர் மரபுபற்றி அவரிடம் அமைந்திருந்த உணர்வில் இருந்து புரிந்துகொள்ள முடிகிறது. அகத்தியம் பற்றியோ, பிற நூல்கள் பற்றியோ தனிப்பட எந்தக் குறிப்பையும் அவர் கூறவில்லை என்பதும் உண்மைதான்.

சில தருணங்களில், பூர்வ வாசனைகள் ஆய்வுக்கான வசதியை மனமுவந்து வழங்கிவிடுகின்றன. தொல்குடி பிறப்பிலிருந்து இந்த வாசனை தொடங்குகிறது. சேரர்குடி, பாண்டியர்குடி என்பதுபோல காப்பியக்குடி என்பதும் ஒரு பழமையான தமிழ் குடி. பெரிய புராணத்தை எழுதியவரின் பெயராக அமைந்துபோன, சேக்கிழார் என்பதும் ஒரு குடியின் பெயர். இதில் மற்றொரு செய்தியும் உண்டு. சங்கம் மருவிய காலத்தில், காப்பியனார் என்றொரு புலவரும் இருந்தார். சிலப்பதிகாரத்தின் வஞ்சிக் காண்டத்தில் இவரது பெயர் இடம்பெறுகிறது. தமிழகத்தில் காப்பியாறு, காப்பியாக்குடி, காப்பியமூர் ஆகிய ஊர்கள் வழக்கத்தில் இருக்கின்றன. இந்த ஊர்களில் காப்பியக் குடிகள் வாழ்ந்திருக்கலாம் என்று கூறப்படுகிறது.

தொல்காப்பியர் இந்த காப்பியக்குடி ஒன்றில் பிறந்தவர். தொல்காப்பியத்திற்கு பாயிரம் எழுதிய பனம் பாரனார்தான், இவர் காப்பியக் குடியைச் சார்ந்தவர் என்பதை உறுதி செய்கிறார்.

தொல்காப்பியத்தில் நான்கு மறைகள் பற்றிக் குறிப்பிடப்பட்டிருக்கிறது.

'அறங்கரை நாவின்
நான்மறை முற்றிய
அதங்கோட் டாசாற்கு'

தொல்காப்பியம் நான்கு மறைகளில் வல்லவர் அதங்கோட்டத்தாசன் என்பது இதன் பொருள். நான்மறை என்பது ரிக், யசுர், சாமம், அதர்வனம் என்ற நான்கு வேதங்களைக் குறிக்கிறதா? என்ற கேள்வி இதனை ஒட்டி எழுகின்றது.

வேதங்கள் நான்கு என்னும் மரபு பிற்காலத்தில் தோன்றியது என்கிறார்கள். கி.பி. 13வது நூற்றாண்டில் விஜயநகரப் பேரரசு காலத்தில் வாழ்ந்த மாத வித்யாரண்யர் எழுதிய 'சர்வதர்ஷன் சங்கிரகம்' என்னும் நூலில் வேதங்கள் மூன்று என்று குறிப்பிடப்பட்டுள்ளது.

தமிழிலுள்ள வேறு நான்கு மறைகள் இவை என்ற கருத்தும் ஆதாரத்தோடு முன்வைக்கப்பட்டுள்ளது. வேத வியாசருக்கு முன்னிருந்த நான்கு வேதங்கள் தைத்திரியம், பௌடிகம், தலவகாரம், சாமம் என்னும் இந்த நான்கு மறைகளையே தொல்காப்பியனார் கற்றறிந்திருந்தார் என்று கூறுபவர்களும் இருக்கிறார்கள். தொல்காப்பியச் சிறப்புப் பாயிரத்தில் உள்ள நான்மறை என்ற தொடருக்கு நச்சினார்க்கினியர் எழுதியிருக்கும் உரையில் 'இன்றுள்ள நான்கு வேதங்களுக்கும் முற்பட்டது தொல்காப்பியம்' என்று கூறியதிலிருந்து, தொல்காப்பியத்தின் தொன்மை உறுதி செய்யப்படுகிறது.

தொல்காப்பியம், திராவிட மொழிகளிலேயே மிகவும் தொன்மையான தமிழ் மொழியில் எழுதப்பட்டுள்ளது. இதர திராவிட மொழிகளில் இலக்கியங்கள் தோன்றுவதற்கு பல நூற்றாண்டுகளுக்கு முன்னரே தொல்காப்பியம்

பிறந்துவிட்டது. கி.பி. 9ஆம் நூற்றாண்டில்தான் முதல் கன்னட நூல் 'கவிராஜ மார்க்கம்' எழுதப்பட்டது. கி.பி. 1020இல்தான் முதல் தெலுகு இலக்கியம் என்று கூறப்படும் 'பாரதம்' என்னும் நூல், நன்னயப் பட்டர் என்பவரால் எழுதப்பட்டது. 10ஆம் நூற்றாண்டில்தான் தமிழிலிருந்து பிரிந்து சென்ற மலையாளம் 'இராமசரிதம்' என்னும் முதல் நூலை எழுதிக் கொண்டது.

தொல்காப்பியர் இயற்கை, சமூகச் சூழல் ஆகியவற்றை நன்கு ஆராய்ந்த சான்றோர். அவர் பழந்தமிழ் நூல்களை மட்டுமல்லாது, வடமொழி நூல்களையும் கற்றறிந்தவர் என்கிறார்கள்.

தொல்காப்பியர் ஐந்திரம் நிறைந்தவர். இக்கருத்து இன்று ஒரு விவாதப்பொருளாகவே மாறிவிட்டது. இதனை பனம்பாரனார்,

'மல்குநீர் வரைப்பின் ஐந்திரம்
நிறைந்த தொல்காப்பியன்..'

எனப் பாராட்டுகிறார். 'மல்குநீர் வரைப்பின் ஐந்திரம்' எனும் அடிக்கு உரை எழுதிய இளம்பூரணர்.

'மிக்க நீரையுடைய கடலாகிய

எல்லையையுடைய உலகின் கண்ணே

ஐந்திர வியாகரணத்தினை'

என விவரிக்கின்றார்.

அனைத்துக் கலைகளையும் பயிற்றுவிக்கும் சிந்தனைப் பள்ளி ஒன்று கி.மு. ஆறாம் நூற்றாண்டில் தென்னாட்டில் இயங்கியதாக 'அவதான சாதகம்' என்னும் நூல் குறிப்பிடுகிறது. இது புத்த சமய சாதக நூல்களில் ஒன்று. இதில் குறிப்பிடும் தகவல் ஆர்வமூட்டுவதாக உள்ளது. கி.மு. 7ஆம் நூற்றாண்டு, இன்றைய பீகார் மாநிலத்தில், நாளாந்தவிற்கு அருகில் அமைந்த சிற்றூர் ஒன்றில் பிறந்த மாதவன் என்னும் பிராமண இளைஞன், ஐந்திரம் கற்கும் நோக்குடன் ஐந்திரம் சிந்தனைப் பள்ளிக்கு தென்னாட்டிற்கு வந்தான் என்று குறிப்பிடப்படுகிறது.

நிலம், நீர், தீ, வளி, விசும்பு எனும் ஐம்பெரும் பூதங்களின் இயல்புகளை அறிவியல் நோக்கில் ஆராய்ந்த சிந்தனைப் பள்ளியே ஐந்திரம் என்பதாகும். ஐந்திரம் என்பது கலைகள் அனைத்திற்குமான இலக்கண நூல் என்று சிலர் கூறுகின்றனர், ஓவியக் கலை, சிற்பக் கலை, கட்டடக் கலை, இசைக் கலை, நாட்டியக் கலை ஆகியவற்றிற்கான இலக்கணம் இது என்று புகழ்மிக்க மரபுசார் கட்டடக் கலைஞர் கணபதி ஸ்தபதி கூறுகிறார். அவர்களின் கருத்துப்படி, ஐந்திரம் மயன் என்பவரால் கடைச் சங்க காலத்தில் எழுதப்பட்ட நூல். இவ்வாறு ஒரு நூல் இல்லை என்று மறுப்பவர்களும் இருக்கத்தான் செய்கிறார்கள்.

தொல்காப்பியரின் தனித்தன்மைகளை சிறுமைப்படுத்தும் முயற்சிகளும் தொடர்ந்து நடைபெற்றுக் கொண்டேயிருக்கின்றன. நமக்கு முன்னிருந்த இலக்கண, இலக்கிய ஆசிரியர்களின் கொள்கைகளையே தமது நூலில் தொகுத்து எழுதிய தொகுப்பாளர் என்பதைப் போல தோற்றம் தர முயற்சிக்கிறார்கள்.

முன்னோர் மரபை உணர்ந்து புதிய தேவைகளைப் பூர்த்தி செய்வது ஆக்கப்பூர்வமான படைப்பாக்கம். தொல்காப்பியம் உலகின் தலைசிறந்த படைப்புகளில் ஒன்று. இதனால் தொல்காப்பியரை தமிழின் கலங்கரை விளக்கம் என்று கூறலாம். காலப் பெருவெளியில் அவ்வப்போது புயலையும் பெருவெள்ளத்தையும் போல தோன்றிவிடும் பெரு அறிவுலக நெருக்கடிகளிலிருந்து தமிழர்களுக்கு இன்றுவரை வழிகாட்டி வரும் வலிமையைக் கொண்டிருக்கிறது தொல்காப்பியம்.

*

௪

தொல்காப்பியம்

ஒரு நூலைப் படைத்தவரின் பெயரே நூலின் பெயராக அமைவது எத்தகைய சுவையானது. தொல்காப்பியர் எழுதிய நூல் அவர் பெயரிலேயே அழைக்கப்படுகிறது. இந்த வழக்கம் எல்லா மொழிகளிலும் உண்டு. தொல்காப்பியரின் பெயர் தொல்காப்பியத்துக்கும் அமைந்துவிட்டது.

ஆசிரியரும் அவர் எழுதிய தொல்காப்பியமும் பல நூற்றாண்டுகளைக் கடந்தும் இன்றும் உயிர்ப்புடன், புத்தம் புதியதாய் காட்சி தருகிறது. இத்தனைக்கும் இது ஒரு காவியமோ, இதிகாசமோ அல்ல. காவியம் அல்லது இதிகாசங்களின் கதாபாத்திரங்கள் காலமெல்லாம் மக்களிடம் வாழ்ந்துகொண்டே இருக்கிறார்கள். இதைப் போல தொல்காப்பியம் வரலாறும் இல்லை.

வரலாறு என்றால் தேசத்தோடு தொடர்புடைய கடந்த காலம். மக்களுக்கு இது அடிக்கடி நினைவுபடுத்தப் படும். தவிர்க்க முடியாமல் ஆட்சியாளர்கள் இதனை நினைவுபடுத்திக் கொண்டேயிருக்கும் சூழலும் இதன் பின்னணியில் அமைந்துள்ளது. இது மதம் சார்ந்த நூலும் அல்ல. விவிலியம், திருக்குரான், பகவத் கீதை போன்று. நீதிசார்ந்த நூலும் அல்ல. நீண்டகாலத்திற்கு இதை மக்கள் தொடர்ந்து நினைவில் வைத்துக்கொள்ளும் வாய்ப்பு இதற்கு இல்லை. இதைப் போல மக்களுக்கு அன்றாடம் தேவைப்படும் மருத்துவ நூலும் அல்ல இது.

தொல்காப்பியம் ஓர் இலக்கண நூல். செந்தமிழுக்கு இன்றுள்ள பழமையான சிறந்த இலக்கணமாக இது அமைந்துவிட்டது. காலத்தால் முந்திய இலக்கண நூல் இது. நன்னூல், நேமிநாதம், வீரசோழியம், இலக்கண விளக்கம், இறையனார் அகப்பொருள், நம்பியகப் பொருள், புறப்பொருள், வெண்பாமாலை யாப்பருங்கலக்காரிகை, தண்டியலங்காரம் போன்ற இலக்கண நூல்களும் தமிழில் இருக்கத்தான் செய்கின்றன. ஆனாலும் இலக்கணத்தின் முதல் நூல், வழிகாட்டும் நூல் என்றால் அது தொல்காப்பியம் மட்டுமே. மற்றைய நூல்கள் தொல்காப்பியத்தின் அடியொற்றிப் பிறந்தவை.

தொல்காப்பியம் மொழிக்கான இலக்கணத்தையும், வாழ்க்கைக்கான இலக்கணத்தையும் மிக விரிவாகக் கூறியபோதிலும், நூல் செய்யுள்களில் சுருக்கமாகவே அமைந்து தனித்துவமான கட்டமைப்பைக் கொண்டிருக்கிறது. இத்தகைய செய்யுள் கட்டமை வேறு எந்த மொழிப் பாடல்களிலும் இல்லை.

தமிழ் இலக்கணத்தை மூன்று பிரிவாகவே பிரித்து, எழுத்து, சொல், பொருள் என்று கூறப்படுகிறது. மொத்த தொல்காப்பிய நூற்பாக்கள் 1610. இதில் எழுத்திகாரம் 483, சொல்லதிகாரம் 463 பொருளதிகாரம் 664, எல்லாம் வாழ்க்கையை இலக்கணம் பற்றியும், மொழி இலக்கணம் பற்றியும் பேசுகின்றன.

தொல்காப்பியத்தை, தொல்காப்பியத்திற்குப் பின்னர் வந்த இலக்கண நூல்கள், வளர்த்தெடுத்து இதன் பிரிவுகள் ஐந்து என்று அறிவித்தன. எழுத்திலக்கணம், சொல்லிலக்கணம், பொருள் இலக்கணம், மூன்றுக்கு பின்னர் யாப்பிலக்கணம், அணியிலக்கணம் என்ற இரண்டும் பின்னர் புதிய வளர்ச்சிகளின் காரணமாக இணைக்கப்பட்டன.

எழுத்திலக்கணமும், சொல்லிலக்கணமும் நன்னூலில் உள்ளன. நம்பியகப் பொருள் என்பது, பொருள் இலக்கணத்தின் ஒரு பகுதியான அகப்பொருளைப் பற்றி மட்டும் விவரிக்கிறது. அகப்பொருள் மட்டும் கூறும்

இறையனார் அகப்பொருள் என்ற இன்னொரு நூலும் உண்டு. புறப்பொருள் வெண்பாமாலை என்பது பொருள் இலக்கணத்தின் மற்றொரு பகுதியான புறப்பொருளைப் பற்றி மட்டும் கூறுகிறது. யாப்பருங்கலக்காரிகை என்பது செய்யுள் இலக்கணத்தைப் பற்றி மட்டும் சொல்லும் இலக்கண நூல். தண்டியலங்காரம் என்பது அணியிலக்கணத்தைப் பற்றி மட்டும் விவரிக்கிறது. யாப்பருங்கலம் என்ற பெயருடன் மற்றொரு செய்யுள் இலக்கண நூலும் உண்டு.

இவ்வாறு எழுத்து, சொல், பொருள், யாப்பு, அணிகளைப் பற்றி பிற்காலத்தில் தனித்தனி இலக்கணங்கள் எழுதிவைத்தனர். இதன் பின்னர்தான் இலக்கண நூல்கள், ஐந்து வகையாக தோன்றியது. ஆனாலும் இவை அனைத்தையும் பெற்றெடுத்த தாய் தொல்காப்பியம் என்பதில் யாருக்குமே மாற்றுக் கருத்துகள் இருக்க முடியாது.

எழுத்துகளைப் பற்றி பேசுவது எழுத்திலக்கணம். எழுத்துகளால் சொற்கள் அமைகின்றன. அந்த சொற்களைப் பற்றி பேசுவது சொல்லிலக்கணம். தொல்காப்பிய விதிப்படி, எந்தச் சொல்லும் பொருளற்று இருப்பதில்லை. அந்தச் சொற்களில் அடங்கியுள்ள பொருள்களைப் பற்றிக் கூறுவது பொருள் இலக்கணம். யாப்பு இலக்கணமும் அணியிலக்கணமும் ஆரம்பகாலங்களில் பொருள் இலக்கணத்தின் ஒரு பகுதியாகக் கருதப்பட்டது.

இலக்கணத்தில் பொருள் பற்றிய வேறொரு குறிப்பும் முக்கியமானதாகும். உலக மொழிகளிலேயே தனித்துவம் கொண்டதாகக் கூறப்படும் அகம், புறம் என்ற இரண்டு உட்பொருளாகக் கொண்டிருக்கிறது தமிழ் இலக்கணம். அணியும், பொருளும் இவ்வாறு இணைந்து படைப்புகள் ஆக்கம் பெறுகின்றன. ஆரம்ப காலங்களில் கவிதையில் இந்த ஒழுங்கமைவு உற்றுப் பார்க்கப்பட்டன. கவிதையின் பொருள், அகப்பொருளாகவோ, புறப்பொருளாகவோதான் இருக்கும். அகப் பொருள் தழுவிய காதற் பாடல்களையும், புறப்பொருள் தழுவிய அரசியல், வாணிகம், அறிவுரை போன்ற செய்திகளில் முன்னோர்கள் செய்யுட்களையும் நூல்களையும் இயற்றி வந்தனர். இந்தப் பாடல்களுடன் அணியும் பொருந்தியிருக்கும். ஆகையால் தான் யாப்பையும்,

அணியையும், பொருளையும் ஒன்றாகக் கருதியே அதற்குப் பொருள் இலக்கணம் என்று பெயர் வைத்தார் தொல்காப்பியர்.

பிற்காலத்திலே தோன்றிய இலக்கண விளக்கம் என்னும் நூல் தொல்காப்பியத்தைப் பின்பற்றி எழுதப்பட்டது. எழுத்ததிகாரம், சொல்லதிகாரம், பொருளதிகாரம் என்ற மூன்று பகுதிகளையுடையதே இலக்கண விளக்கம். இதனைக் 'குட்டி தொல்காப்பியம்' என்று கூறுவர்.

தொல்காப்பிய, எழுத்ததிகாரத்தில் ஒன்பது இயல்கள் உண்டு. இவை எழுத்திலக்கணத்தை ஒன்பது வகையாகப் பிரித்துக் கூறுகின்றன. சொல்லதிகாரமும் ஒன்பது இயல்களைக் கொண்டது. இந்த ஒன்பது இயல்களும் சொல்லிலக்கணத்தை ஒன்பது வகையாகப் பிரித்துச் சொல்லுகின்றன. பொருளதிகாரத்திலும் ஒன்பது இயல்கள் உண்டு. பொருளைப் பற்றி கூறுவதற்கான இலக்கணத்தை இந்த ஒன்பது இயல்களும் உரைக்கின்றன.

ஆகவே, தொல்காப்பியம் மூன்று அதிகாரங்களைக் கொண்டது. ஒவ்வொரு அதிகாரத்திலும் ஒன்பது ஒன்பது இயல்கள் உண்டு. எல்லாமும் சிறந்த கட்டுமானத்துடனும் பொருத்தமான வகைப்பாட்டுடம் அமைந்துள்ளன.

தொல்காப்பியத்தின் சிறப்பு, இது சொல்லுக்குச் சொல் உரை சொல்லுவதில்லை. உட்பொருளையும், உருவகங்களின் உள்ளக்கிடக்கைகளையும், எழுதிச் செல்வதில் அடங்கியிருக்கிறது. இலக்கிய நயம், புலமை நயம் ஆகியவற்றைப் போலவே வாழ்க்கை நெறியையும் ஆராய்ந்து அதை வெளிக்கொண்டு வருகிறது தொல்காப்பியம். இந்த பாதையில் மேலும் விரிவான வாழ்வு குறித்தவற்றை திருக்குறள் முன்னெடுத்துச் செல்கிறது..

தொல்காப்பியத்தின் நுட்பம் நம்மைப் பெரிதும் வியக்கவைக்கிறது. எழுத்ததிகாரத்தில் நூல் மரபு, மொழிமரபு, பிறப்பியல், புணரியல், தொகை மரபியல், உயிர் மயங்கியல், புள்ளி மயங்கியல், குற்றியலுகரப் புணரியல் ஆகிய பகுதிகள் அமைக்கப்பட்டுள்ளன. அந்தக் காலத்தில் வேறு மொழிகளில் இதுபோன்ற வளர்ச்சிகள் இல்லை என்கிறார்கள். சொல்லதிகாரத்தில், கிளவியாக்கம்,

வேற்றுமையியல், வேற்றுமை மயங்கியல், விளிமரபு, பெயரியல், வினையியல் இடையியல், உரியியல், எச்சவியல் ஆகியவையும் இருக்கின்றன. பொருளதிகாரத்தில், அகத்திணையியல், புறத்திணையியல், களவியல், கற்பியல், பொருளியல், மெய்ப்பாட்டியல், உவமையியல், செய்யுளியல், மரபியல் ஆகியவையும் காணப்படுகின்றன. மொழியின் அத்தனை வளர்ச்சி நிலைகளுக்கான விளக்கங்களையும் இவை தருகின்றன.

தொல்காப்பியப் பொருளதிகார ஆராய்ச்சியை எழுதியபோது, மீண்டும் பெரும்புலவர் மு.ராகவய்யங்கார் 'உலகிலே தமிழர் நாகரிகமே மிகப் பழமையானது; தலை சிறந்தது. நாம் இக்காலத்தில் என்னென்ன வேண்டும் என்று நினைக்கின்றோமோ இவை எல்லாம் பண்டைத் தமிழர் நாகரிகத்திலே படிந்து கிடந்தன. பழந்தமிழர்கள் சாதி வேற்றுமை பாராட்டாதவர்கள். கடவுள் நம்பிக்கை அற்றவர்கள் - மூடப் பழக்க வழக்கங்களை அறியாதவர்கள். ஏழை - பணக்காரன் என்ற வேற்றுமை இல்லாதவர்கள். ஆணுக்குப் பெண் அடிமையென்ற கொள்கை அவர்களிடம் இருந்ததில்லை. ஆரியர்கள் இந்தியாவுக்கு வந்த பின்னர் தான் தமிழக நாகரிகம் சிதைந்தது. அவர்கள் தமிழகத்தில் குடிபுகுந்த பின்னர்தான் தமிழக நாகரிகமே தலைகீழாகப் புரண்டுவிட்டது. பல தெய்வ வணக்கம், விக்கிரக வணக்கம், மூடநம்பிக்கைகள், மூடநம்பிக்கையை நிலைநாட்டும் சடங்குகள் எல்லாம் ஆரியர்களால் நுழைக்கப்பட்டவை' என்று கூறும் இவர், இதற்கான ஆதாரமாக தொல்காப்பியத்தைச் சொல்ல முடியும் என்கிறார்.

அகத்திணையைப் போலவே புறத்திணையையும் ஏழாக வகுத்துக் கூறியுள்ளார் தொல்காப்பியர். வெட்சி, வஞ்சி, உழிஞை, தும்பை, வாகை, காஞ்சி, பாடாண் என்பனவே எழுவகைப் புறத்திணை. இந்தப் புறத்திணைகளிலே தமிழ்நாட்டில் பண்டைக் காலத்தில் நடைபெற்ற போர் முறைகளைக் காணலாம். போரிலே தமிழர் காட்டிய வீரச் செயல்களை அறியலாம்; தமிழரின் அரசியல், கொடை, புகழ் ஆகியவைகளையும் உணரலாம். உலக நிலையாமையும் அறிவுரைகளும் இவற்றுள் காணப்படுகின்றன.

வெட்சித் திணை: போர் புரியக் கருதிய வேந்தன் எதிரியின் பசு மந்தையைக் கவர்வதும், கவர்ந்த பசு மந்தையை எதிரி மீட்டுக் கொள்வதும் வெட்சித் திணை.

வஞ்சித் திணை: ஒரு மன்னன், தன் பகைவனுடைய நாட்டைக் கைப்பற்றிக் கொள்ளுவதற்குப் படையெடுத்துச் செல்வதும், பகை வேந்தன் அவனை எதிர்ப்பதும் வஞ்சித் திணை.

உழிஞைத் திணை: படையெடுத்துச் சென்ற வேந்தன் பகைவனுடைய கோட்டை மதிலை வளைத்துக் கொள்ளுவதும், உள்ளிருக்கும் வேந்தன் அந்த மதிலைக் கைவிடாமல் காப்பாற்றுவதும் உழிஞைத் திணை.

தும்பைத் திணை: ஒரு வேந்தன், தனது நாட்டின்மீது படையெடுத்து வந்த வேந்தனை எதிர்த்துப் போர் செய்து அவனுடைய வலிமையை அழிப்பது தும்பைத் திணை.

வாகைத் திணை: பகைவரை வெல்லுதலும், ஒவ்வொருவரும் தத்தம் செயல்களை வெற்றிபெறச் செய்தலும் வாகைத் திணை.

காஞ்சித் திணை: உலகம், இளமை, செல்வம் இவற்றின் நிலையாமையைப் பற்றியும் மற்றும் பல அறிவுரைகளையும் கூறுவது காஞ்சித் திணை.

பாடாண் திணை: மக்களைப் பற்றியோ, கடவுளைப் பற்றியோ, அவர்களுடைய ஒழுக்கம், வீரம், புகழ், கொடை முதலியவற்றைப் புகழ்ந்து பாடுவது பாடாண் திணையாகும்.

அகத்திணையை போல புறத்திணையை ஏழு பகுதியாகத் தொகுத்துக் கூறுகிறது தொல்காப்பியம். மக்களுடைய வாழ்க்கைச் செய்திகள் அனைத்தும் அக, புறத் திணைகளில் அடங்கி விட்டது.

தொல்காப்பியம் தெய்வங்களையும் மறுக்கவில்லை. கடவுளை இவர்கள் எல்லாம் வல்ல இறைவனாகப் பார்க்கவில்லை. மாயோன், சேயோன், வேந்தன், வருணன், நிலத்திற்கொரு கடவுள் முன்வைக்கப்படுகிறார். பாலை நிலக் கடவுள் பின்னர்தான் தோன்றுகிறது. நிலத்திற்கு ஒரு

கடவுளைக் கூறும் தொல்காப்பியம், இவர்கள் ஐவரையும் ஆட்சி செய்வதற்கு ஒரு பெருங்கடவுள் தேவை என்று கருதவில்லை ஆக்கல், அழித்தல், படைத்தலுக்கு தனிக்கடவுள் இல்லை.

இயற்கை, இயற்கைசார்ந்த பொருட்கள் இடைவிடாது இயங்கிக் கொண்டிருக்கின்றன. இந்தச் சூழலில் புறநிகழ்வுகளால் மாந்தருக்கு அகப்புரிதல் ஏற்பட்டு, இயற்கையை ஆராய்ந்து மனம் பற்றிய விபரங்களை ஆராய்ந்து அகம், புறம் என்று பிரித்துப் பார்த்த தொல் சமூக வாழ்க்கையை தொல்காப்பியம் தமிழர் அறிவின் முறை நின்று உலகுக்கு எடுத்து வைக்கிறது. தொல்காப்பியத்தை இலக்கண நூல் மட்டுமல்ல; தமிழரின் வாழ்வியலுக்கு வழிகாட்டிய நெறி விளக்க நூல் என்றும் கூறமுடியும்.

*

௯

காலப் பெருவெளி

ஓடிக்கொண்டிருந்த காலத்தை, யாராலும் ஒரு நிமிடம் பிடித்து நிறுத்திவைக்க முடியுமா? தொல்காப்பியம், காலத்தை பிடித்து நிறுத்தி வைத்தது. காலத்தைக் கையில் பிடித்து கணக்குப் பார்த்துவிட எத்தனையோ மனிதக் கூட்டங்கள் முயற்சிகளை எடுத்துப் பார்த்தன. நேரத்தை மனதால் அளவிட்டுப் பார்த்தார்கள். நீரால் அளந்து பார்த்தார்கள் நிழலால் கணக்கீடுப் பார்த்தார்கள். ஆனால் தொல்காப்பியத்தின் அளவை வேறாக இருந்தது.

இன்றைய நிலவியலாளர்கள் முயன்று உருவாக்கிய நிலப்பாகுபாடு முறைகளை விஞ்சி நிற்கிறது தமிழர்களின் நிலப்பகுப்பு முறை. இதில் நான்கு நிலங்களையும், ஐந்து திணைகளையும் உற்று நோக்குவது அவசியமாகிறது. தமிழகத்தைப் பொருத்தவரையில், பாலை நிலம் என்பது கோடைக்காலத்தில் தோன்றும் செயற்கை நிலமாகும். இதனை,

'முல்லையும் குறிஞ்சியும் முறைமையிற் றிரிந்து
நல்லியல் பிழந்து நடுங்கு துயர் உறுத்துப்
பாலை என்பதோர் படிவம் கொள்ளும்'

(சிலம்பு. காடுகாண் காதை. 64-66)

என்ற சிலம்பின் வரிகளால் அறியலாம். தமிழக நிலங்களை தமிழர்கள் நான்கு வகை நிலங்களாக பிரித்துக் கொண்டதைக் காண முடிகிறது. இது நானிலம் என்று அழைக்கப்படுகிறது. பாலை என்பது முல்லையும் நெய்தலும் கடுங்கோடையில்

பாலையாகத் திரிந்து பின்னர், மழைக்காலங்களில் பழைய இயல்புகளைப் பெற்றுவிடுகின்றது. செயற்கை நிலமாகிய பாலை, இயற்கை நிலமாகிய முல்லை, குறிஞ்சி, மருதம், நெய்தல் ஆகிய ஐந்நிலத்திற்கும் தனித்தனி வாழ்க்கை விதிகளை உருவாக்கிக் கொண்டார்கள்.

தொல்காப்பியத்திலும் ஐந்து நிலங்களையும் அதன் பண்பு சார்ந்த இயல்புகளையும் பட்டியலிட்டுச் சொல்கிறார் தொல்காப்பியர்.

'மாயோன் மேய காடுறை உலகமும்
சேயோன் மேய மைவரை உலகமும்
வேந்தன் மேய தீம்புனல் உலகமும்
வருணன் மேய பெருமணல் உலகமும்
முல்லை குறிஞ்சி மருதம் நெய்தல்எனச்
சொல்லிய முறையாற் சொல்லவும் படுமே'

(தொ. பொ. அக.5.)

என்று காடுறை உலகமாக முல்லை நிலத்தையும், மலையுறை உலகமாக குறிஞ்சி நிலத்தையும், தீம்புனல் உலகமாக மருத நிலத்தையும், பெருமணல் உலகமாக நெய்தல் நிலத்தையும் தொல்காப்பியர் நான்கு நிலமாகப் பிரித்துக் காட்டுகிறார் என்பதை கவனத்தில் வைக்க வேண்டும். இதில் பாலை ஐந்தாவது நிலமாக பிற்காலத்தில் அறியப்பட்டது.

நிலத்தில் மையம்கொண்ட காலம் பல்வேறு பருவங்களைத் தோற்றுவித்துள்ளன. காலத்தைப் பற்றிய தமிழர்களின் கணக்கீடு தனித்துவம் கொண்டது. ஆரம்ப கால மனிதரின் கற்பனைத்திறன் அண்டவெளிக்கும் பிரபஞ்சத்திற்கும் இடையில் அமைந்த ஒருங்கிணைப்பைத் தொடர்ந்து கவனித்து வந்தார்கள். இயற்கையோடு இயைந்த தொல் தமிழ்ச் சமூகம் இவை அனைத்தையும் கால அறிவாக வளர்த்தெடுத்தது. காலம் தரும் பருவக்காலப் பயன்பாடுகளை உணர்ந்து, இந்த அறிவு, விண்ணை அறிந்துகொள்ளக்கூடிய அறிவாக மேலும் வளர்ச்சி பெற்றது.

சூரியனை மையமாக வைத்துதான், ஆதிச்சமூகங்கள், தங்கள் இயற்கைப் புதிர்களை அவிழ்த்துப் பார்த்துத்

தெரிந்துகொண்டன. இயற்கையின் சூட்சுமமான செயல்பாடுகளை நுணுகி அறிந்துகொள்ள சூரிய கதிர்களின் வழியாக இவற்றை ஆய்ந்து அறிந்துகொள்ள முயன்றார்கள். அந்தக் காலத்தில் இன்றைய செய்முறைத் தேர்ச்சிகள் இல்லை. ஆனாலும் இன்றைய அறிவியல் வளர்ச்சி வியந்து பார்க்கும் அளவிற்கு காலத்தை அளவிட்டு தமிழர்கள் பிரித்திருந்தார்கள். காற்று, மழை, வெயில், பனி ஆகியவை காலத்தை மனிதருக்குப் புரிய வைத்தது. இவை தந்த பகுத்தறிவால், பருவ காலங்கள் பற்றிய அறிதலைக் கண்டறிந்து கொண்டார்கள்.

தமிழ்ச் சமூகம் பூமத்திய ரேகைக்கு அருகில் அமைந்திருந்தது. சூரியனின் நேரடி வருகையால் ஏற்படும் மாற்றங்களை, மற்றவர்களைவிட மிகச் சுலபமாக இவர்களால் கற்றறிந்து கொள்ள முடிந்தது. உலகில் காலத்தைக் கணித்த மூத்த சமூகங்களில் தமிழகம் முன்னணியில் நிற்கிறது. இவை ஒவ்வொன்றும் விரிவான ஆய்வுக் களத்தை நமக்கு உருவாக்கி வைத்திருக்கிறது.

பூமி தன்னைத்தானே சுற்றிக் கொள்ளும் காலத்தை நாள் பொழுதென்றும், பூமி சூரியனைச் சுற்றிவரும் காலத்தை ஆண்டு எனவும் இன்றைய அறிவியல் குறிப்பிடுகிறது. பூமி தன்னைத்தானே சுற்றிவரும் கால அளவு 24 மணிநேரம் என்றும், பூமி சூரியனைச் சுற்றிவரும் கால அளவு 365 1/4 நாட்கள் என்றும் காலம் வரையறை செய்யப்பட்டுள்ளது. தொல் மரபில் தமிழர்கள் காலம் பற்றிய அளவைகளை எவ்வாறு கடைப்பிடித்தார்கள் என்பது வரலாற்றை திரும்பிப் பார்க்கும் சுவையான ஆய்வுதான்.

பொழுது என்னும் சொல் சங்க இலக்கியங்களில் பரவலாக அறியப்படுகிறது. காலத்தைப் பல பொழுதுகளாகப் பிரித்துக்கொண்டார்கள். அவை அனைத்திற்கும் துல்லியமான கால அளவை உருவாக்கிக் கொண்டார்கள்.. தமிழ் இலக்கணத்தில் மாத்திரை என்பது மிகக் குறுகிய கால அளவாக வரையறுக்கப்பட்டுள்ளது. காலத்தை மாத்திரை, நொடி, நாழிகை, பொழுது எனப் பிரிவுபடுத்தி தொல்காப்பியம் விளக்குகின்றது.

> 'கண்ணிமை நொடியென அவ்வே மாத்திரை
> நுண்ணியதின் உணர்ந்தோர் கண்ட வாறே' என்றும்,
> 'மெய்யின் அளவே அரையென மொழிப'

என்றும் எழுத்திற்குரிய கால அளவுகளை விளக்குவதன் மூலம் பண்டையத் தமிழ் உலகம் எவ்வெவ்வாறெல்லாம் காலம் பற்றிய ஆய்வுகளைக் கொண்டிருந்தது என்பதை உணரலாம். எழுத்து உச்சரிப்புக்கும் ஒரு கால அளவை உண்டு. இவர்கள், அதற்கு மாத்திரை என்று பெயர் வைத்துள்ளது என்பது முக்கியமானதாகத் தெரிகிறது.

ஓர் ஆண்டின் கூறான காலத்தை, ஆறு பருவமாகவும், ஒரு நாளின் கூறான பொழுதை ஆறு பொழுதாகவும் பிரித்துள்ளார்கள். இந்தக் கால அறிவு மூத்த மொழிகளோடு ஒப்பிட்டுப் பார்க்கும்போது தமிழ் பல்வேறு சிறப்புகளைக் கொண்டுள்ளது என்று அறிஞர் பெருமக்கள் கூறுகிறார்கள். காலங்கள் ஒவ்வொரு மரபிலும் ஒவ்வொருவிதமாகப் பிரிக்கப்பட்டுள்ளது. மேற்கத்திய மரபிலும், வடமொழி மரபிலும், பருவங்கள் நான்கு காலங்கள் என்றுதான் கூறப்படுகின்றன. இன்றைய சூழலியல்வாதிகள் உலக அளவில் ஆறு காலம் வேண்டும் என்கிறார்கள். அதே சமயம், தமிழர்கள் காலத்தை ஆறாகப் பிரித்துள்ளார்கள்.

அவை, 1. கார் காலம் 2. கூதிர் காலம் 3. பனிக் காலம் 4. பின்பனிக் காலம் 5. இளவேனிற் காலம் 6. முதுவேனிற் காலம் என்பனவாம். இத்தகு பருவ காலங்கள் ஒவ்வொன்றும் முறையே இரண்டு மாதங்களைக் கொண்டதாகும்.

> **ஆவணியும், புரட்டாசியும் கார்காலம்.**
> **ஐப்பசியும், கார்த்திகையும் கூதிர்காலம்.**
> **மார்கழியும், தையும் முன்பனிக்காலம்.**
> **மாசியும், பங்குனியும் பின்பனிக்காலம்.**
> **சித்திரையும், வைகாசியும் இளவேனிற்காலம்.**
> **ஆனியும், ஆடியும் முதுவேனிற்காலம்.**

என்று இவை பிரிக்கப்பட்டுள்ளன.

தொல்காப்பியர், கார்காலத்தையே முதல் பருவமாகக் கூறுகிறார். இதனை, தொல்காப்பியர் கீழ்க்கண்ட வரிகளில் குறிப்பிடுகிறார்.

காரும் மாலையும் முல்லை; குறிஞ்சி
கூதிர் யாமம் என்மனார் புலவர்

(தொல். பொருள். அகம்.6)

பனியெதிர் பருவமும் உரித்தென மொழிப

(தொல் பொருள். அகத்.8)

எனக் குறிஞ்சித் திணைக்கு கூதிர்ப் பருவமேயன்றி, முன்பனிப் பருவமும் பெரும்பொழுதுக்கு உரியதாகும்.

வைகுறுவிடியல் மருதம்

(தொல் பொருள். அகத்.9)

மருத நிலத்துக்குப் பெரும்பொழுது விதந்து கூறப்படவில்லை. இதற்குக் காரணமாக, அறுவகைப் பெரும் பொழுதுகளும் இந்நிலத்திற்கு உரிமையுடையன என்பது உய்த்துணரப்படுவதே ஆகும்.

நெய்தல் ஆதல் மெய் பெறத்தோன்றும்

(தொல் பொருள். அகத்.10)

நெய்தல் நிலத்திற்கும் ஏற்பாடு என்ற சிறுபொழுது மட்டும் கூறப்பட்டுள்ளதால், இந்நிலத்திற்கும் உரிமையுடையனவாக அறுவகைப் பெரும்பொழுதுகள் கொள்ளப்பட்டன என்ற விரிவுரையாளர்கள் கூறுகிறார்கள்.

நடுவு நிலை திணையாகக் கொள்ளப்பட்ட பாலைத் திணையான, பாலை நிலத்துக்கு உரியதாகப் பொழுதினை,

நடுவு நிலைத்திணையே நண்பகல் வேனிலொடு,
முடிவு நிலை மருங்கின் முன்னிய நெறித்தே

(தொல் பொருள். அகத்.11)

எனத் தொல்காப்பியர் எடுத்துக் கூறியுள்ளார்.

பாலை நிலத்துக்கு மேற்கூறிய இருவகை வேனிற்

பருவங்களேயன்றிப் பின்பனி பருவகாலமும் உண்டென்பதை,
பின்பனி தானும் உரித்தென மொழிப

(தொல் பொருள். அகத்.12)

என்ற நூற்பாவால் கண்டுணரலாம்.

'ஆவணி, புரட்டாசி மாதங்களாகிய கார்காலமும், மாலைக் காலமும் முல்லை நிலத்திற்குரிய பொழுதாகும்.

ஐப்பசி, கார்த்திகை மாதங்களாகிய குளிர்காலமும், யாமம் என்னும் நள்ளிரவும் குறிஞ்சி நிலத்திற்குரிய பொழுதாகும்.'

ஒரு காலத்திலே, ஆண்டின் முதல் மாதம் ஆவணியாகவும், இறுதி மாதம் ஆடியாகவும் வைத்து எண்ணப்பட்டு வந்தது. இதனை,

"**காலவுரிமை யெய்திய ஞாயிற்றுக்குரிய சிங்கவோரை முதலாக**"

என்ற பாடலில் தொல்காப்பியர் பாடியுள்ளார். நச்சினார்க்கினியர் எழுதிய உரையை இதற்கு ஆதாரமாகக் காட்டுகிறார்கள். பகல் பொழுது, விடியல். அதாவது காலை, நண்பகல் ஏற்பாடு என மூன்றாகவும் இரவுப் பொழுது மாலை, யாமம், வைகறை என மூன்றாகவும் பிரிக்கப்பட்டன. இதன்படி, பகல் மூன்றாகவும், இரவு மூன்றாக ஆறு சிறுபொழுதுகள் இருந்தன. இந்த ஆறு சிறுபொழுதுகளும் ஒரு நாள் என்றனர். இதில் 'யாமம்' என்பது நள்ளிரவைக் (இரவின் நடுக்கூறு) குறிக்கும் தமிழ்ச்சொல். இதைப் போலவே ஏழரை நாழிகை கொண்ட நாளின் எட்டிலொரு பகுதியைச் சுட்டுகிறது சாமம்,

அதிகாலை, காலை, மதியம், மாலை, இரவு, சாமம் என்று இன்று மக்களால் வழங்கப்படுகின்ற நாள் கூறுகள், பண்டைத் தொல்காப்பிய கால மக்களால் வழங்கப்பட்டவையே ஆகும். வைகறை, விடியல், மாலை, ஏற்பாடு, யாமம் என்று பண்டைய தமிழ் உலகில் நாள் பொழுதிற்குரிய கால வரையறைக் குறிப்பிடப்படுவதைக் காணமுடியும். மேலே காட்டிய சூத்திரத்தின் உரையிலே குறிப்பிட்ட, ஆவணி, ஆண்டின் முதல் மாதமாக இருந்த காலம் 5 ஆயிரம் ஆண்டுகளுக்கு முன்னாகும் என்று கூறப்படுகிறது.

ஒவ்வொரு பருவ காலத்தையும் இரண்டு திங்களாய் கொண்டதற்குரிய காரணத்தை அறிஞர்கள் விளக்கமளித்துள்ளனர். 'அளவுபடாது விரிந்திருக்கும் காலத்தினை பலவாறு அறுதியிட்டுக் கூறுவதற்கு உரிமை பெற்றது ஞாயிறு; பன்னிரெண்டு ஓரைகளுள் சிங்கவோரை ஞாயிற்றுக்குரியது; அவ்வோரைக்குரிய திங்கள், ஆவணித் திங்கள்; சந்திரனுக்குரியது கடகவோரை; அதற்குரிய திங்கள் ஆடித் திங்கள். எனவே ஆவணித் திங்கள் முதலாக ஆடித் திங்கள் இறுதியாகக் கூறப்படும் பன்னிரெண்டு திங்கள் கொண்டது ஓர் ஆண்டு. இவ் வாண்டினை ஆறு கூறாகப் பகுத்து, இரண்டு திங்கள் கொண்டது ஒரு பருவமெனக் கொள்ளப்பட்டது' என்று அருணாச்சலம் பிள்ளை குறிப்பிடுகின்றார்.

இவ்வாறாக, மாத்திரையில் தொடங்கி ஊழிக் காலம் வரையிலான காலக்கணக்கை தமிழர்கள் உருவாக்கி வைத்திருந்தார்கள். கால அளவை அளப்பதில் மாத்திரை மிகவும் சிறிய அளவீடு. ஊழி என்பது கால எல்லையின் கடைசி காலத்தைக் குறிக்கிறது. நாள் பொழுதுகளை அறுவகைக் கூறுகளாகப் பிரித்துப் பார்த்த பண்டைய தமிழ்ச் சமூகம், ஒவ்வொரு நிலப் பகுதிக்கும் எவ்வகையான பருவ காலம் பொருந்தும் என்பதை நில அடிப்படையில் பொருத்தி விளக்குகிறது.

காலந்தோறும் உருவான இந்தப் பகுப்பில், சில வேறுபாடுகள் இருக்கத்தான் செய்கின்றன. நாழிகை, யாமம், சிறுபொழுது, நாள், பக்கம், திங்கள், பெரும்பொழுது, இருது, அயனம், ஆண்டு, உகம், ஊழி என்று பலவகையாக காலத்தை தமிழர்கள் பகுத்துள்ளனர். இந்த அளவைகள் சில, காலத்தால் இன்று வழக்கத்தில் இருக்கவில்லை. சில வழக்கத்தில் இருக்கின்றன. இதுபற்றிய ஆய்வை தொடங்கியிருக்கும் ஆய்வாளர்கள், தமிழின் பல்வேறு நூல்களிலிருந்து, தகவல்களைத் தொகுத்து வழங்கியுள்ளனர். ஒரே நூலில் இவை அனைத்தும் கிடைத்து விடவில்லை. ஒரு நூலில் கிடைத்த தகவலாகவும் இந்த நுலை வாசிப்பவர்கள் இதனை கருதக்கூடாது. இதில் சிறுவேறுபாடுகள் இருப்பதாகவும்

தெரிகிறது. எதிர்காலத்தில் ஆய்வாளர்கள் தான் அதனை நிறைவு செய்ய வேண்டும்.

காலம் பற்றிய சில தகவல்கள் நமக்கு முற்றிலும் புதியதாகத் தோன்றுகின்றது. இருது என்பது இன்றைய இரண்டு மணி நேரத்திற்கு இணையான அளவையும், அயனம் என்பது சூரியன் வடக்கில் அல்லது தெற்கில் பயணம் செய்யும் காலத்தையும்., உகம் என்பது ஒரு யுகத்தையும், நாழிகை என்பது இன்றைய 24 நிமிடங்களையும், யாமம் என்பது நள்ளிரவில் உறங்கச் செல்வதற்குப் பின்னும் விடியற்காலையில் எழுவதற்கு முன் உள்ள காலத்தையும் குறிக்கிறது.

இதில் மற்றொரு சிறப்பும் உள்ளது. ஒவ்வொரு நிலத்திற்கு உரிய சிறப்பான சிறுபொழுது எது, சிறப்பான பெரும் பொழுது எது என்பதும் வரையறுக்கப்பட்டுள்ளது. முல்லை நிலத்திற்கு' கார்காலமும் (ஆவணி, புரட்டாசி) மாலைப் பொழுதும் சிறப்பானவை. குறிஞ்சி நிலத்திற்கு, முன்பனிக் காலமும், கூதிர் காலமும் (ஐப்பசி, கார்த்திகை) (மார்கழி, தை) யாமப் பொழுதும் சிறப்பானவை. மருதத்திற்கு அறுவடைக் காலமும், வைகறை, விடியல் ஆகிய சிறுபொழுதுகளும் சிறந்தவை. நெய்தல் நிலத்திற்கு அறுவகைக் காலமும் ஏற்பாடு பொழுதும் சிறந்தவை. பாலைக்கு இளவேனில் (சித்திரை, வைகாசி), முதுவேனில் (ஆனி, ஆடி), பின்பனி ஆகிய காலங்களும் நண்பகல் பொழுதும் சிறந்தன எனவும் தொல்காப்பியம் குறிப்பிடுகிறது.

இந்தப் பகுப்பு, ஒவ்வொரு நிலத்திற்கு உரிய பருவ மாற்றங்களைக் கணக்கில் எடுக்கின்றது.. இந்தப் பருவ மாற்றங்களுக்கு உரிய சிறுபொழுதுகளையும் பெரும் பொழுதுகளையும் துல்லியமாகக் கணக்கிடுகிறது. இங்கு வசிக்கும் மக்களுடைய அகவாழ்க்கை, புறவாழ்க்கை ஆகியவற்றை தொடர்புபடுத்திப் பார்க்கிறது. அதன் செயல்பாடுகளை உற்றுக் கவனித்து, இதன் மூலம் திணை வாழ்க்கைக்கு தமிழரின் இயற்கை அறிவு அவரவர்களை சென்றடைய வைக்கிறது.

பண்டைத் தமிழ் மக்கள் வாழ்க்கையை ஆராய்ந்தால் இந்த உண்மையை நம்மால் கண்டறிந்து கொள்ள முடியும். எந்த நிலத்திற்கு எந்தக் காலம் சிறப்புடையதாகவும், பொருத்தமுடையதாகவும் இருக்கும் என்பதை இதிலிருந்து உருவாக்கினார்கள். ஒவ்வொரு நிலத்தோடு காலத்தை கணக்கிட்டு கூறிய இந்த முறைதான், தமிழரின் வாழ்க்கை சிறப்புக்கு அடித்தளம் அமைத்துக் கொடுத்துள்ளது.

*

10

அறிவுக் கொள்கை

தமிழரின் தொன்மையான அறிவுக்கும், இயற்பியல் தாவர விஞ்ஞானி ஜகதீஸ் சந்திர போஸ் அவர்களுக்கும், ஒரு நெருங்கிய தொடர்பு இருக்கிறது. இந்தத் தொடர்பை அறிந்து கொள்வதற்கு முன் விஞ்ஞானி ஜகதீஸ் சந்திரபோஸ் பற்றிய வரலாற்றையும் அறிந்துகொள்வது அவரை சிறப்பிக்கும் செயலாகும். ஒரு விதத்தில் தொல்காப்பியத்தைப் புரிந்து கொள்ள இது உதவுகிறது.

சந்திரபோஸ் 1859ஆம் ஆண்டு, நவம்பர் 30ஆம் நாள் இன்றைய பங்களாதேஷில், மைமென்சிங் என்ற ஊரில் பிறந்தார். தொடக்கக் கல்வியையும், உயர்நிலை கல்வியையும் முடித்து, உயர் கல்வியை கொல்கத்தா, கேம்பிரிட்ஜ், லண்டன் ஆகிய இடங்களில் பெற்றார். 1885ஆம் ஆண்டில் கொல்கத்தா மாநிலக் கல்லூரியில் இயற்பியல் துறையில் துணை பேராசிரியராகச் சேர்ந்தார். தமது பெரும்பாலான கண்டுபிடிப்புகளுக்கான ஆய்வுகளை, போஸ் இந்தக் கல்லூரியில்தான் மேற்கொண்டார்.

லண்டனில் இருக்கும்போது போஸ் தாவரவியல், விலங்கியல் ஆகியவற்றில் ஆர்வம் காட்டினார். இதன் பின்னர், கொல்கத்தா மாநிலக் கல்லூரியில் ஜகதீஷ் சந்திர போஸுக்கு இயற்பியல் துறையில் விரிவுரையாளர் வேலை கிடைத்தது. இங்கு போஸ், தன் சொந்தச் செலவிலேயே ஓர் அறிவியல் ஆய்வுக்கூடத்தை நிறுவிக் கொண்டார். அங்கு தாவரவியல், இயற்பியல் துறைகளில் பல்வேறு ஆய்வுகளை

மேற்கொண்டார். நோபல் பரிசுக்கான இவரது ஆய்வும் இங்குதான் நிறுவப்பட்டது.

போஸ், மிகச்சிறந்த இரு நூல்களை இயற்றி, உலகப்புகழ் பெற்றார். உயிரினங்களின் மற்றும் உயிரற்றவைகளின் துலங்கல் தன்மை (Response in the Living and Non-Living) என்பது ஒரு நூல், தாவரங்களின் நரம்புச் செயலமைவு (The Nervous Mechanism of Plants) என்பது மற்றொரு நூல். இவ்விரு நூல்களின் வாயிலாக வெப்பம், குளிர், ஒலி, ஒளி ஆகிய புறத்தூண்டுதல்கள் மனிதர்களையும், பிற விலங்கினங்களையும் எவ்வாறு பாதிக்கின்றனவோ அவ்வாறே தாவரங்களையும் பாதிக்கின்றன என்பதை நிரூபித்தார்.

மேலும் பரிசோதனை ஒன்றையும் போஸ் செய்து காட்டினார். புரோமைட் (Bromide) என்ற நச்சுத் தனிமம் எலி ஒன்றுக்கு ஊசிமூலம் செலுத்தப்பட்டது; தாவரம் ஒன்றுக்கும் ஊசிமூலம் செலுத்தப்பட்டது; எலி, தாவரம் ஆகிய இரண்டும் சாவின் விளிம்பில் போராடியதைக் கண்டு அறிவியல் உலகம், போஸ் அவர்களின் ஆராய்ச்சியைப் பாராட்டியது.

1915ஆம் ஆண்டு, லண்டன் ராயல் கழகத்தில் போஸ் அவர்கள் 'புறத்தூண்டுதல்களுக்குத் தாவரங்கள் எவ்வாறு பொறுமையுடன் நடந்து கொள்ளுகின்றன' என்பதைப் பற்றி ஒரு சொற்பொழிவு நிகழ்த்தினார். தாமே வடிவமைத்துத் தயாரித்த இந்தியக் கருவிகளின் துணைகொண்டு பல்வகையான செயல்முறை விளக்கங்களைச் செய்து காட்டினார். 1920ஆம் ஆண்டு, லண்டன் ராயல் கழகத்தின் உயர்நிலை உறுப்பினர் பதவியைப் பெற்றதன் மூலம் போஸ் அவர்கள் இந்திய அறிவியலுக்குப் பெருமை தேடித் தந்தார்.

தாவரங்களும் நம்மைப்போன்றே உணவு சாப்பிடுகின்றன. அந்த உணவும் அவற்றுக்கு செரித்து விடுகின்றன; அவையும் மனிதர்களைப்போல் இரவில் உறங்கி, காலையில் விழிக்கின்றன; அவையும் பிறக்கின்றன, இறக்கின்றன; அவைகட்கும் நம்மைப் போன்றே மகிழ்ச்சி, துன்பம் ஆகிய உணர்ச்சிகள் உண்டு என்று இவர் நிரூபித்துள்ளார்.

இருபதாம் நூற்றாண்டில் ஆய்வு செய்து நோபல் பரிசு பெற்ற ஜகதீஸ் சந்திரபோஸ் அவர்களுக்கும் தொல்காப்பியருக்கும் என்ன தொடர்பு இருக்கிறது? இருவருமே தாவரங்களின் அறிவுக்கொள்கை பற்றி பேசுகின்றனர். இருபதாம் நூற்றாண்டில் ஜகதீஸ் சிந்தித்து நோபல் பரிசு பெற்ற கொள்கையை தொல்காப்பியரும் சிந்தித்து அன்றே விதியாக்கி வைத்துள்ளார் என்பது நம்மை வியப்படைய வைத்துவிடுகிறது.

தொல்காப்பியர் தமது அறிவுக்கொள்கையை ஓரறிலிருந்து தொடங்குகிறார். ஓர் அறிவிலிருந்து தொடங்கி ஆறறிவு வரை அன்றைய அறிவறியும் முறை வகுக்கப்பட்டிருந்தது. தொல்காப்பியத்தைப் போல அன்றைய காலத்தோடு ஒப்பிட்டுப் பார்க்கும்போது பூமிப் பரப்பில் வேறெங்கும் தாவரங்கள் உள்ளிட்ட உயிர் இனங்களுக்கு உணர்வும் தேடலும் இருப்பதாக பதிவு பெற்றதாகத் தெரியவில்லை.

உயிரினங்களுக்கு ஓரறிவு, ஈரறிவு உண்டா? என்ற கேள்வியை இப்பொழுது எழுப்பும் வாய்ப்பு உண்டு. போதிய அறிவு வளர்ச்சி பெறாத காலம் அது. புல், பூண்டு, செடி, கொடி, மரம் ஆகியவை பற்றிய விஞ்ஞானப் பார்வை அன்று இருந்திருக்க வாய்ப்பில்லை. அவற்றிற்கு உயிர் இல்லை என்று கூறுவோர் பலர் இருந்த காலமது. இந்தியத் தாவர விஞ்ஞான மேதை ஜகதீஸ் சந்திர போஸ் தாவரங்களுக்கு உயிர், உணர்வு, அறிவு என்பவை உள்ளன நிரூபித்துக் காட்டி நோபல் பரிசைப் பெற்றபின்னர்தான் அறிவுலகம் அதனை ஏற்றுக்கொண்டது.

ஆனால் இதற்கு ஐயாயிரம் ஆண்டுகளுக்குமுன்னர், தொல்காப்பியர் தாவரத்தின் உயிர், உணர்வு, அறிவு பற்றியும், மற்றைய உயிரினங்களின் அறிவு, உணர்வு, உயிர் பற்றியும் விரிவாக எடுத்துக்கூறி சூத்திரங்கள் அமைத்துள்ளார். இதற்கு இணையான விவரிப்புகள் உலகின் பிற பகுதிகளில் இன்னமும் கிடைக்கவில்லை. தொல்காப்பிய சூத்திரத்தில் ஓரறிவுயிர், ஈரறிவுயிர், மூவறிவுயிர், நான்கறிவுயிர், ஐந்தறிவுயிர், ஆறறிவுயிர் ஆகிய ஆறு வகையான உயிரினங்களின்

அறிவுபற்றி கூறுகிறது.

உலகில் தோன்றிய உயிர்களைத் தாவரங்கள், விலங்குகள் என்று இரண்டாகப் பிரிக்கிறோம். அவற்றை எவ்வாறு வகைப்படுத்துவது என்றும் அறிவியல் அறிஞர்கள் அண்மைக் காலத்தில்தான் சிந்திக்கத் தொடங்கினார்கள். கி.மு. ஆறாம் நூற்றாண்டுகளிலேயே தொல்காப்பியம் தனித்த அறிவுக் கோட்பாட்டை உருவாக்கியிருந்தது. தொல்காப்பியர் பொருளதிகாரத்தின் இறுதி இயல் மரபியல். இதில் உயிரினங்களைப் பாகுபடுத்தி அல்லது வேறுபடுத்திக் காட்டியுள்ளார் தொல்காப்பியர். அறிவியல் முறையில் இவற்றை இவர் வகைப்படுத்தியுள்ளார்.

ஓரறிவுடையன

உலகின் பரிணாமத்தை ஆராயும்போது உயிரினங்களின் இயல்பை அவற்றின் புலனுறுப்புகள் வாயிலாக அறிய முடியும். செடி, கொடிகள் மற்றும் மரங்கள் எல்லாம் தாவர வகையினம். இவற்றிற்கு தொடர்ச்சி உண்டு என்கிறார் தொல்காப்பியர். ஓரறிவுடைய அனைத்திற்கும் தொட்டால் உணரக்கூடிய தொடு உணர்வு மட்டும் உண்டு. தொடுவுணர்வுப் பண்புகளையுடைய அனைத்து உயிர்களும் ஓரறிவுயிர்கள் என்று இதன்மூலம் அடையாளப்படுத்தப்படுகிறது. சான்றாக தொட்டால் சுருங்கிச் செடியைக் கூறலாம். தொட்டவுடன் தன் அலைகளைச் சுருக்கிக்கொள்ளும் தன்மையுடையது. இச்செடிக்கு தொடுவுணர்வு மட்டும்தான் உள்ளது. இதை ஒவ்வொரு தாவரங்களும் வேறுவகையில் பெற்றுள்ளன.

இதனை,

புல்லும் மரனும் ஓரறி வினவே
பிறவும் உளவே அக்கிளைப் பிறப்பே

என்கிறது தொல்காப்பியம்.

சங்கு, நத்தை, சிப்பி, கிளிஞ்சல் மற்றும் புழுக்கள் ஈரறிவு உயிர்கள் என்று கூறப்படுகின்றன. தொடுவுணர்வும், உணவை வாயால் உண்ணுகின்ற உணர்வைக் கொண்டிருப்பதால்,

இவை ஈரறிவு உயிர்கள் என்று அழைக்கப்படுகின்றன. இவை அனைத்தும் ஓரறிவு உயிர்களில் இருந்து வேறுபடுகின்றன எனத் தொல்காப்பியர் சுட்டுகிறார். இதனை,

நந்தும் முரளும் ஈரறி வினவே
பிறவும் உளவே அக்கிளைப் பிறப்பே

என்ற நூற்பா மூலம் அறிய முடிகிறது.

தொடுவுணர்வு, சுவையுணர்வு மற்றும் நுகரும்தன்மை கொண்ட உயிர்கள் மூவறிவுயிர்கள் என்று சுட்டுகிறார் தொல்காப்பியர். மூவறிவு உயிர்கள் எல்லாம், எந்தத் திசையில் மணம் வருகின்றதோ அந்தத் திசையை நோக்கி நகரும் தன்மை கொண்டவை மற்றும் தனது உடலில் இயற்கையாகத் தோன்றும் மணத்தை அறிந்து அதன் மூலம் ஒன்றன்பின் ஒன்றாகச் செல்லும் தன்மையுடையவை. எறும்பு, கறையான் போன்ற உயிர்களைத் தொல்காப்பியர் மூவறிவு உயிர்களுக்குச் சான்றாகக் கூறுகிறார். இதனை,

'**சிதலும் எறும்பும் மூவறி வினவே**
பிறவும் உளவே அக்கிளைப் பிறப்பே'

என்னும் தொல்காப்பியரின் மேற்கண்ட நூற்பாவின் மூலம் அறிய முடிகிறது.

உடலால் உணரும் தன்மையும், இரைதேடி உண்ணும் உணவின் சுவையை அறியும் பண்பும், மணத்தை உணரும் தன்மையும் மற்றும் ஒளி உணரும் உறுப்பாகிய கண்கள் கொண்ட அனைத்து உயிரினங்களும் நான்கறிவு உயிர்கள் என்று கூறுகிறார் தொல்காப்பியர். சான்றாக, தேனீக்கள் சூரிய ஒளி நோக்கிப் பறக்கும். மேகமூட்டமான காலங்களில் பறக்க அல்லது தேன் எடுக்க வெகுதூரம் செல்வதில்லை. இதன்மூலம் தொல்காப்பியரின் வகைப்பாடு உண்மை என்று இன்றும் நம்பமுடிகிறது.

'**நண்டும் தும்பியும் நான்கறி வினவே**
பிறவும் உளவே அக்கிளைப் பிறப்பே'

என்று நண்டு, வண்டுகள், தேனீக்கள் போன்ற நான்கறிவு

உயிரினங்களைத் தொல்காப்பியர் மேற்கண்ட நூற்பாவின் மூலம் சான்று அளிக்கிறார்.

ஓசையைக் கேட்கும் உணர்வுகொண்ட அனைத்து உயிரினங்களையும் தொல்காப்பியர் ஐந்தறிவு உயிர்கள் என்று கூறுகிறார். தொடு உணர்வு, சுவை உணர்வு, நுகரும் தன்மை, பார்க்கும் திறன் மற்றும் கேட்கும் தன்மையுடைய உயிர்கள் ஐந்தறிவு உயிர்கள் ஆகும். விலங்குகள் மற்றும் பறவைகள் ஐந்தறிவு உயிர்களுக்குச் சான்றாகும்.

காட்டிற்குப் பறவைகள் பற்றி ஆய்வு மேற்கொள்ளும் ஆய்வாளர்கள், காட்டில் காய்ந்து கிடக்கும் சருகின் சத்தமோ அல்லது நடக்கும்போது ஏற்படும் சத்தமோ சிறிது கேட்டால் கூட பறவைகள் பறந்துவிடும். பறவைகளுக்குக் கேட்கும் திறன் அதிகம் என்பதை அறிவர். அதைப் போன்று மனித மூதாதையர்களான ஆப்பிரிக்கக் குரங்கு வகை, வாலில்லா ஆப்பிரிக்கப் பெருங்குரங்கு வகை, காட்டு மனிதக் குரங்கு போன்ற குரங்குகளின் மரபியல் காரணி மற்றும் இதர காரணிகள் மனிதனை ஒத்துக் காணப்படும். ஆனால், மனிதனுக்கு உரிய மனம் அல்லது பகுத்தறியும் தன்மை இல்லாத காரணத்தால் அவை ஐந்தறிவு உயிரினங்களில் அடங்குகிறது.

'மாவும் புள்ளும் ஐயறி வினவே
பிறவும் உளவே அக்கிளைப் பிறப்பே'

என்ற நூற்பாவின்மூலம் ஐந்தறிவு உயிர்களாக வகைப்படுத்தியுள்ளார் என்பதை அறிய முடிகிறது.

அறிவு வரையியல் புலன்களால் பொருள்களை அறிவது, இன்ப துன்பம் உணர்வது மற்றும் உயிர் இனங்களில் உயிர் இனப்பெருக்கம் அதாவது, உயிர் உற்பத்தி செய்வது ஆகியவை நடைபெற்று வருகின்றன. ஒவ்வொரு உயிரின் அறிவு வளர்ச்சியும் வேறுபடுகிறது. மனிதன் சிந்தனை ஆற்றல் பெற்ற பின் உள்ளத்தை உணர்ந்துகொள்ளுகிற போது அறிவு எனப்படுகிறது. அது தான் ஆறாவது அறிவு என்கிறார் தொல்காப்பியர்.

'மக்கள் தாமே ஆறறி வுயிரே
பிறவும் உளவே அக்கிளைப் பிறப்பே'

கிரேக்க தத்துவ ஞானிகள் தாம் அறிவியல் சிந்தனைக்கு வித்திட்டவர்கள் என்று வரலாற்று அறிஞர்கள் கூறுகின்றனர். ஆனால் கிரேக்க தத்துவஞானிகளுக்கு முன்பே தொல்காப்பியர் அறிவியல்பூர்வமாகச் சிந்தித்து உயிர்களை வகைப்படுத்தியுள்ளார் என்பதையும், செவ்வியல் இலக்கியங்கள் என்று குறிப்பிடும்போது கிரேக்கம், இலத்தீன் போன்ற மொழிகளோடு தமிழ் மொழியையும் குறிப்பிடுகின்றோம். அவ்வாறு குறிப்பிடும்போது கிரேக்கம், இலத்தீன் போன்ற இலக்கியங்களின் அறிவுக் கோட்பாட்டிற்கு இணையான பரப்பும் பழமையும் உடையது தமிழ் என்று கூறமுடியும்.

இந்த அனுமான சிந்தனையின் வளர்ச்சி மனிதருக்கு உண்டு. அனைத்தையும் பிரதிபலிக்கும் மனமும் அதனை ஒட்டிய சிந்தனையும்தான் மனிதரின் சிறப்பு என்பதை தொல்காப்பியம் வலிமையுடன் நிறுவிவுள்ளது.

தொல் மரபு என்பது முன்னோர் சொல் வழக்கு. ஏடறியாத காலத்தின் வரலாற்றை இது சுமந்து வந்து கொண்டேயிருக்கிறது. மரபியல் சூத்திரம் என்று இது கூறப்படுகிறது. அழிந்த இலக்கியங்களின் ஞாபக மரபு இல்லாமல் தமிழரின் அறிவுத் தொடர்ச்சியை புதிய எல்லைகளுக்கு கொண்டு சென்றிருக்க முடியாது. அதன் ஒரு காலத்தின் திருப்புமுனை வெளிச்சம்தான் தொல்காப்பியர் என்று உறுதிபடக் கூறமுடியும்.

ஒன்றறி வதுவே உற்றறி வதுவே
இரண்டறி வதுவே அவற்றோடு நாவே
மூன்றறி வதுவே அவற்றோடு மூக்கே
நான்கறி வதுவே அவற்றோடு கண்ணே
ஐந்தறி வதுவே அவற்றோடு செவியே
ஆறறி வதுவே அவற்றோடு மனமே
நேரிதின் உணர்ந்தோர் நெறிப்படுத் தினரே

என்று தொல்காப்பியம் குறிப்பிடுகிறது.

தொல்காப்பியத்தின் அறிவுக்கொள்கை, உலகின் மூத்த அறிவுக் கொள்கைகளில் ஒன்றாக இருக்க வேண்டும். ஓர் அறிவிலிருந்து தொடங்கி ஆறறிவு வரை அன்றைய அறிவறியும் முறை வகுக்கப்பட்டிருந்தது. தாவரங்கள் முதல் எல்லாவற்றிற்கும் உயிரும் அறிவும் உண்டா? என்ற கேள்வி

எழுப்பி அதைப்பற்றிய வரையறைகளையும் தொல்காப்பியம் வகுத்துள்ளது.

அன்றைய காலத்தோடு ஒப்பிட்டுப் பார்க்கும்போது இது காலத்தை மீறிய தகவலாகத் தெரிகிறது. இந்த உயிர்களின் அறிவுக்கொள்கையின் வளர்நிலையில் மனிதனுக்கு மட்டும்தான் ஐம்புலன்களின் பதிவை பகுத்துப் பார்க்கும் மனமும் இதை ஒட்டிய சிந்தனை ஆற்றலும் இருக்கிறது என்பதை தொல்காப்பியம் உறுதி செய்கிறது. அனுமான சிந்தனையின் வளர்ச்சிதான், மனிதருக்கு அனைத்தையும் வழங்குகிறது. மனமும் அதனை ஒட்டிய சிந்தனையும்தான் மனிதரின் சிறப்பு என்பதை தொல்காப்பியம் தர்க்க பூர்வமான வலிமையுடன் நிறுவிவுள்ளது.

*

(11)

திருக்குறள்

தமிழ் கற்கத் தொடங்கிய ஆரம்பப் பள்ளி நாட்களில் மாணவர்களுக்கு அறிவு என்னும் சொல்லை அறிமுகம் செய்வித்தது திருக்குறளாகதான் இருக்கமுடியும். அறிவுடைமை என்னும் திருக்குறளின் அதிகாரம் இன்னும் ஞாபகப் பரப்பின் ஆழத்தில் நின்று அடிக்கடி எட்டிப் பார்த்துக்கொண்டுதான் இருக்கிறது. அறிவு என்றால் என்ன என்பது பற்றியும், அறிவுவழி நடப்பவர்களுக்கான இலக்கணம் பற்றி தமிழாசிரியர் கற்பித்தவை இன்னும் நினைவில் இருக்கின்றன, நிற்கின்றன.

அறிவுடைமை இருந்தால் எல்லா உடைமையும் கிடைத்துவிடும். அறிவு இல்லாதுபோனால், எந்த உடமையும் நம்மிடம் நிற்காது ஓடிவிடும் என்கிறது. திருக்குறள். அறிவு தொடர்பான சொற்களை திருக்குறளின் அறத்துப் பாலில் முப்பது இடங்களிலும், பொருட்பாலில் எண்பத்திரண்டு இடங்களிலும் காமத்துப்பாலில் பத்தொன்பது இடங்களிலும் திருவள்ளுவர் நேரடியாகப் பயன்படுத்தியுள்ளார். அவற்றுள், 'அறிவறிவு' என்ற சொற்றொடரை கூர்ந்து கவனிக்க வைத்துவிட்டார் வள்ளுவர்.

அறிவறிந்து ஒருவர் செயல்பட்டால், அவருக்குக் கிடைக்காதது எதுவுமே இல்லை. இது, ஒருவருக்கு மிகவும் உயர்வைக் கொண்ட அடக்கத்தை கற்றுத் தருகிறது. அறிவைப் பெறாத நிலை குறித்த திருக்குறளின் கருத்துகளும் சிறந்த அறிவுரைகளை வழங்குகின்றன. அறிவை அறிந்து அதன் பயனை அடையாதவன் நிலை குறித்து, 'அத்தகையவரை

அறிஞர்கள் பழிப்பார்கள்' என்கிறார் வள்ளுவர். இதனை 'அறிவறிந்து ஆள்வினையின்மை பழி' என்கிறது வள்ளுவம்.

இவ்வாறு 'அறிவறிந்து' என்ற சொற்றொடருக்கு அறிவை அறிந்து எனப் பொருள்கொண்டு, அறிவின் இயல்பு, அறிவின் மூலங்கள், அறிவின் ஏற்புடைமை, அறிவின் எல்லை ஆகியவற்றை அறிந்து என்று பொருள் விரித்துக் கொள்வது, பொருந்துடையதாகும். வலியறிந்து, இடனறிந்து, காலமறிந்து என்ற தொடர்கள் திருக்குறளில் இந்த முறையில் பொருள் கொள்ளப்படுவதைக் காணலாம். எனவே, 'அறிவறிந்து' என்ற தொடர் 'அறிவுக் கோட்பாட்டை அறிந்து' எனப் பொருள் கொள்ளப்படுகின்றது."

அறிவு வெவ்வேறு கோணங்களில் பார்க்கப்படுகிறது. பொதுவாக, இன்றைய உலகம் இதைப் பகுத்து மூன்று பிரிவுகளில் கூறுகிறது. இயற்கை அறிவு அதாவது இயல்பில் அமைந்த அறிவு, செயற்கை அறிவு. அதாவது, நூல் முதலான செயற்கை அறிவு, கோள்களின்மூலம் பெறும் அறிவு. இதைக் கற்றலின்மூலம் கிடைத்த அறிவு அல்லது நூலறிவு என்றும் சொல்வர்கள். இந்த செயற்கை அறிவு கற்றல் மூலமும், கேட்டல் மூலமும், பெறப்படுவது. மூன்றாவது வகை உலக அறிவு. இயற்கை அறிவுடன் கூடியதாகவோ அல்லது செயற்கை அறிவுடன் கூடியதாகவோ அல்லது இரண்டும் இணைந்த அறிவுகளுடன் கூடியதாக உலக அறிவு இருக்கலாம். இயற்கை, செயற்கை அறிவின் பயன்களை முழுதும் உணர வேண்டுமானால் ஒருவருக்கு உலக அறிவு வேண்டும். வள்ளுவர் இந்த மூன்று நிலைகளையும் அறிவின் உட்பொருளாக ஆராய்ந்துள்ளார்.

அறிவுடைமை என்னும் அதிகாரத்தில் சொல்லப்படும் அறிவு, மூன்று அறிவுகளின் முதிர்ச்சி நிலையில் உள்ள உலக அறிவை நுட்பமாக விரிக்கிறது. இதை வள்ளுவர் 'எவ்வதுறைவது உலகம் உலகத்தோடு அவ்வதுறைவது அறிவு' என்று குறிப்படுகிறார். இதைப்போலவே உலகை அறிந்து நடப்பதே சிறந்த அறிவு அல்லது நுண்ணிய அறிவு. இதைப் போல் அறிவுடைமையில் உள்ள பத்து திருக்குறளும் அறிவின் மூலம் வாழ்க்கைக்கான மிகச் சிறந்த வழிகாட்டுதல்களைத் தருகின்றது.

அறிவுடைமை அதிகாரத்தில் வழங்கும் பத்துக் குறளும் அறிவு பற்றிய அனைத்து விளக்கங்களையும் சொல்லி எல்லாவற்றையும் நிறைவு செய்கிறது. முதல் குறள், விழிப்புடன் இருக்கத் துணை செய்யும் கருவியாகவும், அழிக்க முடியாத பெருங் கோட்டையாகவும் உள்ளது அறிவு என்பதைச் சொல்கிறது.

இரண்டாவது குறள், தனி மனித ஒழுக்கத்திற்கு வழிகாட்டி அறிவுதான் என்கிறது.

மூன்றாவது குறள், யாரால் என்ன சொல்லப்பட்டாலும் அவ்வாறே கேட்டு ஏற்றுக்கொள்ளாமல் உற்று அறிந்து உண்மையைக் காண்பதுவே அறிவு என்று கூறுகிறது.

நான்காவது குறள், ஒன்றன் பொருளை தெளிவாகச் சொல்வதற்கும், சொல்லப்பட்டதை நாம் தெளிந்து கொள்வதற்கும் கருத்துப் பரிமாற்றம் செய்துகொள்ளும் அறிவுத்திறன் வேண்டும் என்கிறது.

ஐந்தாம் குறள், உலகத்தைச் சார்ந்தும் அதே சமயம் தனித்தன்மையை இழக்காமல் இருப்பதும்தான் அறிவுடைமை என்கிறது.

ஆறாவது குறள், உலகப் போக்கு எவ்வாறு இருக்கிறதோ அதற்குத்தக தன்னை மாற்றி அமைத்துக் கொள்ளக்கூடிய திறன் வேண்டும் என்கிறது.

ஏழாவது குறள் வரப்போவதை அறிந்து அதற்குத் தேவையானதை வாசிக்க முடிந்த ஆற்றல் அறிவுடையாருக்கே உண்டு என்று கூறுகிறது.

எட்டாவது குறள், அஞ்சுவதற்கு அஞ்சுதல் அறிவுடையார் கடமை என்று சொல்கிறது.

ஒன்பதாவது குறள், எதிர்கால எதிர்பாராத நெருக்கடியிலிருந்து தன்னைக் காப்பாற்றிக் கொள்கிறார் அறிவுடையோர் என்று கூறுகிறது.

பத்தாவது குறள், அறிவுடையவன் எல்லாம் உடையவனாவான் என அறிவிக்கிறது.

இதேபோன்ற கருத்து திருக்குறளை ஒட்டிய மற்ற நீதி நூல்களிலும் காணப்படுகிறது. ‘நுண்ணுணர்வு உடைமை படைத்த பெரும்செல்வம்’ அதாவது, நுட்பமான அறிவினைப் படைத்த ஒருவனுக்கு அவனது அந்தத் திறமையே மிகப்பெருஞ் செல்வமாகும் என்று நாலடியார் கூறுகிறது. இதையே குறள், இன்னும் மேலே போய் ‘அறிவுடையார் எல்லாம் உடையார்’ என்று விவரிக்கிறது.

திருவள்ளுவர் சிந்தனை அறிவு என்னும் அளவை அறிவுக்கு சிறப்பிடம் தந்து விரிவாகப் பேசுகிறார். சிந்தனை அறிவை எண் அறிவு என்றும் எழுத்தறிவு என்றும் வகைப்படுத்துகின்றார். எண்ணும் எழுத்தும் அறிவுத் தொகுதியின் இரு பிரிவுகள். இந்த இரண்டும் மனித வாழ்வைச் சிறக்கச் செய்யும் இரண்டு கண்கள் என்கிறார் வள்ளுவர். எல்லாமும் அறிவியல் இலக்கியம் என்ற இரு வகைகளில் அடங்கும்.

இதைப்போலவே, திருக்குறள் தமிழரின் அறவாழ்க்கையை, உறுதிப்படுத்தி அறிவிக்கிறது. மனிதனுடைய உணர்வுகளையும், உலகில் உள்ள பொருள்களையும் மதிப்பீடு செய்யும் போக்கினைத் திருக்குறளில் அறநிலை வழுவாது எடுத்துரைக்கப் பட்டுள்ளது. இதில் காணப்படும் மதிப்பீடுகள், தமிழர் தம் பண்பாட்டின் மதிப்பீட்டறிவின் சிறப்பினைத் தெளிவாகக் காட்டுகின்றன.

சிலவற்றை அறச்செயல்கள் என்றும், சிலவற்றை அறமற்ற செயல்கள் என்றும் திருக்குறள் மதிப்பீடு செய்கிறது.. எத்தகைய சமுதாயத்தை உருவாக்க விரும்புகிறோம் என்ற அளவுகோலால் இந்த மதிப்பீடு செய்யப்படுகிறது. “அறத்தின் வழியாக வரும் பொருளையும், அதனால் பெறும் இன்பத்தையும்” தமிழர்கள் உயர்வாக மதித்தனர்; அறநெறிகளிலிருந்து பிறழாமல் ஈட்டிய பொருளையும் அது தரும் இன்பத்தையும் சரியானவை, ஏற்புடையவை என்று திருக்குறளும் மதிப்பீடு செய்துள்ளது.

அறிவுக் கோட்பாட்டில் மேலைநாட்டாரிடம் காணப்படும் குழப்பமும் சொல்லாடலும் திருக்குறளில் இல்லை. அறிவுக்

கோட்பாட்டில் ஒரு குறுகிய எல்லை கொண்ட பார்வை தான் மேலைநாட்டவரிடம் இருக்கிறது. திருக்குறளில் காணப்படும் உலகு போன்ற விரிந்த பார்வை அவர்களிடம் இல்லை. அறிவின் அடிப்படை பிரச்சனைகளில் சரியான தெளிவை திருக்குறளில் பார்க்க முடிகிறது.

மேலைநாட்டவர் குறிப்பிடும் அறிவின் அடிப்படைகள் அனைத்தும் திருக்குறளில் சிறப்பாக காணப்படுகின்றன. அதனால் தான் திருக்குறள் வழங்கும், நெறி வையத்து வாழ்வாங்கு வாழும் நன்னெறி. உலகனைத்துக்கும் ஒக்கும் பொதுநெறி, இறுதியாக, இது தீதில் நன்னெறி.

அறிவுக் கோட்பாட்டில், அறிவு பெறுவதற்கு எவை தடைகளாக இருக்கின்றன என்பன போன்றவையும் ஆராயப்படுகின்றன திருக்குறளில். மேலைநாடுகளில் இதற்கான தடைகள் ஆராயப்பட்டன. இவர்கள் ஆராய வேறு இரண்டுவிதமான தடைகளை திருக்குறள் ஆராய்கிறது. அவை ஊழ், வறுமை ஆகிய இரண்டும் இவை ஆகும். இவை இரண்டும் அறிவுக்கான தடையாக வள்ளுவர் குறிப்பிடுகிறார். ஊழ் மறுபிறப்பைப் பற்றி பேசுகிறது. ஒருவருக்குக் கெடுதல் செய்தல் அதற்கான எதிர்வினை நமக்கு வந்துசேரும் என்ற அறிவை உணர்த்துவதாகவே ஊழ் அமைந்துள்ளது. அறிவைப் பெறுவதற்கு வறுமை எவ்வாறு தடை என்பதற்கு ஒரு நூறு உதாரணங்களை இன்றைய வாழ்க்கையில் காட்ட முடியும்.

வறுமையும்கூட சிந்தனைக்குத் தடையாகி அறிவைத் தடுத்துவிடும் என்பதற்கு வள்ளுவர். 'பேதைப் படுக்கும் இழவூழ்' என்றும் 'அறிவினை நிச்ச நிரப்புக் கொன்றாங்கு' என்றும் குறள்மொழி மூலம் கூறுகிறார்.

வறுமையென்பது இனி அறிவைப் பெறுவதற்குத் தடையாக இருப்பதோடல்லாமல் பெற்ற அறிவையும் கொன்று அழித்துவிடும் என்கின்றார். 'ஒருவன் வறுமையின் பிடியில் சிக்கிவிட்டால் பிறந்த குடிப்பெருமையும், வளர்த்துக்கொண்ட பேராண்மையும், கற்ற கல்வியும் அழியும்' என்றும், 'வறுமையெனும் துன்பம் அடைந்தவர்கள் கூர்மையுமெல்லாம் ஒருங்கிழப்பர்' என்றும் நாலடியாரில்

கூறப்பட்டுள்ளது. அறிவுவாயில்கள் என்று சிறப்பிக்கப்படும் 'ஐம்பொறிகள் சிறப்பாக அமைந்திருந்தும் பயனில்லை. அவற்றைப் பயன்படுத்தி அறிவுபெறுவதற்கு வறுமையற்ற வாழ்க்கை அமைய வேண்டும். வறுமையால் வாழ்க்கை அலைக்கழிக்கப்பட்டால் அறிவு கெடும்' என்று பெருங்குன்றூர் கிழார் மிகத் தெளிவாகக் குறிப்பிடுகின்றார்.

அறிவாக்கம் பற்றிய வள்ளுவரும் முடிந்த முடிவை தனது குறட்பாக்களில் தெளிவுபடுத்துகின்றார். சிந்தனை, அனுபவம் ஆகிய இரண்டுமே அறிவாக்கத்திற்கு வழி செய்யும் அடிப்படைகள் என சில குறட்பாக்களில் வெளிப்படுகிறது. நவீன காலத்தில் அறிவு ஆக்கம் குறித்து மேலை நாட்டு அறிஞர் இம்மானுவேல் காண்ட் உருவாக்கிய அறிவுக் கோட்பாடு, ஈராயிரம் ஆண்டுகட்குமுன் வள்ளுவர் கண்ட இரண்டு அடிகளில் தெளிவாக உள்ளது.

அறிவாக்கத்திற்குத் தேவையான கருப்பொருள் புற உலகிலிருந்து புலன்கள் வழியாகத் திரட்டப்படுகிறது. இதனை அனுபவம் என்கிறோம். அனுபவம் பற்றி திருக்குறள் முழுமையும் பேசப்படுகிறதென்றாலும் கல்விக் கேள்வி அதிகாரங்களில் இவை சிறப்பாக பேசப்படுகின்றன. அனுபவத்தை ஒருவன் இரு வழிகளில் பெறக்கூடும். ஒன்று வாழ்வின் பொருள்களைத் தானே அனுபவிப்பது; மற்றொன்று அனுபவித்தவர்கள் சொல்லக் கேட்பது. எவ்வழியாயினும் அனுபவத்தை அப்படியே அறிவெனக் கொள்ள முடியாது. அதனால்தான் வள்ளுவர், 'எப்பொருள் எத்தன்மைத் தாயினும்' என்றார்.

'கேட்கும் செய்தியை அப்படியே ஏற்றுக் கொள்ளவேண்டியதில்லை; கருத்துக் கூறுவர் எவராக இருந்தாலும் அவர் மீது கொண்ட மதிப்பின் காரணமாகவோ, வேறு காரணங்களுக்காகவோ, அந்தக் கருத்தை ஏற்காமல் அதன் உண்மைப் பொருளைக் கண்டறிய வேண்டும்; அதுவே அறிவு' என்று கூறும் புகழ்பெற்ற பாடல் இங்கு அமைந்துள்ளது.

'எப்பொருள் யார் யார் வாய்க் கேட்பினும் அப்பொருள் மெய்ப் பொருள் காண்பது அறிவு' என்ற கருத்துச்

செறிந்த குறள் பல மேல்நாட்டுச் சிந்தனையாளர்களையும் குறள்நோக்கி ஈர்க்கவைத்துள்ளது.

இது மட்டுமல்லாது, வள்ளுவர் வகுத்த அறிவு சார்ந்த, வாழ்வியலில் இல்லறம், மிகவும் சிறப்பானதாகக் காட்சி அளிக்கிறது. இல்வாழ்க்கையினருக்கும் துறவு பூண்டோருக்குமென இருவகையான அறக் கொள்கைகளையும், செயல்பாடுகளையும் வள்ளுவர் குறிப்பிடுகின்றார். இல்வாழ்க்கையினருக்கான விருந்தோம்பல், பிறனில் விழையாமை, ஒப்புரவு, மக்கட்பேறு, வாழ்க்கைத் துணைநலம் என்பதை அடிப்டையாகக் குறிப்பிடுகின்றார். பிறரை தன் இல்லத்திற்கு வரவழைத்து உணவளிப்பது, மாற்றான் மனைவியை ஏறெடுத்து பார்க்காத பண்பு, கருணைக் கொண்டு பிறரை நேசித்தல், நன் மக்களை வளர்த்தெடுத்தல், வாழ்க்கைத் துணைப் பற்றி அக்கறை கொள்ளுதல் என்பதை இல்லற விதியாக புரிந்து கொண்டு இவர்கள் வாழ வேண்டும் என்று வள்ளுவர் குறிப்பிடுகிறார்.

இதைப் போலவே அன்பு, இன்சொல், நன்றி, நடுவுநிலை, அடக்கம், ஒழுக்கம், பொறை, ஈகை, புகழ், அழுக்காறாமை, வெஃகாமை போன்ற பண்புகளை அனைவரும் பின்பற்ற வேண்டும் என்றாலும். துறவறம் கடைப்பிடிப்பவர்கள் புலால் மறுத்தல், தவம், கொல்லாமை என்பனவும், அருள், வாய்மை, பற்றின்மை, மெய்யுணர்வு, கள் உண்ணாமை, வெகுளாமை, இன்னா செய்யாமை, நிலையாமை போன்ற பண்புகளும் நெறியாகக் கொள்ள வேண்டும் என்றும் வள்ளுவம் சொல்கிறது. இல்லறம் துறவறம் பற்றி, அறிவின் வழி நின்று பார்க்கும் இந்தப் பார்வை திருக்குறளின் தனித்த சிறப்பைக் காட்டுகிறது.

'மெய்யுணர்தல்' என்று ஒரு தனி அதிகாரம் திருவள்ளுவரால் வகுக்கப்பட்டுள்ளது. மெய்யுணர்வு என்பது தத்துவத்தில் ஒரு முக்கியமான சொல்லாக கருதப்படுகின்றது. வாய்மை, உண்மை, மெய்மை ஆகிய மூன்று சொற்களும் தமிழ் தத்துவம் சார்ந்த மெய்சொற்களில் முக்கியமானதாகக் கருதப்படுகிறது. இவை மூன்றுக்கும் தலைச்சொல்லாக மெய்மை உணரப்டுகிறது.

அறிவின் மூலம் மெய்யுணர்வுக் கொள்கை சென்றடைவது தான் தமிழரின் அறிவுக் கோட்பாடு என்பதை வள்ளுவம் பல்வேறு வழிகளின் மூலம் விளக்கம் தருகிறது. இந்த விளக்கம், நவீன காலத்தின் அறிவு மேன்மைக்கு ஒரு சிறந்த எடுத்துக்காட்டாக நின்று ஒளி தருகிறது. அறிவு என்றால் என்ன என்பதற்கு உலக அளவில் விளக்கம் தந்த நூல்களில் திருக்குறளைத் தலைசிறந்தாகக் கருதமுடியும்

*

12

அன்பின் ஐந்திணை

அனல் வீசும் கோடையில் மனிதர் மேல் எதிர்பாராது விழுந்த மழைத்துளியைப் போன்றதுதான் அன்பு. வாழ்வின்மீதான முதல் பிடிப்பு, இந்தத் துளியிலிருந்து தான் தொடங்குகிறது. ஆண், பெண் இருவரும் ஒருவர் மீது ஒருவரை ஈர்த்து வைத்துக்கொள்ளும், இந்த ஒரு துளி காதல் காவியமாய், இதிகாசமாய் கடல் போன்று, விரிந்து சென்றுகொண்டேயிருக்கிறது. இது எழுப்பும் அன்பு அலைகள் மனிதக் கூட்டத்தை மகிழ்ச்சிக் கடலில் நீந்தி விளையாட வைத்துவிடுகிறது.

இதை ஐயாயிரம் ஆண்டுகளுக்கு முந்தைய தமிழ்ச் சமுகம் மெல்லிய தென்றலாய் உணரத் தொடங்கியது. பின்னர் அதை வாழ்க்கை நெறியாக்கி, வசந்தங்கள் தோறும் வழிநடத்தி, அழைத்து சென்றது. தமிழ் இன்று வரை இந்த அன்புவழி நடப்பதில்தான் தனிச்சிறப்பை பெற்றுள்ளது. அன்பு என்பது பிரபஞ்சத்தைப் போல விரிவுகொண்டது என்பதைத் தங்கள் அனுப அறிவின் மூலம் புரிந்துகொண்டவர்கள் தமிழர்கள்.

நீண்டதூரம் இவ்வாறு நடந்து வந்துவிட்ட வழிநடைப் பயணத்தில், யாருக்குமே கிடைக்காத பண்பாட்டு வாழ்க்கை தமிழர்களுக்குக் கிடைத்திருக்கிறது. இந்தப் பண்பாட்டின் உருவாக்கம் தான் தமிழரின் இல்லறம். இன்று தமிழரின் குடும்ப வாழ்க்கை உலகம் தழுவிய ஆராய்ச்சிக் கண்களால் உற்றுப் பார்க்கப்படுகிறது. தமிழரின் குடும்ப அமைப்பின்

மேன்மை உலகத்திற்கு எடுத்துகாட்டாகத் திகழ்கிறது. தொல்லுலகத்தின் நாகரிக தொடக்கக் காலத்தில், தமிழர்கள் உணர்ந்து வளர்த்தெடுத்த அன்பை, கோட்பாடாகவும் இலக்கணமாகவும் வடித்தெடுத்துள்ளனர். இதுதான் தமிழரின் உயர் பண்பாட்டிற்கு அடிப்படையாக அமைந்துவிட்டது. தொல்காப்பியம்தான் இதற்கான முதல் ஆதாரத்தை வழங்குகிறது.

ஆணுலகு, பெண்ணுலகு தனித்தனியானவை என்ற போதிலும், இதில் உருவான அன்பை எத்தனையோ அழகியல் ரசனைகளில், இலக்கிய காட்சியாக நம் முன்னால் வைக்கின்றன, சங்க இலக்கியங்கள். மானுடப் பரப்பெங்கும் காதலை இன்ப நுகர்ச்சியாகப் பார்த்த காலத்தில், தமிழர்கள் அதற்கு ஒருபடி மேலே சென்று, அறிவின்வழி நின்று ஒழுக்க விதியாக்கினார்கள். அன்பை அடிப்படையாகக் கொண்ட திணை ஒழுக்கம் போன்ற ஒன்று உலகில் எந்த நாட்டிலும், எந்த மொழியிலும் இல்லை.

திணை ஒழுக்கம் மானுட வாழ்வில் காதலை நெறிப்படுத்தும் முதல் முயற்சி. இது மனிதரின் முதல் முயற்சியாக இருக்கலாம். சங்கப் பாடல்களில் இந்த அன்பின் மேன்மை, தேர்ந்த இசையாக இசைத்துக் கொண்டிருக்கிறது. இந்தக் காதல், இசையாகக் கடந்து வந்த தொலைதூரத்தை நம் காதுகளுக்குச் சொல்லிக் கொண்டேயிருக்கிறது.

தலைவன் - தலைவி இருவரது மனதை மையமாக வைத்து வகுக்கப்பட்டது தான் அகப்பொருள் இலக்கணம். குறிஞ்சி முதலான ஐந்து நிலங்களில் வாழும் ஆண், பெண் உறவுவின் வாழ்க்கை நெறி பற்றி பேசுகிறது திணை ஒழுக்கம். ஒத்த அன்பு என்ற கருவிலிருந்துதான் இந்தப் புரிதல் வெளிப்படுகிறது. அன்றைய காலத்தில், உலகின் பல்வேறு இன மக்களிடம் இந்த மனித உறவுகுறித்த சிந்தனைகள் எவ்வாறு இருந்தன என்பது முழுமையாக நமக்குத் தெரியவில்லை. இப்பொழுது நாம் அதைப் பற்றி யோசிக்க வேண்டியவர்களாக இருக்கிறோம். ஆனால் மிகுந்த நுட்பமும் மேன்மையும் கொண்ட வாழ்க்கையை ஆதாரமாக்கிக் காட்டுகிறது தமிழரின் அகவாழ்க்கை,

அன்பின் ஐந்திணை என்று குறிஞ்சி முதலான ஐந்து நிலங்களுக்கான காதல் ஒழுக்கங்கள் கூறப்பட்டாலும், அகத்திணையை, மொத்தம் ஏழு பிரிவாகப் பிரித்துள்ளனர். குறிஞ்சி, முல்லை, மருதம், நெய்தல், பாலை ஆகியவற்றுடன் கைக்கிளை, பெருந்திணை, ஆகிய இரண்டையும் திணை ஒழுக்கங்களுடன் இணைத்துள்ளது தொல்காப்பியம்.

வாழ்க்கையை அறிவுபூர்வமாக ஆரம்ப காலங்களிலேயே தமிழர்கள் யோசித்தனர் என்பதற்கு திணை பற்றிய இந்தப் பார்வையே ஆதாரமாகும். எத்தனை ஆழமும் விரிவும்கொண்ட பார்வை. தொல்காப்பியத்தில் ஏழு திணை ஒழுக்கங்களில் ஐந்து திணை பற்றிய ஒழுக்கங்கள் சிறப்பாகக் குறிப்பிடப்படுகின்றன. இந்த ஐந்தும் அன்பின் ஐந்திணை என்று அழைக்கப்படுகிறது. இதை ஒட்டி மற்றொரு கேள்வியும் எழுகிறது. இந்த ஐந்தும், அன்பின் ஐந்திணை என்றால் மற்ற இரண்டும் அன்பற்றவையா? என்பதுதான் அந்தக் கேள்வி.

உண்மையில், இது மிகவும் ஆராய்ந்து பார்க்க வேண்டிய கேள்வியாகும். குறிஞ்சி, முல்லை, மருதம், நெய்தல், பாலை என்ற ஐந்தை தவிர்த்து மேலும் இரண்டு திணைகள் கூறப்படுகின்றன. அவை கைக்கிளை, பெருந்திணை. இந்த இரண்டையும் அன்பின் திணைகளாக தொல்காப்பியம் கூறவில்லை. இதற்கான காரணங்கள் இருக்கின்றன. வாழ்க்கையைப் பற்றிய நுட்பமும் கூர்மையும் கொண்ட சிந்தனை இல்லாமல் இவ்வாறான திணை ஒழுக்க பகுப்புமுறையை தொல்காப்பியரால் உருவாக்கியிருக்க முடியாது.

கைக்கிளை என்பது ஒருதலைக் காதலை குறிக்கிறது. ஆண் பெண்மீது ஒருதலைக் காதலைக் கொண்டாலோ அல்லது பெண் ஆண்மீது ஒருதலைக் காதலை கொண்டிருந்தாலோ அதனை ஒருதலைக் காதல் என்கிறோம். இன்றுகூட ஒருதலைக் காதலால் உருவாகும் பிரச்சனைகளை நாம் அறிவோம். அது அன்றும் ஒரு சமூகப் பிரச்சனையாக இருந்திருக்கிறது. அதையும் உணர்ந்து தனியாக திணை ஒழுக்கத்தை உருவாக்கி இருப்பது தான் தொல்காப்பியத்தின்

சிறப்பு. இதைப் போலவே தொல்காப்பியத்தில் கூறப்படும் மற்றொன்று பெருந்திணை.

பெருந்திணை என்பது ஒருதலைக் காதல் அல்ல. அது பொருந்தா காதல். முன்னோர் அனுபவத்தில் வகுத்து வைத்திருந்த வாழ்க்கை மரபுக்கு மாறாக இது அமைந்துள்ளது. காதலுக்கு ஒத்த அன்பு, ஒத்த இயல்பு, ஒத்த வாழ்க்கை முறை வேண்டும் என்கிறது தொல்காப்பியம். இந்த இயைபு இல்லை என்றால் வாழ்க்கை சுவைப்பதில்லை. வயது வேறுபாடு, குணவேறுபாடு, வாழ்க்கை முறையிலுள்ள வேறுபாடுகள் என்று எத்தனையோ வேறுபாடுகள் இருக்கின்றன. இந்த வேறுபாடுகள் இல்லாத ஒத்த பொருத்தம் காதலர்களுக்குத் தேவைப்படுகிறது. வேறு கவர்ச்சியால் காதல் வர வாய்ப்பிருக்கிறது. அதைப் பற்றிய புரிதல் அற்ற மயக்கம் வாழ்க்கையை சிக்கலாக்கி விடும் என்ற எச்சரிக்கைதான் கைக்கிளை.

ஒத்த மனம், ஒத்த அன்பு இல்லாத எல்லாவற்றையும் நிராகரிக்கிறது தமிழ் மரபு. இதனால்தான் கைக்கிளையையும் பெருந்திணையையும் அன்பு வட்டத்தில் வைக்கவில்லை. அதை அன்பின் திணையாக ஏற்க மறுத்துவிடுகிறது தொல்காப்பியம். ஆனால் அதே நேரத்தில், வாழ்க்கை எத்தனையோ முரண்பாடுகளைக் கொண்டது. வேண்டாம் என்று ஒரு சமூகம் விரும்பினாலும், கைக்கிளையும் பெருந்திணையும் எப்படியோ அங்கொன்றும் இங்கொன்றுமாக வாழ்க்கைக்குள் வந்துவிடுகிறது. அவையும் வெளியில் சொல்ல முடியாத அகவொழுக்கங்களாகவே கருதப்பட்டன. அதனையும் ஒரு சமூகம் ஒழுங்கமைத்துக் கொள்ளும் கடமையைக் கொண்டிருக்கிறது. சமூகத்தின் பொறுப்புமிக்க செயலாக இதனையும் கருதிக் கொண்டது. ஏழு திணை ஒழுக்கங்கள் தமிழ் மரபில் உருவானதற்கு இதுவே காரணமாகத் தெரிகிறது. ஆகையால் இந்த இரண்டையும் அகத்திணையுடன் சேர்த்தனர் முன்னோர். அதைப் பின்பற்றியே தொல்காப்பியரும் கூறினார்.

அன்பின் மையம் என்பது இந்தத் திணைகளின் ஒழுக்கங்கள்தான். இதனை ஒத்த பருவமும், ஒத்த உருவமும், ஒத்த குணமும், ஒத்த அறிவும், ஒத்த நிலைமையும் உடைய ஒரு ஆணும் பெண்ணும் இணைந்து வாழ்வதே காதல் என்ற வரையறைக்குள் கொண்டு வருகிறார் தொல்காப்பியர். மனமொத்த இருவருக்குள் நடைபெறும் காதல் நிகழ்ச்சிகளைப் பற்றியே குறிஞ்சி, பாலை, முல்லை, மருதம், நெய்தல் என்னும் ஐந்து திணைகளும் கூறுகின்றன.

தமிழரின் அன்பு உலகம், காதலின் ஒவ்வொரு நுட்பங்களையும் ஆராய்ந்து அறிந்து, அதன் பல நிலைகளை வரையறுத்து, ஒழுக்க விதிகளையும் உருவாக்கி வைத்திருக்கிறது. ஒன்றிணைதல், பிரிதல், இருத்தல், இரங்கல், ஊடல் என்ற ஒவ்வொரு நிலைகள் குறித்த தெளிவு தமிழர்களுக்கு இருந்தது. ஆழமான அன்பால் இவை அனைத்தும் ஒருங்கிணைக்கப்பட்டிருந்தன என்றாலும், அதன் எல்லைகள் எது என்பதை தீர்மானம் செய்திருந்தனர். மற்ற மொழி பேசும் இனங்களில் இல்லாத அக ஒழுக்கச் சிறப்பு இது.

தமிழரின் அகவாழ்வில் பிரிவுத்துயர் ஆழமாக உணர்த்தப்படுகிறது. பிரிவு என்ற ஒன்று இல்லை என்றால் அன்பின் ஆழத்தைப் புரிந்துகொள்ள வாய்ப்பில்லை. வாழ்க்கையில் தவிர்க்க முடியாமல் பிரிவு நிகழ்ந்துவிடுகிறது. கல்வி, பகை, தூது, பொருள் என்ற ஒன்றின் மீது தீராத ஈடுபாட்டில் உருவான விருப்பத்தின் காரணமாக காதலியைப் பிரியும் சூழல் வந்துவிடுகிறது என்கிறார்கள் நம் முன்னோர். இதனால் நிகழும் காதல் பிரிவின் துயரை, பெருந்துயராக சங்க இலக்கியங்கள் உற்றுக் கவனிக்கின்றன. நற்றாய், செவிலித்தாய், தோழி, கண்டோர் என்ற பலரும் இந்த பிரிவின் துயரை அவர்களின் துயராக உணர்கிறார்கள்.

இதில் இயற்கைக் காதலை பற்றிய ஒரு சமூகத்தின் புரிதலும், பொறுப்புணர்ச்சியும்தான் முக்கியமானதாகும். காதலரின் பிரிவுத் துயரை உணர்ந்த சமூகம் அதற்கான தடைகளைக் கண்டறிந்து அதைப் போக்கும் முயற்சியில் இறங்கிவிடுகிறது. பிரிவுத் துயர் துடைக்கும் நிகழ்ச்சி தமிழரின் அக வாழ்வில் இவ்வாறுதான் நிகழ்கின்றது. இதுதான் தமிழர் அக வாழ்க்கையின் மேன்மையாகும்.

சங்க இலக்கியத்தில் உடன் போக்கு என்ற சொல் வருகிறது. இது பற்றி கலித்தொகையில் ஒரு பாடலில் காதலித்த இருவர் வீட்டினர் ஏற்றுக் கொள்ளவில்லை என்பதால் வீட்டுக்குத் தெரியாமல் புறப்பட்டு விடுகின்றனர். இவர்களை நினைத்துக் குடும்பதினர் வருத்தப்படுகின்றனர். ஆனால் இந்த பாடல் இது தவறில்லை. இது உலகியல் தான் என்று எடுத்துக் கூறுகிறது.

உடன்போக்கு மேற்கொண்ட தலை மக்களைத் தேடிச் சென்ற செவிலியை நோக்கி சான்றோர், 'சமூக நிலையுரைத்து இது உலகியல் என்கிறார்கள். காதலை ஒழுங்கமைக்கும் பொறுப்பை சமூகமே ஏற்றுக் கொள்கிறது.

அக வாழ்வைப் பற்றி பிற்காலத்தில் செய்யுள் படைப்பவர்களுக்கு இது அடிப்படை இலக்கணம் வழிகாட்டியாக மாறியது. வழிகாட்டியுள்ளார் தொல்காப்பியர். இந்த மரபில் நின்று பிற்காலத்தில் எழுதப்பட்ட சங்க அக இலக்கியங்கள் மானுட விழுமியங்களை மிகவும் உயர்வாகப் பேசுகின்றன. ஈடு இணையற்ற காதல் பாடல்கள் இதிலிருந்து ஆக்கம் பெற்றன. இந்த இலக்கியங்களை உலகமே வியப்புடன் கவனிக்கிறது. இது அகவாழ்வை மேன்மைப் படுத்தி நெறிப்படுத்தும் செயல் என்பதை நாம் புரிந்து கொள்ள வேண்டும்.

குறுந்தொகையில் அமைந்த பாடல் ஒன்று. காதல் என்னும் ஆண், பெண் நேயம், எங்கிருந்து எவ்வாறு தொடங்குகிறது? அதன் இயல்புதான் என்ன என்பதை மன உணர்வுகளால் வரைந்து காட்டிய ஓவியத்தைப் போல நமக்கு வரைந்து காட்டுகிறது. குறுந்தொகை, எட்டுத் தொகை நூல்களில் ஒன்று. இதனை நல்ல குறுந்தொகை என்று சிறப்புடன் அழைக்கிறார்கள். குறைந்த பாடல்களின் தொகுப்பாக இருப்பதால் இது குறுந்தொகை என அழைக்கப்படுகிறது.

குறுந்தொகையில் சித்திரிக்கப்படும் முதல் காதலைப் பற்றிய விவரிப்பு. முதல் சந்திப்பின் அத்தனை தாபங்கள், தயக்கங்கள், தடுமாற்றங்களையும் அதே நேரத்தில் அன்பின் ஆழமான உறுதிப்பாட்டையும் விவரிக்கிறது.

> யாயும் ஞாயும் யாரா கியரோ,
> எந்தையும் நுந்தையும் எம்முறைக் கேளிர்,
> யானும் நீயும் எவ்வழி யறிதும்,
> செம்புலப் பெயனீர் போல,
> அன்புடை நெஞ்சம் தாங்கலந் தனவே.

(குறுந்தொகை - 40)

செம்மண்ணுடன் கலந்துவிட்ட மழை நீர் என்பது தான் இந்தப் பாடலில் முக்கியமானதாகும். மண்ணும் நீரும் எத்தனை முக்கியம் என்பதை நாம் உணர்வோம். வானத்திலிருந்து தூயநீர் மண்ணில் விழுந்து செம்மண்ணுடன் கலந்துவிடுகிறது. இதை யாராலும் பிரிக்கமுடியாது என்று இந்தப் பாடல் கூறுகிறது. உண்மைக் காதலைப் பிரிக்கமுடியாது என்ற இந்தக் கருத்து, இன்று வரை ஒவ்வொரு அனுபவத்திலும் நமக்குப் புரியவைத்து விடுகிறது.

அன்புதான் எல்லாவற்றின் உயிர்நிலையாக இருக்கிறது. அகத்தின் இந்த வலிமைதான் புறத்தையும் வலிமை கொண்டதாக மாற்றியுள்ளது. அடர் வனத்தில் ஓர் இடத்தில் வேர் கொண்டு ஒவ்வொரு இடமாகப் படர்ந்து விரிவடையும், காட்டுப் பூங்கொடிப் போல, அன்பு அகத்தில் பிறந்து, புறத்தில் படர்ந்து, ஒரு விரிந்த வனத்தை உருவாக்கிவிடுகிறது. அகத்திணையின் அன்பின் வலிமை புறத்திணையை உறுதி கொண்டதாக்கிவிடுகிறது. அகத்திணையின் தூய அன்பும், நேர்மையான வாழ்க்கை முறையும் புறத்திணையில் புகழ்மிக்க வாழ்வுக்கு இலக்கணம் அமைத்துக் கொடுக்கிறது.

இந்த அன்புக்கும் அறத்திற்கும் நெருங்கிய உட்தொடர்பு இருக்கிறது. அகத்திற்கு அன்பு கூடுதலாகத் தேவைப்படுகிறது என்றால், புறத்திற்கு அறம் கூடுதலாக தேவைப்படுகிறது. தமிழரின் போர் முறையில் இந்த அறம் முக்கிய இடத்தைப் பெற்றதற்கு இதுதான் காரணமாகத் தெரிகிறது. சங்க இலக்கியங்களில் இதற்கான ஆதாரங்கள் கூடுதலாக இருக்கின்றன.

அன்பாலும் அறத்தாலும் கட்டியெழுப்பப்பட்ட அகமும் புறமும்தான், இன்றுவரை தமிழரின் வாழ்க்கைக்கு சரியான உறுதிப்பாட்டை வழங்கி உட்பொருளாய் நின்று இயக்கி வருகிறது.

எவ்வுயிரையும் விரும்பும் மனநிலை தான், இன்பம். அதை வலிந்து அடைய முடியாது. நோயின்றி, மோதலின்றி, பிணக்கின்றி, பசியின்றி, நல்லவற்றில் நாட்டம் கொண்டால் இன்பம் தானாக வரும்.

இதனை தொல்காப்பியம் ;

'எல்லா உயிர்க்கும் இன்பம் என்பது தான்

அமர்ந்து வரூஉம் மேவற்றாகும்

அமர்தல்-பொருந்துதல், உள்ளம் ஒன்றுதல்;

(தொல். 5.29)

வாழ்வின் நோக்கம் இன்பம் தான் என்று இது கூறுகிறது. அன்பாலும் அறத்தாலும் இந்த இன்பம் கிடைக்க வேண்டும் என்று தமிழரின் அறிவுக் கோட்பாடு வலியுறுத்துகிறது.

*

13

ஐந்தின் மயக்கம்

மனிதர் சிந்திக்கத் தொடங்கியபின், பிரபஞ்சத் தோற்றத்தைப் பற்றிய அனுமானங்கள் பல வண்ணங்களில் பிறக்கத் தொடங்கின. மனிதர், தம் மனதுக்குள் எழுதிய முதல் கற்பனைப் பிரபஞ்சம் பற்றியதாகத்தான் இருக்க வேண்டும். பிரபஞ்சம் பற்றிய சிந்தனை இவர்களது அறிவை மேலும் மேலும் வளர்க்கத் தொடங்கியது. உலகில் பல்வேறு மொழி பேசும் மக்களிடம் பல கற்பனைக் கதைகள் இருந்ததை இன்றும் நாம் உணர்ந்து கொள்கிறோம்.

இந்தப் பின்னணியில்தான் தமிழரின் தொல் அறிவு மரபில் பிறந்த பிரபஞ்சப் பார்வை நம்மை பெரிதும் யோசிக்கவைக்கிறது. புதிர் நிறைந்த பிரபஞ்சம் பற்றி ஒவ்வொரு நாட்டவருக்கும் ஒரு பார்வை இருந்தது. ஒவ்வொன்றும் தனித்தனியான கற்பனை உலகத்தைப் படைத்திருந்தது. இந்த கற்பனை உலகம் பெற்றுத் தந்த கதைகளில் பல, இன்றும் நம்மோடு வாழ்ந்துகொண்டுதான் இருக்கின்றன. ஏழு உலகங்கள் என்றும், விண்ணுலகம், மண்ணுலகம் என்றும், தேவர் உலகம், அசுரர் உலகம் என்றும் எத்தனையோ வகைகளில் கற்பனைக் கதைகளில் பிரபஞ்சம் உருவகமாக்கப்பட்டிருந்தது.

ஆனால் தமிழர்களுக்கு பிரபஞ்சம் பற்றிய தனிப்பார்வை இருந்தது. தமிழரின் இந்த தொடக்கக் கால பார்வை, புராணக் கற்பனைகளிலிருந்து முற்றிலும் வேறுபட்டு இருக்கிறது. இந்தப் பிரபஞ்ச கண்ணோட்டம் இயற்கையின்

அனுபவ அறிவை அடிப்படையாகக் கொண்டது. இதன்மூலம் இது உருவாக்கிக் கொண்ட கருதுகோள் என்பதே இதன் பார்வையாகும். இந்தப் பார்வையை ஆய்வு அடிப்படையில் புரிந்துகொள்வது இங்கு அவசியமாகிறது.

முதலில் உலகம் எவ்வாறு இயங்குகிறது என்பது மனிதரால் கண்டறிந்து கொள்ள முடியாத மர்மமாகத்தான் இருந்திருக்கக் கூடும். இதன் இயக்கத்திற்கான காரணங்களை மனிதர்களால் புரிந்து கொள்ள முடியவில்லை. பூமியை வெளியிலிருந்து ஒரு சக்தி இயக்குகிறது என்பதை தமிழர்கள் ஏற்றுக் கொள்ளவில்லை. தொல்காப்பியம் முதல் சங்க இலக்கியங்கள் வரை கிடைத்திருப்பவை தான், தமிழின் தொன்மையான நூல்கள். இவை உருவாக்கித் தரும் பார்வை, பூமியின் இயக்கம் பிரபஞ்சத்தோடு ஒருங்கிணைத்து நிற்கிறது என்பதுதான். இவை ஒன்றிணைந்து செயல்படுவதிலிருந்துதான் இயங்குவதற்கான சக்தி கிடைக்கிறது என்று இன்றைய இயங்கியல் கூறுகிறது. இந்த இணக்கத்திற்கு நெருக்கடி ஏற்படும் போதெல்லாம் இயற்கைப் பேரிடர்கள் ஏற்பட்டு விடுகின்றன. இதற்கு மனிதனின் பேராசையால் இயற்கையின் சமநிலையை அழிக்கும் கொடுஞ்செயலைத் தவிர வேறு எதுவுமே காரணம் இல்லை. அன்றைய தமிழ்ச் சமூகம், இயற்கை இயக்கம் பற்றிய தொடக்கக் கால அனுமான அறிவை ஆழமாகக் கற்றிருந்தனர். அது எல்லாவற்றிற்கும் இயற்கைதான் அடிப்படை.

உலகில் பெரும்பாலான நாடுகள், பூமியை வெளியிலிருந்து ஒருபலம் பொருந்திய சக்திதான். படைத்தது என்று நம்பிக்கை கொண்டிருந்த காலம். இந்த சக்தி, கண்ணுக்குத் தெரியாதது என்பதிலும் உறுதி கொண்டிருந்தனர். அந்த நாடுகளின் மொழிகளில் தோன்றிய மூத்த நூல்கள், பூமி ஏதோ ஒரு வெளி சக்தியால் படைக்கப்பட்டது என்றுதான் கூறிவந்தன.

இன்றைய நவீன அறிவியல் ஒரு தெளிவான கொள்கையை முன்வைத்துள்ளது. சூரியனில் நிகழ்ந்த பெருவெடிப்பு காரணமாக ஏற்பட்ட நெருப்புத் துண்டு, பல்வேறு இயற்பியல் மாற்றங்களுக்குட்பட்டு, உயிர்கள் வசிப்பதற்கு

உகந்தவகையில் புவியாக மாறி உள்ளது என்று. இவ்வுலக உயிர்களின் ஆதாரமாக விளங்குவது நிலம்.. அனைத்து வளங்களையும் தம்முள் அடக்கியுள்ளது நிலம். அது மலையாகவும், காடாகவும், நாடாகவும், கடலாகவும், பாலையாகவும் பல்வேறு இயல்பைப் பெற்றிருக்கிறது. இந்த நிலம் இல்லை என்றால் உயிர்களில்லை. அவற்றிற்கான உணவுகளில்லை. வாழ்வில்லை.

இதற்கடுத்த நிலையில் எண்ணத்தக்கது காலம் என்னும் பொழுது. இவ்வுலக உயிர்களெல்லாம் செழிப்புடன் வாழ்வதற்கும் தமக்கான வாழ்வாதாரத்தை மேம்படுத்திக் கொள்வதற்கும் கால மாற்றம், என்னும் பொழுது மாற்றம் அடிப்படையாக அமைகின்றன. இந்த அறிவியல் உண்மைகளையெல்லாம் உணர்ந்த சான்றோர்கள் தொல்காப்பியர் காலத்திற்கு முன்பே வாழ்ந்துள்ளனர். நிலமும் பொழுதும் இவ்வுலகில் முதன்மை பெற்றவை. அவையின்றேல் இங்கு எதுவும் இல்லை என்று அவர்கள் உணர்ந்திருந்தனர். இதனை வழி மொழிந்தே

'முதல்எனப் படுவது நிலம்பொழு திரண்டின்
இயல்பென மொழிப இயல்புணர்ந் தோரே'

என்ற தொல்காப்பிய நூற்பா வழியாக அறியமுடிகிறது.

ஆனால் தொல்காப்பியர் இதனை ஐந்தின் மயக்கம் என்கிறார். அவரது நூலை வாசிப்பவர்களுக்கு தனி மயக்கத்தைத் தர வேண்டும் என்று ஒரு கால் அவர் விரும்பி இருக்கலாம். இந்த சொற்களில் தனி மயக்கம் தெரிகிறது. உலகில் பல மொழிகளின் அறிவு அப்பொழுதுதான் தொடக்க நிலையில் செயல்பட தொடங்கியிருந்தது. அந்த சூழலில் தொல்காப்பியர் இந்த ஐந்தின் மயக்கத்தைக் குறிப்பிட்டுள்ளார்.

நிலப்பரப்பு உள்ளிட்ட பிரபஞ்சம் அணுக்களாலானது என்பது எத்தகைய உண்மையைக் கொண்டிருக்கிறது. ஐம்பெரும் பூதங்கள் ஒன்றோடு ஒன்று இயற்கையாக இயைந்த தன்மை எத்தகைய முக்கியத்துவத்தைக் கொண்டுள்ளது. இவை எல்லாம் அணுக்கள் கலந்த மயக்கம் என்பதை யாராலும் மறுக்க முடியாது?

ஐந்தின் மயக்கம்தான் பூமி என்பதை உணர்ந்த தமிழர்கள், இதில் முதல் பொருள் கோட்பாடு என்ற ஒன்றையும் உருவாக்கியுள்ளார்கள். உலகின் பல நாடுகளில் முதல் பொருள் என்று கடவுளைத்தான் குறிப்பிடுகிறார்கள். பிற்காலத்தில் தமிழில் வந்த இலக்கியங்களும் முதல்பொருள் எதுவென்று திட்டவட்டமாக கூறாவிட்டாலும், தங்கள் படைப்புகளில் கடவுள் வாழ்த்துப் பாடல்களை வைத்துள்ளனர். ஆனால் தொல்காப்பியத்திற்கு இதிலிருந்து வேறுபட்ட பார்வை இருக்கிறது. தொல்காப்பியத்திற்கு கடவுள் வாழ்த்துப்பா இல்லை. இதற்குப் பின்னர் வந்த நூல்களில் கடவுள் வாழ்த்துப்பா முதலில் வைக்கப்பட்டுள்ளது.

தொல்காப்பிய பார்வையில், முதல் பொருள் கடவுள் இல்லை என்றால்? பின் எது முதல் என்ற கேள்வி எழுகிறது. அகத்திணை மரபியலில் இதுபற்றிய விபரங்கள் இருக்கின்றன. முதல்பொருளாக நிலத்தையும் பொழுதையும் முன்வைக்கிறது தொல்காப்பியம் அன்றைய காலத்தில் இயற்கை பற்றிய இவ்வாறான பார்வை உலகின் முதல் பார்வை என்பதை உறுதிபடக் கூறமுடியும்.

அறிவியல் அனைத்திற்கும் தாய் என்று கூறப்படும் இயற்பியலில், மையமாகக் கருதப்படுவது காலமும் இடமும்தான். நியூட்டன், ஐன்ஸ்டீன் முதல் இன்றைய ஹாக்கின்ஸ் வரை அறிவியலில் அரிய கண்டிப்புகளை நிகழ்த்திய அனைவரும் காலத்தையும் இடத்தையும் ஆய்வின் மையமாக வைத்தே செயல்பட்டிருக்கிறார்கள். உலக இயக்கத்தை காலமும் இடமும் தான் அச்சாணியாக இருந்து அனைத்து இயக்கங்களையும் அளவிட்டுக் கூற உதவுகிறது. இயங்கியல் என்பது அறிவியலில் முக்கியமான பகுதியாகும். இயற்கையின் இயக்கத்தைப் பற்றி பேசுகிறது இயங்கியல். இது மட்டுமல்லாது இதனுடைய மற்றொரு சிறப்பு இது சமுதாயத்தைப் பற்றி பேசுவதுதான்.

சமுதாய இயக்கத்தைப் பற்றிய இயங்கிவியல் இயக்கத்தைப் புரிந்துகொள்வதற்கும் இந்த காலமும் இடமும்தான் முக்கியக் காரணியாக அமைகிறது. சமுதாயத்தைப் பற்றியும், அதன் முரண்பாடுகள் பற்றியும் அறிவியல் பூர்வமாக அறிந்து உண்மையை நிரூபிப்பதற்கு மார்க்சிய இயங்கியல் காலத்தையும்

இடத்தையும் அத்தோடு சூழ்நிலையும் அடிப்படை என்று முன்னிறுத்துகிறது.

எப்படிப் பார்த்தாலும் காலத்தையும் இடத்தையும் அறிந்துகொள்ளாமல் பூமியின் இயக்கத்தை அறிந்து கொள்ள இயலாது. இதையே தொல்காப்பியம் கூறுகிறது என்றால், இதை எப்படி தமிழர்களின் தற்பெருமையாகக் குறுக்கிப் பார்க்கமுடியும்.

இந்தப் பின்னணியில் தொல்காப்பியத்தின் முதல் பொருள் கோட்பாடு, காலத்தால் முந்திய அறிவு கோட்பாடு என்று கூறமுடியும்.

'நிலம், தீ, நீர், வளி, விசும்போடு ஐந்தும்
கலந்த மயக்கம் உலகம் ஆதலின்
இருதிணை ஐம்பால் இயல்நெறி வழாமைத்
திரிவுஇல் சொல்லொடு தழாஅல் வேண்டும்.'

(தொல். பொருள். மரபியல் - 635)

என்ற பாடலின் மூலம் குறிப்பிடுகிறார் தொல்காப்பியர்.

அணுக்களாலான ஐம்பெரும் பூதங்களான நிலம், ஆகாயம், காற்று, தீ, நீர் என்பன கலந்ததொரு மயக்கமான சூழ்நிலையில் தோன்றியது என்பது தொல்காப்பியரின் விவரிப்பு. ஐந்தும் கலந்த மயக்கம் என்ற சொல் மிக விரிந்த பொருள் சுமந்து நிற்கிறது. ஒருபுறம் ஆழமான அறிவியல் பொருளையும், மறுபுறம் இலக்கியச் சுவையையும் கொண்டுள்ளது.

உலகமானது நிலம், தீ, நீர், வளி, விசும்பு ஆகிய ஐம்பெரும் பூதங் கலந்தது என்பதை மறுக்க முடியாது. இன்றைய அறிவியல் வளர்ச்சியோடு ஒப்பிட்டால், தமிழரின் அறிவு, அனுபவ அறிவு என்றாலும் முதிர்ந்த அறிவு என்பதாகத்தான் கூறத் தோன்றுகிறது. இயற்கையோடு நுட்பமான உறவு இல்லாத சமூகத்தால் இத்தகைய அறிவைப் பெற்றிருக்க முடியாது. இதுபற்றிய விவரிப்புகள் தொல்காப்பியத்தில் மட்டுமல்லாது அதன்வழி நின்ற மற்ற சங்க இலக்கியங்களும் வழிமொழிந்துள்ளதைக் காணமுடிகிறது. இந்த விரிப்புகள்

ஒவ்வொன்றும் ஒவ்வொருவிதத்தில் அமைந்துள்ளன.

'மண்திணிந்த நிலனும்
நிலன் ஏந்திய விசும்பும்
விசும்பு தைவரு வளியும்
வளித் தலைஇய தீயும்
தீமுரணிய நீரும் என்றாங்கு
ஐம்பெரும் பூதத் துஇயற்கை'

(புறம் :2)

அணுக்கள் செறிந்த நிலமும், அந்நிலத்தில் உயர்ந்து ஓங்கியுள்ள வானமும், அந்த வானில் உலவும் காற்றும், அந்தக் காற்றால் உண்டாகும் தீயும், அந்தத் தீயுடன் மாறுபட்ட இயல்புடைய நீரும் என்னும் இந்த ஐந்து வகையான பூதங்களின் தன்மையைப் பற்றி குறிப்பிட்டுள்ளது. கடைச்சங்க காலத்தில் எழுந்த எட்டுத்தொகை நூல்களில் ஒன்று. சங்ககாலப் புலவர் முரஞ்சியூர் முடிநாகராயர் இந்தக் கண்ணோட்டம் கொண்ட பாடலைப் பாடியுள்ளார்.

ஐம்பெரும் பூதங்களான நிலனையும், வானையும், காற்றையும், நெருப்பையும், நீரையும், உலகம் கொண்டுள்ளது என்ற விவரிப்பை இவர், இவ்வாறு பாடியுள்ளார். இதில் தீயிலிருந்துதான் நீர் வந்தது என்பதையும் குறிப்பிடுகின்றார்.

புவிசார் இயற்கை செயல்பாடுகள் பற்றிய விளக்கத்தைத் தந்த மற்றும் ஒரு புலவர் உறையூர் முதுகண்ணன் சாத்தனார் ஆவார். இன்றைய அறிவியலில் சூரியப் பாதை பற்றிய ஆய்வுகள் கூடுதலாகியுள்ளன. முதுகண்ணன் சாத்தனாரும் சூரிய பாதையை பற்றி பாடுகிறார். இவர் குறிப்பிடும் சூரியப் பாதைப் பற்றிய அறிவும் காலத்தால் முந்திய அறிவாகத்தான் இருக்க வேண்டும். இதையும் தமிழரின் அறிவுக் கோட்பாட்டிற்கு மிகச்சிறந்த ஆதாரங்களில் ஒன்றாகக் கூறமுடியும்.

'செஞ்ஞாயிற்றுச்செலவும்,
அஞ்ஞாயிற்றுப்பரிப்பும்,
பரிப்புச்சூழ்ந்தமண்டிலமும்,
வளிதிரிதருதிசையும்,
வறிதுநிலைஇயகாயமும்,என்றிவை

சென்றளந்துஅறிந்தார்போல,என்றும்
இனைத்து என்போரும் உளரே....'

(புறம். 30: 1-7)

ஞாயிறானது, தனது பலவாகிய கதிர்களைப் பரப்பிய தோற்றம் என்றும் அது ஒரு நெருப்புக் கோளம் என்றும் இந்தப் பதிற்றுப்பத்துப் பாட்டில் காண முடிகிறது. ஞாயிற்றின் தோற்ற மறைவுகளை இந்தப் பாடல் குறிப்பிடுகிறது.,

குடதிசை மாய்ந்து குணமுதற் றோன்றிப்
பாயிருளகற்றும் பயங்கெழு பண்பின்
ஞாயிறு கோடா நண்பக லமையத்து

(பதிற்று 2ம் ப: 32-34)

இவ்வடிகளில் ஞாயிறானது 'அகன்ற நீலவானத்தின் கண்ணே பகற்காலத்தை உருவாக்குவதற்காக சுடுகின்ற கதிர்களைப் பரப்பி, ஞாயிறு பலவாய்த் தோன்றும் தோற்றம் கொண்டு சுடர்விட்டு நிற்கிறது' என்கிறார். இதில் சூரியனின் இயல்பை இவரால் கூறமுடிகிறது. மேலும் ஞாயிறுதான் முதன்மை. மூலமாகத் திகழ்கிறது. எல்லா கோள்களுக்கும் முதன்மை ஆதாரமாக விளங்குகிறது என்பதை, பின்வருமாறு விவரிக்கிறார்.

மாயிறு விசும்பிற் பன்மீ னொளிகெட
ஞாயிறு தோன்றி யாங்கு மாற்றார்
உறுமுரண் சிதைந்தநின் னோன்றாள் வாழ்த்தி.

(பதிற்று 7ம் ப: 12-14)

சூரியனின் பாதையும் அதன் சூரிய இயக்கமும் பிரபஞ்ச இயக்கத்திற்கு ஆதாரம், இதனை விவரிக்கும் புலவர் வானத்தை எந்த ஆதாரமும் இன்றி நிற்கிறது என்கிறார். சூரிய மண்டலத்தைப் பற்றியும் அதில் காற்று எவ்வாறு இயக்கப்பட்டு திசைகளை உருவாக்கிக்கொண்டு பயணம் செய்கின்றன என்பதை அறிவுபூர்வமாக முன் வைக்கிறார். இதை வான்பற்றி தமிழரின் அறிவுக்கான உதாரணமாகவும் கொள்ள முடியும்.

வானத்திலிருந்துதான் மற்ற பூதங்கள் பிறந்தன என்பதை,

'விசும்பின் ஊழிஊழ்ழ் செல்லக்
கருவளர் வானத் திசையிற் றோன்றி
உருவறி வாரா வொன்றன் ஊழியும்
உந்துவளி கிளர்ந்த ஊழ்ழ் ஊழியும்
செந்தீச் சுடரிய ஊழியும் பனியொடு'

(பரி: 2: 4-8)

எனப் பரிபாடல் விளக்குகிறது. வானத்திலிருந்து காற்றும், காற்றிலிருந்து தீயும், தீயிலிருந்து நீரும், நீரிலிருந்து நிலமும் தோன்றின என்று பரிபாடல் விளக்குகிறது.

செய்யுள் எதுகை, மோனை, முரண், கருத்து, உவமை என்று புலவர்களின் புலமையை நோக்காக கொண்டவை. பொதுவாக, அறிவியல் உலகம் நம்பிக்கையின் அடிப்படையில் எதையும் ஏற்றுக்கொள்ளாத மரபை உடையது. எப்பொருள் யார் யார்வாய்க் கேட்பினும், எப்பொருள் எத்தன்மைத்தாயினும் அப்பொருள் மெய்ப்பொருள் காண்பது, அறிவியல் உலகின் அடிப்படை. சங்கப் பாடல்கள் இலக்கியத்தையும், அறிவியலையும் இணைக்கும் செய்யுள்களாக அமைந்துள்ளன.

பரிபாடலில் நீர், நிலம், காற்று, ஆகாயம், நெருப்பு போன்ற ஐம்பூதங்களின் தோற்றம் மற்றும் ஐம்பூதங்களின் செயல்பாடுகள் பற்றிய செய்திகள் இடம்பெற்றுள்ளன.

வானத்திலிருந்து உலகப் பொருள்களை இயங்கச் செய்யும் காற்று தோன்றியதாகவும், அந்தக் காற்றிலிருந்து தீ தோன்றியதாகவும், தீயிலிருந்து நீர் தோன்றியதாகவும், பின், இந்த நீரில் திரண்டு கரைந்த அணுக்கள், மீண்டும், தன் சிறப்பாற்றலால் ஒன்றுகூடி நிலமாகிய ஊழி தோன்றியதாகவும் குறிப்பிடப்படுகிறது.

பரிபாடலில் திருமாலின் பண்பு நலன்கள் ஐம்பூதங்களின் நலன்களோடு ஒப்பிட்டுக் கூறப்பட்டுள்ளன. திருமாலின் கோபம், ஞாயிற்றின் வெம்மைக்கும், மேகத்தின் செயலுக்கும், அவனது பொறுமை, நிலத்தின் பண்புக்கும், அவன் பெருமை, கடலின் தன்மைக்கும், உருவமும், சொல்லும் வானத்திற்கும், அவனுடைய பிறப்பு, காற்றுக்கும் உவமையாகக் கூறப்பட்டுள்ளது

வானுக்கு ஒலியும், தீயினுக்கு ஒளியும், நீருக்குச் சுவையும், நிலத்திற்கு மணமும் தனிப்பண்புகளாயினும், ஒன்றிலிருந்து மற்றொன்று என்னும் நுட்பத்தைப் பரிபாடல் எடுத்துரைக்கின்றது.

'மதுரைக் கணக்காயனார் மகனார் நக்கீரனனார் பாடியது' என்ற தொல் வழக்காறுகள் இந்தப் பாடலுக்கு உண்டு.

'புலவர் பாடும் புகழுடையோர் விசும்பின்
வலவன் ஏவா வான ஊர்தி
எய்துப என்ப'

போன்ற வரிகள் விமானி இல்லாத விமானத்தைப் பற்றிய கற்பனை விவரிப்பாகக் கொள்ள முடியும்.

மழை உருவாக்கம் பற்றிய அறிவையும் சங்க காலப்புலவர்கள் பெற்றிருந்தனர். கடல் நீரானது ஆவியாகி மேலெழுந்து பின் குளிர்ந்த காற்றால் மீண்டும் மழையாக வருகின்றது. இதனைக் கதை வடிவில் முல்லைப்பாட்டில் சொல்லியுள்ளனர். திருமால் வாமன வடிவம் எடுத்து உலகளந்தது போன்று கரிய மேகம் கடல் நீரை முகந்துகொண்டு மேலெழுந்து மழை பெய்கிறது. இதனை,

'நனந்தலை யுலகம் வளைஇ நேமியொடு
வலம்புரி பொறித்த மாதாங்கு தடக்கை
நீர்செல நிமிர்ந்த மா அல் போல'

(முல்லை : 1-3)

என்று முல்லைப்பாட்டில் நப்பூதனார் மழை தோன்றுவதற்கான அறிவியற் காரணத்தைக் குறிப்பிட்டுள்ளார். மேலும் பதிற்றுப்பத்தில்,

'வயங்கு கதிர் விரிந்து வானகஞ் சுடர்வர
வறிது வடக் கிறைஞ்சிய சீர்சால் வெள்ளி
பயங்கெழு பொழுதோடு ஆகிய நிற்பக்
கலிழுங் கருவியொடு கையுற வணங்கி
மன்னுயிர் புரைஇய வலனேர் பிறங்கும்
கொண்டல் தண்டளிக் கமஞ்சூல் மாமழை.'

(பதிற் : 24:23-28)

வடக்குப் பக்கத்தில் சிறிது சாய்ந்து தோன்றும் வெள்ளியாகிய (சுக்கிரன்) கோள், பயன்தரும் மற்ற விண்மீன்களுடன் தனக்குரிய நாளில் ஒப்புவமையாக நிற்க, மழை பொழியும் என்ற செய்தி இடம்பெற்றுள்ளதை இந்தப் பாடலில் காணலாம்.

மனிதரின் அறிவு, தன்னைப் பற்றிய சிந்தனையிலிருந்து தான் தொடங்கியிருக்க வேண்டும். மனிதருக்கு ஐம்பொறிகள் இருக்கின்றன. இதைப் போலவே இயற்கைக்கும் ஐம்பொறிகள் இருக்கின்றன என்று பண்டையத் தமிழர்கள் யோசித்திருக்கக் கூடும். பழந்தமிழ் பாடல்கள் பிரபஞ்சம் பற்றிய அறிதலில் இதனையும் ஆய்வு முறையாகப் பயன்படுத்தியுள்ளனர். இயற்கையின் ஐம்பொறிகள் தான், ஐந்து பூதங்கள் என்று மற்றொரு பாடல் கூறுகிறது. விசும்பும், வளியும், தீயும், நீரும், நிலமும் ஆகியவைதான் இந்த ஐம்பொறிகள் என்று பாடுகிறது ஒரு புறநானூற்றுப் பாடல்.

'சுவைமை இசைமை தோற்றம் நாற்றம் ஊறு

...

ஒன்றனிற் போற்றிய விசும்பும் நீயே!
இரண்டி னுணரும் வளியும் நீயே!
மூன்றி னுணரும் தீயும் நீயே!
நான்கி னுணரும் நீரும் நீயே!
ஐந்துடன் முற்றிய நிலனும் நீயே!.......'

(பாடல் புற 13: 14, 18-22)

சங்கம் மருவிய காலத்தில் எழுந்த ஐம்பெருங் காப்பியங்களில் ஒன்றான, சிலப்பதிகாரத்தில், இயற்கையை போற்றிப் பாடுதல் சிறப்புற அமைந்துள்ளது. பிரபஞ்சத்திற்கு ஆதாரமான முக்கியக் கருவிகளை இளங்கோவடிகள் புகழ்ந்து போற்றுகிறார். ஞாயிறு போற்றுதும்! 'திங்களைப் போற்றுதும்! மாமழை போற்றுதும்!' என்று இயற்கையைப் போற்றுகிறார். உலகை வாழ்வித்துக் கொண்டிருப்பது பரம்பொருளா? அல்லது இயற்கையா என்ற கேள்விக்கான விடையை சங்க இலக்கியங்களில் பின்னர் தோன்றிய சிலப்பதிகாரம், தெளிவுபட முன்வைக்கிறது. இயற்கையில் அமைந்த சந்திரன், சூரியன், இதனால்

உருவாகும் மாமழை, ஆகியவை வாழ்த்துரை பாடலின் உட்பொருளாய் அமைந்துள்ளன.

முதல் பொருள் போலவே ஐந்திணையோடு தொடர்புடைய மற்றவையான கருப்பொருளும், உரிப்பொருளும் முக்கியமாகக் கவனிக்க வேண்டியவை. இதைப் பற்றிய அறிவை தமிழர்கள் எவ்வாறு வளர்த்து வைத்திருந்தனர் என்பதை அறிந்து கொள்ள வேண்டும்.

கருப்பொருள் பற்றி தொல்காப்பியம் உருவாக்கிய வரையறை, மண்சார்ந்த சிந்தனையை அடிப்படையாகக் கொண்டுள்ளது. ஒவ்வொரு நிலத்திலும் அமைந்த பொருள் பற்றியவைதான் கருப்பொருளாகும். இதைப் போலவே ஒவ்வொரு நிலத்திலும் அதன் உணர்வுகளால் வளர்க்கப்பட்ட அந்த மனிதர்களின் வாழ்க்கை முறை உரிப் பொருள் என்று கூறப்படுகிறது. முதல் பொருளும், கருப்பொருளும் உள்ளத்தில் எழுப்பிவிக்கும் உணர்வுகளின் காரணமாக விளங்கும் உந்துதல்கள் உரிப்பொருள் ஆகும். இது அங்கு வாழும் மக்களின் வாழ்க்கை முறையை விளக்கிச் சொல்கிறது.

நிலம் சார்ந்து அதன் பிரிக்கமுடியாத அங்கமாக வாழும், பொருள்கள் யாவும் கருப்பொருள்களே. இவை அந்த மண்ணுக்கு உரியவை. அந்த மண்ணில் மட்டுமே தங்களை அடையாளப்படுத்திக் கொண்டவை. வேறு நிலங்களில் இவை தங்கள் முக்கியத்துவத்தை இழந்து விடுகின்றன. இலக்கண நூல்களில் கருப்பொருள்கள் 14 என வரையறுக்கப்பட்டுள்ளன. தேவை என்றால் இதை மேலும் விரிவாக்கிக் கொள்ளலாம் என்று இது விதிவிலக்களிக்கிறது.

இவற்றுள் அடங்கும். கருப்பொருள் நிலத்தை அடையாளப்படுத்தி வாழ்கின்றன. நிலங்கள், பொழுதுகள், பணிகள், தெய்வங்கள், விலங்கு, மக்கள், பூக்கள், உணவு, பறவை, மரம், பறை, செய்தி, யாழ் என்று ஒவ்வொரு நிலத்திற்கும் ஒரு சிறப்புப் பொருட்கள் இருக்கின்றன. தொல்காப்பியத்தின் இந்த திணைப் பாகுபாடு மனிதர், நிலம், நிலத்தில் உள்ள கருப்பொருள் என்று அனைத்தையும் அடையாளப் படுத்திவிடுகிறது. ஒருவிதத்தில் பார்த்தால், இது மண் சார்ந்த அடையாளமாகிவிடுகிறது.

ஒவ்வொரு நிலத்து மக்களும் நிகழ்த்தும் வாழ்க்கை முறை உரிப்பொருள் ஆகிறது. மனித மனநிலைக்கும் மண்ணுக்குமான தொடர்பை மிகச் சிறப்பாகத் தொல்காப்பியம் பதிவு செய்துள்ளது. இயற்கை எழில் கொஞ்சும் குறிஞ்சி நிலத்திற்குப் புணர்தல் உரிப்பொருளாகச் சுட்டப்படுகிறது. மலை நிலப்பகுதியில் வசிப்போர் அதிகமாகப் பிற நிலத் தொடர்பின்றியே இருப்பர். இன்றைய நாகரிக உலகத்திலும்கூட மலைவாழ் மக்கள் பிற மக்களுடன் கலந்து பழகுவதில்லை. இவ்வாறான வாழ்க்கை உடையோர் காதலராயினும், கணவன் மனைவியராயினும் பிரிந்து வாழவேண்டிய அவசியம் ஏற்படாமை கருதியும், அந்நிலத்தின் பிற இயற்கைக் கூறுபாடுகள் காரணமாகவும் குறிஞ்சி நிலத்திற்குப் புணர்தல் உரிப் பொருளாக அமைக்கப்பட்டுள்ளமையைக் காணலாம்.

காட்டு நிலமாகிய முல்லை நிலத்திற்கு இருத்தல் உரிப்பொருளாகக் காட்டப்படுகிறது. காட்டுப் பகுதியில் பெரும்பாலும் ஆடு, மாடு மேய்த்தல் தொழிலே நடைபெறும். அவர்கள் தமக்கான உணவு மற்றையப் பொருள் தேவைகளுக்கு மருதம் போன்ற பிற நிலங்களை நாடிச் செல்லவேண்டிய நிலையுண்டு. அவ்வாறு பிரிந்துசென்ற தலைவன் வருமளவும் தலைவி பொறுமையுடன் காத்திருக்கும் பண்பினை பழகிக் கொள்ள வேண்டியவளாகிறாள். இவ்வாறான முல்லை நிலச் சூழலை ஆய்ந்தறிந்து அந்நிலத்திற்கு உரிப்பொருள் அமைத்துள்ளது சிந்தனைக்குரியது.

மருத நிலத்திற்கு ஊடல் உரிப்பொருளாகச் சுட்டப்படுகிறது. அனைத்து வளங்களும் நிரம்பிய மருத நிலத்தில் வாழும் மக்கள் பெரும்பான்மையும் பிற நிலத்திற்குச் செல்லவேண்டிய அவசியம் இன்றி வாழ்ந்தனர். இதனை,

'பதிஎழு அறியாப் பண்பு மேம்பட்ட
மதுரை மூதூர்'
(சிலம்பு., அடைக்கலக் காதை, 5-6)

என்ற சிலம்பு வரிகளால் அறியலாம். வளமிக்க மருதநில மக்கள், நிறைந்த கேளிக்கைகளிலும், பொழுதுபோக்குச் செயல்பாடுகளிலும் ஈடுபாடு கொண்டு விளங்கியதைச் சங்கப் பாக்கள் வாயிலாக அறியலாம். தலைவிக்கு ஊடல் நிகழுதற்குப் பெரும்பான்மையும் தலைவனின் பரத்தையர் பிரிவே காரணமாக அமைகிறது. மருதத்தில்

வாழும் தலை மக்களிடையே பெரும்பான்மை ஊடல் தோன்ற, அம்மண்ணின் வளமே காரணமாய் அமைவதைக் காணமுடிகிறது.

நெய்தல் நில மக்கள் கடலையே நம்பி வாழ்பவர்கள். கடலுக்குள் சென்ற தலைவன் வரவை ஆற்றாமையோடு எதிர்பார்த்திருக்கும் தலைவிகள் நிறைந்தது நெய்தல் நிலம். எனவே, பெரும்பான்மையோரின் வாழ்நிலை அடிப்படையில் நெய்தலுக்கு உரிப்பொருளாக இரங்கல் சுட்டப்பட்டுள்ளது.

பாலை நிலம் வறட்சிமிகுந்த நிலமாதலால் அங்கு வாழும் மக்கள் எவ்வித வளத்தையும் பெற இயலாது. ஆதலால் அவர்கள் வேறு நிலப் பகுதிகளுக்கு வளத்தை நாடிப் பிரியவேண்டிய சூழலுக்கு ஆளாகின்றனர். பாலை நில மக்களின் பிரிவிற்கு அவர்களது வளமற்ற நிலப்பகுதியே காரணமாகிறது.

மனிதனின் அனைத்துச் சிந்தனைகளுக்கும் செயல்பாடுகளுக்கும் அவன் வாழும் மண்ணே பெரும்பான்மையும் காரணமாக அமைவதைத் தொல்காப்பிய உரிப்பொருள் பாகுபாட்டால் அறியலாம்.

இதனை திணை ஒழுக்கம் என்கிறார்கள். நிலத்துக்குரிய ஒழுக்கத்தை, தலைவனும் தலைவியும் சேர்ந்திருக்கும் 'புணர்ச்சி'யும் அதன் நிமித்தமும் என்று தொல்காப்பியம் முன் வைக்கிறது.

'போக்கெல்லாம் பாலை, புணர்தல் நறுங்குறிஞ்சி
ஆக்கம் அளி ஊடல் அணி மருதம் – நோக்கு ஒன்றி
இல் இருத்தல் முல்லை, இரங்கிய போக்கு ஏர் நெய்தல்
புல்லும் கவிமுறைக்கு ஒப்பு'

இது அகத்திணையை விளக்கும் வாய்ப்பாட்டு பாடலாகும்..

1. குறிஞ்சி - புணர்தலும் புணர்தல் நிமித்தமும் (கூடல்)
2. பாலை - பிரிதலும் பிரிதல் நிமித்தமும் (பிரிதல்)
3. முல்லை - இருத்தலும் இருத்தல் நிமித்தமும் (காத்து இருத்தல்)
4. மருதம் - ஊடலும் ஊடல் நிமித்தமும் (ஊடல்)
5. நெய்தல் - இரங்கலும் இரங்கல் நிமித்தமும் (வருந்துதல்) என்று திணை ஒழுக்கங்கள் வகுக்கப்பட்டுள்ளன.

உரிப்பொருள் பற்றி பொருளுக்கும் கருவுக்கு இடையேயான உறவு நிலையும், இவை இரண்டிற்கும் உரிப்பொருளுக்கு இடையிலான உறவும் இதில் நுட்பமாக ஆராயப்பட்டுள்ளது. தொல்காப்பியத்தில் அந்தந்த நிலத்தில் எந்தெந்தக் காலங்கள் சிறந்தவை என்பதும் விவரிக்கப்பட்டுள்ளது.

இன்றைய தமிழறிஞர்களில் சிலர் முதல் பொருளை தமிழரின் அறிவியலாகவும் கருப் பொருளை சூழலியலாகவும், உரிப் பொருளை வாழ்வியலாகவும் ஒப்பிட்டு ஆய்வு எல்லைகளை நவீனப்படுத்தி வருகின்றனர்.

முதற்பொருள்

ஒவ்வொரு திணைக்கும் உரிய நிலமும் பொழுதும் முதற்பொருள் ஆகும் என தொல்காப்பியர் குறிப்பிடுகிறார் (தொல். 950). நம்பியகப்பொருளில் 8ஆம் நூற்பாவில் இதனைப் பற்றி நாற்கவிராச நம்பி எடுத்துரைக்கின்றார்.

முதற்பொருள் இரண்டு வகைப்படும். அவை,

1. **நிலம்**
2. **பொழுது**

ஐந்திணை ஐம்பதில் முதற்பொருள் பற்றிய பொருள் பெயர்கள்:

1. நிலத்தால் வரும் பெயர்கள்

குறிஞ்சி நிலப்பெயர்கள்:

ஐந்திணை ஐம்பதில் மலை *(11:2), (13:3), (17:1), (18:3), (19:1)* என்ற பெயர் குறிஞ்சி நிலப்பெயராக வந்துள்ளது.

முல்லை நிலப்பெயர்கள்:

ஐந்திணை ஐம்பதில் கானம் *(8:4), (10:2)* என்ற பெயர் முல்லை நிலப்பெயராக வந்துள்ளது.

பாலை நிலப்பெயர்கள்:

சுரம் *(32:4), (35:4), (38:3)* என்ற சொல் ஐந்திணை ஐம்பதில் பாலை நிலப்பெயராக வந்துள்ளது. மருத நிலத்திலும், நெய்தல் நிலத்திலும் நிலப்பெயர்கள் எதுவும் வரவில்லை.

2. பொதுகால பெயர்கள்:

பொழுது இரண்டு வகைப்படும் அவை,

1. பெரும்பொழுது, 2. சிறுபொழுது

1. பெரும்பொழுதுகளால் வரும் பெயர்கள்:

2. குறிஞ்சித் திணையிலும், நெய்தல் திணையிலும் பெரும்பொழுது பற்றிய பெயர்கள் எதுவும் வரவில்லை. முல்லைத் திணையில் கார் (1:4), (2:4), (3:4), (4:4) என்ற பெயரும், மருதத் திணையில் ஐம்பதின் பெரும்பொழுதுகளாக வந்துள்ளது.

2. சிறுபொழுதுகளால் வரும் பெயர்கள்:

குறிஞ்சி, மருதம், நெய்தல், பாலை ஆகிய திணைகளில் சிறுபொழுது பற்றிய பெயர்கள் எதுவும் வரவில்லை. முல்லைத் திணையில் மாலை (6:4), (7:1) என்ற பெயர் மட்டும் வந்துள்ளது.

கருப்பொருள்:

நிலங்களுக்குரிய மக்கள் வாழ்க்கையில் பயன்படுத்தப் படும் பொருள்களே கருப்பொருள்கள் ஆகும். ஐவகை நிலங்களுக்குரிய தெய்வம், மக்கள், பறவை, விலங்கு, ஊர், நீர், பூ, மரம், உணவு, பறை, யாழ், பண், தொழில் ஆகியவை கருப்பொருள்களாகும். தொல்காப்பியர் 964ஆம் நூற்பாவில் இதனைப் பற்றி குறிப்பிடுகின்றார். நம்பியகப்பொருள் 19ஆம் நூற்பாவில் இதனைப் பற்றி விளக்கம் தருகிறது.

முல்லைத் திணையில் வரும் பெயர்கள்:

முல்லைத் திணையில் தெய்வம் பற்றி பெயர் எதுவும் வரவில்லை. மக்கள் பற்றிய பெயர்களாக ஆயன் (7:2), காதலர் (47:1), ஆகியவை வந்துள்ளன. பறவை பற்றிய பெயர்களாக கி (33:1), தும்பி (6:1), மஞ்ஞை (2:1) ஆகியவை வந்துள்ளது. விலங்கு பற்றிய பெயராக பசு என்ற பெயர் வந்துள்ளது. ஊர் பற்றியது எதுவும் வரவில்லை.

உரிப்பொருள்:

ஒவ்வொரு நிலத்திலும் உள்ள அக ஒழுக்கம் உரிப்பொருள் ஆகும். தொல்காப்பியர் 960 நூற்பாவில் இதனைப் பற்றி கூறுகின்றார். நம்பியாகப் பொருளில் 25ஆம் நூற்பா அதனைப் பற்றி விளக்கம் தருகின்றது.

பின்பு அதன் விளைவுகள் தலைவன், தலைவி ஆகிய இருவரும் கூடுவது புணர்தலும் அதற்குரிய நிமித்தமும் ஆகியவை ஐந்திணை ஐம்பதில் குறிஞ்சித் திணையில் வந்துள்ளது.

தலைவனின் புறத்தொழுக்கத்தால் தலைவிக்கு ஏற்படும் மனவேறுபாடுகளால் தோன்றும் ஊடலும் அதற்குரிய நிமித்தமும் ஆகியவை ஐந்திணை ஐம்பதில் மருதத் திணையில் சுட்டப்பட்டுள்ளது.

பிறகு தலைவன் தலைவியை விட்டுப் பிரிதலும் அதற்குரிய நிமித்தமும் ஆகியவை ஐந்திணை ஐம்பதில் பாலைத் திணையில் இடம்பெற்றுள்ளன.

பிரிந்து சென்ற தலைவன் நிலை குறித்துத் தலைவி வருத்தமுற்றுக் கலங்கிப் புலம்புதலே இரங்கலும் அதற்குரிய நிமித்தமும் ஆகியவை நெய்தல் நிலத்தின்ன இயல்பாக ஐந்திணை ஐம்பதில் வந்துள்ளன.

ஐந்திணை ஐம்பதில் முதற்பொருளில் நிலப்பெயர்களாக குறிஞ்சி, முல்லை, பாலை திணைகளில் வருகின்றன. பெரும்பொழுதுகளாக முல்லை, மருதம், பாலை ஆகிய திணைகளில் இடம்பெருகின்றன. சிறுபொழுதுகளாக முல்லைத் திணையில் மட்டும் வந்துள்ளது.

தொல்காப்பியத்திற்குப் பின்னர், ஐவகை நிலங்கள் அவற்றின் பண்பு, திணை ஒழுக்கம் என்று பல்வேறு புதிய வளர்ச்சிகளை ஐந்திணை ஐம்பது தந்துள்ளது. இதை தொல்காப்பியத்தின் வளர்ச்சியாகவும், தொடர்ச்சியாகவும் கருதலாம்.

*

14

காட்சி

சங்க இலக்கியங்களின் தீவிர வாசிப்பில், தவிர்க்க முடியாமல் அடிக்கடி மனக்கண்முன் வந்து நின்றுவிடுகிறது காட்சி என்னும் சொல். இந்தச் சொல்தரும் பொருள் நம்மை, இதுவா? அதுவா? என்று தடுமாற வைத்துவிடுகிறது. சில சொற்களின் பொருள், இப்படித்தான் யோசிக்க வைத்து விடுகிறது. இந்த கண்ணாமூச்சி விளையாட்டு வேறுவகையான அனுபவத்தைத் தருகிறது. ஒவ்வொரு சொல்லையும் நம் முன்னோர்கள் இன்று இருப்பதைப் போல் அல்லாமல் வேறொரு அர்த்தத்தில் பயன்படுத்தி இருக்கிறார்கள். காட்சி என்ற சொல்லின் அன்றைய அர்த்தம் என்ன?

சங்க காலத்தில் காட்சி என்னும் இந்தச் சொல்லின் பொருளை அறிந்துகொள்ள மனம் பெரிதும் விரும்புகிறது. அறிவுக் கோட்பாட்டோடு தொடர்புடைய சொற்கள் தமிழில் எத்தனையோ இருக்கின்றன. இந்தக் காட்சியும் அறிவோடு தொடர்புடைய சொல் என்பதை என்னால் நம்பமுடியவில்லை. நீண்டகாலமாக தமிழோடு உள்ள தொடர்பில் காட்சி என்னும் சொல்லுக்கு நான் அறிந்து வைத்துள்ள பொருள் இதிலிருந்து வேறுபடுகிறது.

தொல்காப்பியத்தில் காணப்படும் காட்சி என்ற சொல், அறிவு என்ற சொல்லுக்கான அன்றைய அர்த்தமாகத் தெரிகிறது. இதற்கு இவ்வாறு ஒரு பொருள் இருக்கும் என்பதை இன்று யாருமே நினைத்திருக்க மாட்டார்கள். காட்சியை யாரும் அறிவோடு தொடர்புப்படுத்தி இன்று

பார்ப்பதில்லை. தொல்காப்பியத்தில் காட்சி என்பது அறிவோடு பொருந்திச் செல்கிறது. அறிவுக்கும் காட்சிக்கும் என்ன தொடர்பு இருக்கிறது என்பது முதலில் நம்மை யோசிக்க வைக்கிறது.

ஐம்புலன்களின் செயல்பாடுகள் கண்ணால் பார்த்தல், காதால் கேட்டல், மூக்கால் நுகர்ந்து அறிதல், நாக்கால் சுவை உணர்தல், மெய்யால் உணர்வு காணல் என்பவையாக அறியப்படுகின்றன. இந்த ஐம்புலன்களும் தங்களின் செயல்பாடுகள் என்ன என்பதை உணர்ந்து தங்களே எதையுமே பதிவு செய்துகொள்வதில்லை. இந்தச் செயல்பாடுகள் அனைத்தும் ஒருங்கிணைந்து முழுமை பெறுவதற்கு ஒரு மாயக் கண்ணாடி தேவைப்படுகிறது. அந்த மாயக் கண்ணாடியோடு இணக்கம் கொண்டு செல்கிறது காட்சி.

மனம் என்பதுதான் அந்த மாயக் கண்ணாடி. இதன் விந்தையை இன்றைய அறிவியல் உலகம் கூட முழுமையாகக் கண்டறிந்து விட்டது என்று கூற முடியாது. ஐம்புலன்களின் பிரதிபலிப்புகள் அனைத்தையும் இந்த மாயக் கண்ணாடி தனக்குள் சேகரித்து வைத்துக் கொள்கிறது. இந்தத் தகவல்களிலிருந்து ஒரு பொருள் பற்றி முழு அறிவைப் பெற்றுக்கொள்கிறது.

மேலைநாட்டின் தத்துவ மரபில் தொடக்கக் காலங்களில் மனம் பற்றிய பதிவுகள் அதிகம் இல்லை. சில இடங்களில் மட்டும் மேலெழுந்த வாரியாக பேசப்படுகிறது. ஆரிய சமஸ்கிருத மரபு, இயற்கைக்கு அப்பாற்பட்ட கண்ணுக்குத் தெரியாத, ஆனால் உலக இயக்கத்திற்கு காரணமான ஒன்றோடு தொடர்பு கொள்ளக்கூடியதுதான் உண்மை மனம் என்கிறது. பொய்யான புறவுலகிலிருந்து விடுபட்டு, கடவுளோடு தொடர் கொள்ளும் உயர் இயல்பு கொண்டது மனம் என்கிறது, அது. உலகே மாயை என்பது இதன் உட்பொருள்.

மேலைநாட்டுத் தத்துவங்கள் அரிஸ்டாட்டில் போன்ற கிரேக்க அறிஞர்களால் உருவாக்கப்பட்டு, பின்னர் விரிவாக்கப்பட்டவை புறஉலகக் காட்சிப் பொருள்களுக்கு முக்கியத்துவம் கொடுக்காமல், அகக் காட்சிக்கு மட்டும்

முக்கியத்துவம் கொடுக்கின்றன. இவர்களின் கருத்துகள் யாவும், உள்ளத்து சிந்தனையால் மட்டும் உருவானவை. இதில் இயற்கையோடு கொண்ட அனுபவம் விடுபடுகிறது.

இதிலிருந்து வேறுபடுவது தான் தமிழர், அறிவுப் பார்வை. இது புறவுலகை பொய் என்று கூறவில்லை. இயற்கையோடு இயைந்த ஐம்புலன்களையும் ஒருங்கிணைத்து, சிந்தித்துப் பார்க்கும் திறன்கொண்ட மையமாக மனத்தை தமிழரின் அறிவறியும் முறை அறிந்து வைத்திருக்கிறது. மனம்தான் ஐம்புலன்களின் செயல்பாடுகளை ஒருங்கிணைத்து முடிவு செய்கிறது. மனதின் இந்த ஒருங்கிணைந்த திறனைத்தான் காட்சி என்று அழைக்கப்படுகிறது..

காட்சியைப் பற்றி இலக்கிய நூல் உரையாசிரியர்களிடம் வேறுபட்ட கருத்துகளும் இருக்கத்தான் செய்கின்றன. காட்சி என்பது அறிவுக்குச் சற்று மேலானது. அறிவு, உணர்வு, உள்ளம் என்ற மூன்றையும் உள்ளடக்கியது என்று சில உரையாசிரியர்கள் விளக்கம் தருகிறார்கள். ஞானம் என்ற உயர் அறிவையும், மெய்நூல்களை உணர்ந்துகொள்ளும் அறிவையும் ஒருங்கே குறிக்கும் தொல் பழந்தமிழ்ச் சொல் என்று இன்றைய அறிஞர்கள் கூறுகிறார்கள். நிறைவாக, காட்சி என்னும் சொல் அறிவோடு தொடர்புடைய கருத்தமைவுகளைக் குறிக்கும் சொல் என்ற முடிவுக்கு வரமுடியும்..

மனதால் காணும் இந்தக் காட்சியை பல்வேறு பகுதிகளாகப் பிரித்துவைத்துள்ளனர் நம் முன்னோர். இவை அனைத்தும் தொல்காப்பியம் தொடங்கி, சங்க காலம், சங்கம் மருவிய காலம், சிற்றிலக்கிய காலம் என்று தொடர்ந்து வந்துகொண்டேயிருக்கிறது.

அகத்தைப் பற்றிய நம் முன்னோர்கள், மிக நன்றாகவே அறிந்து வைத்துள்ளனர். புறக்கண்ணால் நாம் பொருள்களைக் பார்க்கிறோம். இதன் மூலம் அகக்கண்களும் அந்தப் பொருளைப் பார்க்கின்றன.. ஆனால் இதில் புரிந்து கொள்ளவேண்டியது என்னவென்றால், அந்த அகக்கண்களை நம்மால் பார்க்க முடியாது என்பதைத்தான். அகக் கண்ணால்

ஒரு பொருளை காணமுடியுமே தவிர, அந்த அகக் கண்ணை நாம் பார்க்க முடியாது. இந்த அகம் பற்றிய புரிதல் நன்கு அமைந்ததால் தான், காட்சி என்னும் அறிவையும் தமிழர்கள் நன்கு உணர்ந்திருந்தனர்.

காட்சி அல்லது அறிவு .இரு வகைப்படும். பொல்லாக் காட்சி, நற்காட்சி என்கிறார்கள். நற்காட்சி என்றால் நல்லவற்றைப் பெற்றுத்தரும் அறிவு. நன்றுபுரி காட்சி என்னும் சொல் சங்க இலக்கியத்தில் வருகிறது. நன்மை செய்யும் ஞானம் உடையவரின் அறிவு என்று இதற்குப் பொருள். இதைப் போல நற்காட்சிக்கு பல பெயர்கள் சூட்டப்பட்டிருப்பதை சங்க இலக்கியங்களில் பார்க்க முடியும்.

உண்மை அறிவு, பொய் அறிவு, சமுதாயத்திற்கு பயன்படும் அறிவு, சமுதாயத்திற்கு தீங்கிழைக்கும் அறிவு என்று புரியவைக்கும் கோட்பாடாக அமைந்துள்ளது நன்றுபுரி காட்சி. இதைப்போலவே இதற்கு எதிரிடையானது பொல்லாக்காட்சி. இது, அறிவு மயங்கி தெளிவற்ற நிலை. இதனைக் ‘கசடீண்டு காட்சி’ என்றும் அழைத்தனர். மணிமேகலை காப்பியத்தை இயற்றிய சீத்தலைச்சாத்தனார் பொல்லாக் காட்சி பற்றி தனது காப்பியத்தில் குறிப்பிடுகிறார். காமம், வெகுளி, மயக்கம் என்ற மூன்று குற்றங்களுக்கும் இந்தப் பொல்லாக் காட்சியே காரணம் என்று மணிமேகலை கூறுகிறது.

புல்லாற்றூர் எயிற்றியனார் சங்க காலப் புலவர். மனதில் தோன்றும் பொல்லாக் காட்சியை ‘கசடீண்டு காட்சி’ என்று. புற. 214:2 பாடலில் கூறுகிறார். அறிவு, உணர்வு, உள்ளம் என்ற அகத்து உறுப்புகளைச் சரிவரப் பயன்படுத்தாவிடின், மனதில் பிழையான காட்சி தோன்றும். அதுவே ‘கசடீண்டு காட்சி’ என்பதற்கு விளக்கம் தரப்படுகிறது.

சங்க இலக்கியத்தைக் கூர்ந்து கவனித்தால். காட்சி என்னும் அறிவை அதன் பண்பைக் குறிக்கும் அடைமொழியுடனேயே குறிப்பிட்டு சொல்கிறார்கள். ஆசையை அகற்றும் அறிவை, ஆசறு காட்சி என்றும், குற்றங்களை களைந்துகொள்ளும் அறிவை மாசறு காட்சி, ஏற்புடைய அறிவை ஒத்த

காட்சி என்றும் வகைப்படுத்தி பயன்படுத்தி வாழ்ந்து வந்துள்ளனர். இதைப் போலவே சங்கம் மருவிய இலக்கிய காலங்களிலும் அறிவின் பண்பைக் குறிக்கும் பொருத்தமான அடைமொழிகளுடனான சொற்கள் இடம் பெறுகின்றன.

செயிர்தீர் காட்சி என்று குறிப்பிடுகிறார்கள். செயிர் என்றால் கோபம் என்று பொருள் கூறப்படுகிறது. கோபம் என்பது எத்தகைய தீமையை உருவாக்கிவிடுகிறது என்பதை பண்டையத் தமிழர்கள் நன்கு அறிந்திருந்தனர். சினம் எனும் குற்றத்தை நீக்கும் ஞானத்தைத்தான் செய்தீர் காட்சி என்கிறார்கள். கோபம் இல்லாத அறிவை பழகிக்கொள்ள வேண்டும் என்பதை இது வலியுறுத்துகிறது.

இருள்தீர் காட்சி என்று மற்றொன்று கூறப்படுகிறது. இருள் என்பதற்கு மனத்தின் இருள் என்று பொருள் கொள்ள வேண்டும். இந்த இருள் வேறு எதுவும் இல்லை அறியாமைதான். அறியாமையை அகற்றிக் கொள்ளும் ஞானம்தான் இருள்தீர் காட்சி என்று கூறப்படுகிறது. அறிவுக் கோட்பாட்டில் அறியாமை இல்லாத ஒளி பொருந்திய அறிவை தமிழர்கள் நேசித்து வந்தனர் என்பது புலனாகிறது.

ஆசையே அழிவுக்குக் காரணம் என்பதைப்போன்ற பழமொழிகள் இல்லாத மொழிகளே உலகில் இல்லை. ஆசை அல்லது பற்றை கட்டுப்பாட்டில் வைத்திருக்க வேண்டும் என்ற கொள்கையை தமிழர்கள் ஏற்றிருந்தார்கள் இதை ஆசறுக்காட்சி என்று கூறினார்கள் ஆசு, என்றால் ஆசை அல்லது பற்று என்று பொருள் கூறப்படுகிறது. ஆசையை அகற்றிக் கொள்ளும் தன்னல மறுப்பை மானுட ஞானமாக தமிழர்களின் அறிவுக் கொள்கை கூறுகிறது.

அறிவில் குற்றம் இல்லாமல் இருப்பது அவசியம். குற்றமுடைய அறிவு பல தீய விளைவுகளை உருவாக்கி விடுகிறது. துகள்புக என்பதற்கு குற்றம் என்று பொருள் கூறுகிறார்கள். குற்றம் இல்லா அறிவு குறித்து பேசுகிறது துகள்புக காட்சி தன் குற்றத்தை அகற்றிக் கொள்ளுதல் பற்றி பேசுகிறது. அத்தனை எளிதான செயல் அல்ல. குற்றம் நீக்கும் ஞானத்தை துகள்புக காட்சி என்கிறார்கள் இது

பகலில் தோன்றும் இகல் காட்சி என்பது, தமிழர் அறிவோடு தொடர்புடைய மற்றொரு சொல், ஒரு அறிவை அறிவு என்று ஏற்றுக்கொண்டதற்குப் பின்னர், அதில் ஒருவருக்கு மாறுபாடு வரக்கூடாது. இவ்வாறு பகுத்துப் பார்த்து ஏற்றுக்கொண்ட அறிவில் மாறுபாடு கொள்ளாத அறிவை, பகலில் தோன்றும் இகல் காட்சி என்று அழைக்கப்படுகிறது. வேறுபாடு கொள்ளாத ஞானம்தான் இது என்று உரையாசிரியர்கள் இதற்கு விளக்கம் தருகிறார்கள்.

திறவோர் காட்சி என்பது ஒரு முக்கியமான பொருளை வழங்குகிறது. பண்டைய தமிழ்ச் சமூகம் குறிப்பிட்டத் துறையில் தனித்துவமான பயிற்சி பெற்றவர்களைப் பாராட்டி ஊக்குவித்து வந்துள்ளது. திறவோர் என்பதற்கு ஒரு குறிப்பிட்ட துறையில் தேர்ச்சி பெற்றவர்கள் என்று பொருள். இதன் மூலம் துறைவாரியான அறிவை வளர்த்துள்ளார்கள் என்பதும் அதில் தேர்ச்சி பெற்றவர்கள் தனித்துவம் கொண்டவர்களாக மதிக்கப்பட்டுள்ளனர் என்பதும் இதன்மூலம் புலனாகிறது. புறநானூற்றுத் தொடரான 'திறவோர் காட்சியிற் தெளிந்தனம்' என்பதில் 'காட்சி' திறவோரின் அறிவினால் தெளிவடைந்தோம் என்று பொருள்படும். அதாவது, குறிப்பிட்ட துறையில் தேர்ச்சி பெற்றவர்களின் வழிகாட்டுதலால் தெளிவடைந்தோம் என்று பொருள் கூறப்படுகிறது.

காட்சி பற்றிய விரிப்புகள் பலவற்றை, சங்க இலக்கியங்களில் காண முடிகிறது. இவை, ஒவ்வொன்றின் அறிவின் ஆழத்தையும், அழகியல் ஆழத்தையும் கணக்கிட்டு சொல்ல முடிவதில்லை. புறக்கண்ணால் காணும் கட்சிகள் அகக் கண்ணால்,ஆய்ந்து அதனை வகைப்படுத்தியுள்ளன தமிழ் இலக்கியங்கள்.

1. **அமைவரு காட்சி (அழகிய தோற்றம்)**

தொல் பொரு. 20

2. **காதலன் காட்சி** **கலி. 65:26**
3. **ஆற்றிடைக் காட்சி** **தொல். மிமிமி 2. 36:4**
4. **கலையென் காட்சி (கலை என்னும் பெயர்)**

தொல். மிமிமி 9. 47.

5. **பொருளல் காட்சி** **அக. 75:2**
6. **அருள் தீர்ந்த காட்சி** **கலி. 120:1**
7. **அறனில் காட்சி** **புற. 210:2**
8. **அணங்கு மெய்ந்தின்ற அவைரு காட்சி,**

பொரு.20: தொல். மிமிமி 2. 5:19; 213:6.

9. **கல்லாக் காட்சி வில்லுழு துண்மார்", புற.170: 3-4 வில் என்ற ஏரால் உழுது உண்பார்" என்று பொருள்படும்;**
10. **எண்ணில் காட்சியிளையோர் (சூழ்ச்சியில்லாத அறிவை உடைய புதல்வர்)** **புற. 213:15;**
11. **செய்குவங் கொல்லோ நல்வினை /ஐயமறாஅர்கசடீண்டு காட்சி/நீங்கா நெஞ்சத்துத் துணிவில்லோரே", புற. 214. 1-3 என்பது "தெளிவில்லாத அறிவு",**
12. **வெஃகல் வெகுளல் பொல்லாக் காட்சியென்றுள்ளந் தன்னில் உருப்பன மூன்றும்", மணி 24:129-30.**

இவை முறையே காமம், சினம், மயக்கம் என்பன.

'காட்சி' என்பது அறிவை மட்டும் குறிக்காமல் ஞானம் என்ற நல்லறிவையும், மெய்ந்நூல் தரும் உணர்வையும் ஒருங்கே குறிக்கும் தொல் பழந்தமிழ்ச் சொல் என்பதைக் கவனத்தில் கொள்ள வேண்டும்.

காட்சி என்னும் இந்த சொல் 17ஆம் நூற்றாண்டு வரை தொடர்ந்து வந்துள்ளது என்பதற்கு ஆதாரங்கள் இருக்கின்றன. குமரகுருபரர் எழுதிய நீதிநெறி விளக்கம் என்ற நூலில் காட்சி என்னும் சொல்லைப் பயன்படுத்தியுள்ளார். வேறொரு பாடல் இம்மரபுத் தொடர்ச்சியைக் காட்டுவதாகும்.

தம்முளே காண்பதே காட்சி; கனவு நனவாகப் பூண்பதே தீர்த்த பொருள். **நீதிநெறி விளக்கம்** *(101)*

காட்சி என்பது அளவையைப் பயன்படுத்துவது, உத்திகளைக் கடைப்பிடிப்பது, மனத்தால் காண்பது, என்பதை இப்பாடல் சுட்டுகின்றது. 'ஒத்த காட்சி உத்தி' என்ற தொல்காப்பியத் தொடருக்கு உரிய பிற்கால விளக்கமாக இப்பாடலைக் கொள்ளலாம்.

காட்சி என்பது எண் வகைப்படும் என்றதொரு மரபும் உண்டு. பிங்கல நிகண்டு இதனைக் குறிப்பிடுகிறது. எட்டுவகைக் காட்சிகள் என்பது எட்டுவகைப் பொருள் அல்ல. அறம், பொருள், இன்பம் என்ற மூன்றிலும் விருப்பமுள்ளவன் என்பதே 'எண் வகைக் காட்சி' என்ற கருத்தின் உட்பொருளாகும் இது.

அறிவு என்பதில் பிழையான அறிவு எவ்வாறு ஏற்படுகின்றது என்பதையும் தொடக்க காலத்தில் கவனித்து அதனைக் களையத் தொடங்கியுள்ளது தமிழ்ச் சமூகம், இந்தக் கருதுகோள்கள் வேறொரு உண்மையையும் நமக்கு உணர்த்துகிறது. புறக்கண்ணுக்கு தோன்றும் காட்சியை அப்படியே நம்மால் ஏற்றுக்கொள்ள முடிவதில்லை. இவை பிழை கொண்டதாகவோ, தெளிவற்றதாகவோ இருக்க வாய்ப்புண்டு. பிழை கொண்ட அறிவிலிருந்து பெறக்கூடிய அறிவும் பிழை கொண்டதாகத்தான் இருக்கும். பிழையான அறிவிலிருந்து பெற்ற முடிவால் பெரும் இடர்பாடுகளைச் சந்தித்த தமிழர்கள், அதைத் தொடக்கத்திலேயே போக்கிக்கொள்ளும் வழிகளைக் கண்டறிய முயன்றனர். அதற்கான வலிமைவாய்ந்த கருதுகோள்களை உருவாக்கிக் கொண்டனர் இதில் முதன்மையானது அறிவுத் திறன் பற்றியது.

பிழையான அறிவை தவிர்த்துக்கொள்ளும் மார்க்கத்தை அறிவு என்னும் காட்சிகள் நமக்குக் கற்றுத் தருகின்றன. புறக்கண் போலவே மனிதருக்கு அகக்கண் இருக்கிறது. ஆனால் மனித மனத்தின் தீவிரம், மனதின் ஆழம் ஆகியவற்றைப் பொறுத்து, அகக்கண்ணின் உயர் திறன் அமைகிறது. அகக்கண் முயன்று சேகரித்து வைத்திருப்பதுதான் இந்தக் காட்சி. இதன் மூலம் பிழையான அறிவு வந்துவிடாமல் தடுத்துக்கொள்ள முடியும் என்று தமிழரின் அறிவுக்

கோட்பாடு கூறுகிறது.. அகக் கண்ணின், இந்த் வலிமையைப் பொருத்துதான், மனிதரின் அறிவுத்திறன் அமைகிறது.

அகத்தின் நுட்பமான மனக்கண் செயல்பாடுகளை ஆராய்வதை, காண் வினையியல் என்ற தமிழரின் அறிவுக் கோட்பாடு கூறுகிறது. காட்சி வினை என்பது உணர்வு, அறிவு என்பவற்றுடன் உள்ளத்தையும் ஈடுபடுத்தும் செயல். காட்சி என்பதிலுள்ள காணுதல் என்பதைக் கூர்ந்து நோக்கினால், ஒருவிதமான செயல் என்பதைப் போல் தோற்றம் தரும். ஆனால் அதில், உணர்தல், அறிதல், உள்ளுதல் என்னும் நுட்பமான செயல்பாடுகள் அடங்கியிருக்கின்றன.

உள்ளம் என்பது உள்ளுதலைச் செய்யும் உறுப்பு. உள்ளுதல் என்பது ஒருவிதமான செயல் ஊக்கம். இது மூன்று படிநிலைகளைக் கொண்டது. உணர்தல் முதல் படியாகவும், அறிதல் இரண்டாம் படியாகவும், உள்ளுதல் மூன்றாம் படியாகவும் கருதிக் கொள்ளலாம். உள்ளுவதை செயல்படுத்துவது உள்ளம். இதில் உள்ளம் தான் உயர்நிலை. இது உணர்ந்ததையும், அறிந்ததையும் செயலாக்க முனைப்புத் தருகிறது. அது நல்லதையும் உள்ளும் தீயதையும் உள்ளும். இதிலிருந்து நற்செயல்களும் தீய செயல்களும் தோற்றம் தருகின்றன.

மூளையின் துணையுடன் உடலைத் தொழிற்படுத்தி, நிகழ்காலத்தில் பல்வேறு செயல்கள் நடைபெறுகின்றன. எதிர்காலத்தில் செய்ய வேண்டிய கொள்கையைச் செயலாக்கும் ஆற்றலை தரும், ஏதேனும் ஒருசெயலை நாம் செய்த வண்ணமே இருக்கின்றோம். அதனால், நல்லதை உள்ளுதற்குத் துணை செய்ய. நற்காட்சியும் தீயவற்றை உள்ளுவதற்கு பொல்லாக காட்சியும் காரணமாக அமைகின்றன.

காட்சி என்னும் இந்தச் சொல்லுக்கும் கடந்த காலத்தில் பல்வேறு நெருக்கடிகள் ஏற்பட்டன என்பதையும் நாம் கவனத்தில் கொள்ள வேண்டும். உள்நோக்கம் கொண்ட ஆதிக்க உலகம், இதன் பெருமையை மூடி மறைக்க சதி செய்கிறது. காட்சி என்பது நல்ல தமிழ்ச் சொல். ‘காணுதல்’ என்னும் ஆதி முதல் தமிழர் வாழ்க்கையில் காணப்படும் சொல்.

இந்த சொல்லுக்கான தத்துவப் பயன்பாடும் தமிழ் மொழியில் மிச் சரியாகவே பயன்படுத்தப்பட்டுள்ளது. அறிவைக் குறிப்பிடும் பொருள் பொதிந்த தமிழின் அரிய சொல் இது. இந்தச் சொல் தமிழ்ச் சொல் அல்ல. சமஸ்கிருதத்தில் அமைந்த ஒரு தத்துவச் சொல்லை நகல் எடுக்கப்பட்ட தமிழ்ச் சொல் என்கிறார்கள்.

வடமொழியில் தர்ஷன் என்னும் சொல் தத்துவம் சார்ந்த சொல்லக் குறிப்பிடப்படுகிறது. இந்தச் சொல் தோன்றிய காலம், அதன் வரலாறு போன்றவை இன்றைய ஆராய்ச்சியாளர்களால் ஆராயப்பட்டுள்ளது. முதன் முதலில் சந்திரவித்ய பூஷண் என்பவரால் இந்தச் சொல் கையாளப்படுகிறது. கி.மு. முதல் நூற்றாண்டிற்கு முன் வடமொழி இலக்கியங்கள் எதிலும் இந்தச் சொல் காணப்படவில்லை. தொல்காப்பியர் காலம் வேறு. சந்திரவித்ய பூஷண், காலம் வேறு. சந்திரவித்ய பூஷண் என்பவரைவை விட சில நூற்றாண்டுகளுக்கு முன் வாழ்ந்தவர் தொல்காப்பியர். இதற்கு பல நுற்றாண்டுகளுக்கு முன்னரே தொல்காப்பியம் தமிழில் பிறந்துவிட்டது.

அறிவு, ஞானம் போன்ற இன்றைய சொல்லுக்கான விளக்கத்தை தமிழர்கள் முன்னரே பெற்றுவிட்டார்கள். இதற்கான ஆதாரங்கள் தமிழில் நிறைவே உள்ளன. தமிழ் மொழியே சமஸ்கிருதத்திலிருந்து பிறந்தது என்று கூறுகிறவர்கள், காட்சி என்ற சொல்லும் சமஸ்கிருதத்தின் மொழியாக்கம் என்று ஏன் கூறமாட்டார்கள்.

தர்ஷன் என்பதற்கும் காட்சி என்பதற்கும் தத்துவ அடிப்டையில் அமைந்த வேறுபாட்டை இங்கு ஆராய்வது அவசியமானது. அகக் காட்சி என்றால் அகத்தால் பொருளைக் காண்பது என்பதாகவே புரிந்துகொள்ள வேண்டும். இதில் தர்ஷன் என்னும் சொல், அகத்தைக் காண்பதே மெய்க்காட்சி என்பதைக் கூறுவது உண்மை தான். ஆனால் இது அகத்தை ஆன்மா என்கிறது- ஆன்மா மேலுலகில் அமைந்த கடவுளரோடு தொடர்பு கொண்டது. அவர்களது கொள்கை, கடவுளரின் கட்டளைக்கு கட்டுப்பட்டு, அகம் செயல்படுகிறது என்பது தான்.

ஆனால் தமிழர் பின்பற்றும் காட்சி என்னும் அறிவு ஆன்மாவைக் குறிப்பிடுவதில்லை. மனத்தையும், மனம்சார்ந்த புறவுலகின் இயங்கியல் தொடர்பையும் விளக்கிச் செல்கிறது. காட்சி என்னும் தமிழரின் அறிவு இயற்கையிலிருந்துதான் பெறப்படுகிறது என்பதை விளங்கப்படுத்தும் தனித்துவம் மிக்க தத்துவச் சொல் என்பதைப் புரிந்துகொள்ள வேண்டும்.

காட்சி என்னும் இந்த அறிவு, எல்லாத் துறைகளிலும் வளர்ச்சி பெற்றிருந்தது என்பதற்கு நம் சங்க இலக்கியங்களே சான்று. அரசன் எவ்வாறு மக்களிடம் வரி திரட்ட வேண்டும். எவ்வாறு வரி திரட்டக் கூடாது என்பதை சங்க காலப்பாடல்களே வலியுறுத்தியுள்ளன. அரசனின் அரசாட்சியில் வரி பெறுதல் முக்கியமானதாகும். வரியை எவ்வாறு பெறுகிறார்கள் என்பதில் தான் மன்னனுக்கும் மக்களுக்குமான உறவு அமைகிறது. கசக்கிப் பிழிந்து வரிபெறும் மன்னனை கொடுங்கோலன் என்றும். மக்களின் நிலையறிந்து வரிபெறும் மன்னனை நெறிசார்ந்தவன் என்றும் கடந்த காலங்களில் அழைக்கப்பட்டுள்ளனர். இவ்வாறு வரி பெறுதலை அறிவுசார்ந்த ஒன்றாகவே பண்டைய தமிழ் மக்கள் கருதி வந்தனர். கொடும் வரி திரட்டும் மன்னன் மக்கள் வாழ்க்கைப் பற்றி அறிவற்றவனாகவே கருதப்பட்டான்.

சங்க இலக்கியப் பாடல் ஒன்று இதற்கான விளக்கத்தைத் தருகிறது. குடிமக்களிடம் இருந்து, அளவுக்கு அதிகமாக வரி வாங்கினான் அறிவுடைநம்பி என்னும் பாண்டிய மன்னன். அவனது செயல் அறிவுடைய செயலாய் இல்லை என்கிறார் பிசிராந்தையார் என்ற புலவர், இதனை ஓர் உவமையின் மூலம் விவரிக்கிறார் புலவர். இது மன்னனுக்கு உணர்த்தப்படும் அறிவுரையாக மட்டும் அல்லாமல், ஆட்சியில் மக்களிடம் எவ்வாறு நிதியைத் திரட்ட வேண்டும் என்ற அறிவைத் தருவதாகவும் இந்த உவமை அமைந்துள்ளது.

இந்தப் பாடலின் நோக்கம், மன்னன் அறிவுடை நம்பிக்கான அறிவுரை. 'வயலில் விளைந்த நெல்லை முறையாக அறுத்து, பின்னர் சமைத்து கவளமாக உருட்டி யானைக்கு உணவு தருவார்கள். ஒரு மிகச்சிறிய அளவு

நிலத்தில் விளையும் நெல்லும் அந்த யானைக்கு அப்படித் தரும்போது, பலநாள் உணவு தருவதற்கு விளைச்சலை அது தந்துவிடுகிறது. ஆனால் அந்த விளைநிலத்தில் யானையை புகுந்து மேய அனுமதித்தால், மாபெரும் சேதம் நிகழ்ந்துவிடும். அதன் வாய்க்குள் உணவாகச் செல்வதைவிட பிறருக்கு உணவாகக் கிடைக்க வேண்டியவை, அதன் காலில் மிதிபட்டு அழிவதுதான் நிகழும். அதே போலத்தான் அளவுக்கு அதிகமாக வரிவிதித்து, உன் ஆட்களால் மக்களை வருத்தி நீ வரி பெறுவதும் கொடிய செயல். ஆகும்' என்று பாடியுள்ளார்.

மக்களைத் துன்புறுத்தி, அவர்களிடம் உள்ள பொருளை வரியாகப் பறிக்கும் மன்னன் தானும் அழிவான் அவன் நாடும் அழியும் என்பதை,

யானை புக்க புலம் போலத் தானும் உண்ணான்
உலகமும் கெடுமே

புறநானூறு (184 : 10-11)

(புக்க = புகுந்த; புலம் = விளைநிலம்)

என்று பாடி எச்சரித்தார்.

ஜனநாயக கட்டமைப்புகளில் வரிபெறுவது என்பது மிகவும் உயர்வான கொள்கைகளைக் கொண்டிருக்க வேண்டும். இதுபற்றிய தமிழரின் தொடக்கக் கால அறிவு நன்றுடையார் காட்சியாக எவ்வாறு செயல்பட்டுள்ளது என்பதற்கு இந்த சங்க காலப் பாடல் முக்கிய உதாரணமாகும். இதைப் போன்று ஒவ்வொரு துறையிலும் ஆழமான நல்லறிவு செயல்பட்டிருப்பதை தமிழர்களின் வாழ்க்கையில் பார்க்க முடிகிறது.

தமிழரின் அறிவுக் கோட்பாட்டிற்கு காட்சி என்னும் சொல் எவ்வாறு அடிப்படையானதோ அதைப் போல, ஆதிகாலம் முதல் காட்சியர் என்பதும் பயன்பட்டு வந்துள்ளது. தமிழ் மரபில், காட்சியன் என்பதற்கு அறிவுரை வழங்குவோர் என்று பொருள் கூறப்படுகிறது. கொள்ளப்படுகிறது. திணைச் சமூகம், காலத்தால் முந்திய சமூகம். இதில் 'காட்சியன்' என்ற சொல் பல இடங்களில் இடம்பெற்றுள்ளது.

இதற்கும் அறிவுரை வழங்குவோர் என்றுதான் பொருள் கூறப்படுகிறது. இதற்குப்பின்னர் அமைந்த முடியாட்சி காலத்தில் அமைச்சரும் சமயக்கணக்கரும் காட்சியராய் விளங்கினர். அரசாட்சியில் ஆட்சியை நெறிப்படுத்தும் நெறிமுறை இவ்வாறுதான் வளர்ச்சி பெற்று வந்தது. 'நவையறு நன்பொருள் உரைக்கும் சமயக்கணக்கர்' என்று மணிமேகலை இதனைக் குறிப்பிடுகிறது.

அறிவை பல்வேறுவகையில் வகைப்படுத்தி ஆய்வு செய்து அதைப் பயன்படுத்திய தமிழரின் முறையியல் நம்மைப் பெரிதும் வியக்கவைக்கிறது. இதைக் காட்சி என்னும் சொல்லில் பயன்படுத்தியிருப்பது தமிழரின் ஆழ்ந்த அர்த்தமுள்ள அறிவைக் காட்டுகிறது. காட்சி, அது மனக்காட்சி, நன்னீரை ஊற்றெடுக்க வைக்கும் நதியின் மூலம் பிறப்பிடத்தைப் போன்றது.

புறவுலகில் ஒரு பொருள், தோற்றம் தந்தாலும், அது, உணர்வு, அறிவு, உள்ளுதல் என்ற மூன்று நிலைகளில் பரிசீலிக்கப்படுகிறது. அதன் பின்னர், மனம் என்னும் அகத்தால் ஏற்றுக் கொள்ளப்பட்டு, அதன் அனுபவத்தோடு ஞானமாக வெளிப்படுகிறது. இதைத் தான் தமிழரின் காட்சி என்னும் அறிவுக் கோட்பாட்டின் முக்கிய பகுதியாகக் கருத வேண்டும்.

*

15

காட்சி வாயில்கள்

தமிழரின் அறிவுக் கோட்பாட்டில், காட்சி என்னும் அறிவைப்போலவே காட்சி வாயில்கள் என்னும் கருதுகோளும் வேறுபட்ட சிந்தனையை உருவாக்குகிறது. தொல்காப்பியத்தில் வாயில்கள் என்னும் சொல் கூறப்பட்டுள்ளது. இந்த வாயில்களைக் கூர்ந்து பார்க்கிறேன். ஒன்றில் நுழைந்து செல்வதற்கான வாசலைத்தான் வாயில் என்று இன்றைய வழக்கத்தில் சொல்லுகிறோம். ஆனால் தொல்காப்பியத்தின் விளக்கம் வேறுவிதமாக இருக்கிறது.

ஒன்றில் தோன்றி வழிகாட்டுவதற்காக வெளிப்படும் தோற்றுவாயிலைதான் வாயில் என்று தொல்காப்பியம் குறிப்பிடுகிறது. ஒன்று பிறப்பதற்கு எது காரணமோ அதுவே வாயில். மற்றவருக்கு செய்கின்ற பயன்பாடுடைய அறிவுபூர்வமான வழிகாட்டுதல்கள் தான் இவை. இதற்கான குறிப்புகள் சங்க இலக்கியங்களில் காணப்படுகின்றன.

அகப்பொருள் இலக்கியத்தில், தலைவன் தலைவியின் ஒத்த அன்புக்கு பல்வேறு இடையூறுகள் ஏற்பட்டு விடுகின்றன. அதன் துயரை மிகவும் எதார்த்தமாகச் சித்திரிக்கின்றன சங்க இலக்கியங்கள். இதன்பின்னர் அகவாழ்வை ஒழுங்கமைக்கும் பொறுப்பு சுற்றியுள்ள உலகத்திற்கு வந்துவிடுகிறது. தலைவன், தலைவிக்கான அகவொழுக்கத்தை அறிவு பூர்வமாக ஒழுங்கமைத்தல் திணை காட்டும் வழிமுறைகளில் முதன்மையானது. இதற்கான முயற்சிகள், பலநிலைகளில் மேற்கொள்ளப்படுகின்றன. இதற்கு வழிகாட்டி உதவி

செய்பவர்கள்தான் வாயில்கள் என்று கூறப்படுகிறது. இதனை தொல்காப்பியம்,

> தோழி தாயே பார்ப்பான் பாங்கன்
> பாணன் பாடினி இளையர் விருந்தினர்
> கூத்தர் விறலியர் அறிவர் கண்டோர்
> யாத்த சிறப்பின் வாயில்கள் என்ப

என்று கூறுகிறது.

வாயில்களை இவ்வாறு வகைப்பாடு செய்த தொல்காப்பியர், வாயில் உறுப்பினர்களையும் தர வரிசையில் பிரிக்கிறார்.
1. உயர்ந்த வாயில் உறுப்பினர்கள்
2. ஒத்த வாயில் உறுப்பினர்கள்
3. தாழ்ந்த வாயில் உறுப்பினர்கள்

என்பனவாம்.

அறிவர், செவிலித்தாய் முதலியோரெல்லாம் உயர்ந்த வாயில்களாவர். தோழி, பாங்கன் முதலியோரெல்லாம் ஒத்து உடன் பழகும் வாயில்கள். இளையோர், கூத்தர், விறலியர் ஆகியோர் மூன்றாவது வாயிலாகக் கூறப் படுகின்றது. தகுந்த அறிவை வெளிப்படுத்தி தலைவன், தலைவியின் காதலை நெறிப்படுத்துகிறார்கள். அறிவின் வாயில்களாக நின்று, தலைவன் தலைவியை இந்த மூன்று வகையினரும் ஆற்றுப்படுத்தி அவர்களை ஒன்று சேர்க்கும் நோக்கத்தை நிறைவேற்றுகின்றனர்.

அறிவின் வாயில்கள் என்பதை அறிவைப் பெறும் வாயில்கள் என்பதாகப் புரிந்துகொள்ளுதல் அவசியம். அறிவை எவையெல்லாம் வளர்த்துத் தருகின்றனவோ அவை எல்லாம் அறிவின் வாயில்களே. இந்தச் சிந்தனையின் தெளிந்த அறிவு தொல்காப்பியத்தில் இருந்தது என்பதற்கான ஆதாரமாக இதனைக் கருதலாம். மேலைநாட்டின் அறிவுக் கோட்பாட்டில், வாயில்கள் ஒவ்வொன்றின் செயல்பாடுகள் பற்றியும் தனித்தனியாக ஆராயப்பட்டன. தமிழில் இதனை ஆய்வு செய்வதற்கான களம் விரிவாக இருப்பதாகவே தெரிகிறது. ஆனால் போதிய அளவில் ஆய்வுகள் நடைபெறவில்லை.

தொல்காப்பியம் தொடங்கி, சங்க இலக்கியங்களிலிருந்து, அறிவின் வாயில்களைக் கண்டறிந்து, அதனை ஒரு ஆய்வுமுறையாக உருவாக்கும் முயற்சிகள் இப்பொழுது நடைபெற்றுக் கொண்டிருக்கிறது. வேர்களைத் தேடி என்ற இணையதளப் பதிவு ஒன்றை வாசிக்கும் வாய்ப்பு எனக்குக் கிடைத்தது. முனைவர் இரா.குணசீலன் இதனை எழுதியிருந்தார். அவரது கருதுகோள்களை இங்கு ஆராய்ந்து பார்ப்பது அவசியமாகிறது..

காட்சி, கருதுதல், உரை, உவமம். உய்த்துணர்தல், இன்மை, உண்டாநெறி, மரபு, ஒழிபு, இயல்பு என்ற பத்தும், இந்திய தத்துவ மரபில் அறிவின் வாயில்களாக வகைப்படுத்தப்பட்டுள்ளன. இதைப் பற்றி விரிக்கிறார்.

அறிவின் வாயில் என்பதை உணர்ச்சி வாயில் என்ற தொடரில் தொல்காப்பியர் குறிப்பிடுகிறார் என்று குணசீலன் கூறுகிறார் அறிவு என்ற சொல்லும் உணர்ச்சி என்ற சொல்லும் ஒரே பொருளுடன் தொல்காப்பியத்தில் பயன்படுத்தப்பட்டுள்ளது என்பது இவரது கருத்து.

இந்திய மரபு தனித்துவமானது. அறிவு வாயில்களை வரையறுப்பதில் பல்வேறு முறைகள் பின்பற்றப்பட்டுள்ளன. இதனை ஒழுங்குபடுத்திப் பார்ப்பதில் சில சிரமங்கள் இருந்தபோதிலும் பயனுள்ள தகவல்கள் இதன்மூலம் நமக்குக் கிடைக்கிறது. காட்சி வாயில்களின் மையமாக அகப்பொறிகள் பேசப்படுகின்றன. இதை மேலும் வரிசைப்படுத்தி அறிவுப் பொறிகள் ஆறு என்கிறார்கள். இதையும் இரண்டாகப் பிரித்துள்ளார்கள். ஒன்று புறப்பொறி. இதில் மெய், வாய், மூக்கு, கண், செவி என ஐந்தும் அடங்கும். இரண்டாவது அகப்பொறி. இதில் மனம் என்ற ஒன்று மட்டுமே அடங்கும்.

வடமொழி இலக்கியங்களில் அறிவு வாயில்கள் பேசப்பட்டாலும் தமிழின் அறிவாய்ந்த வாழ்க்கை முறையையும் இலக்கியங்களையும் ஆராய்ந்த அறிஞர்கள் தமிழரின் தனித்தன்மைக்கேற்ப இதனை செழுமைப்படுத்தி, அறிவு வாயில்களாக ஐந்தை குறிப்பிடுகிறார்கள். அவை காட்சி, கருதுதல், உரை, உவமம், உய்த்துணர்தல் என்பவையாகும்.

1. காட்சி வாயில்

காட்சி என்பது வாயிலின் முதல் நிலை. ஐம்புலன்கள் தான் இதற்கான காட்சி வாயில். ஐம்புலன்களை கருவியாகக் கொண்டு இந்த வாயில் அமைந்துள்ளது. குறைகளற்ற இந்த வாயில்தான் அறிவைப் பெறுவதற்கான முதல் வாயில். ஐம்புலன்களால் மனதினை உழுது பயன்கொள்பவர் புலவர் என்று புறநானூறு கூறுகிறது. புலவர் என்பதற்கு இதுதான் பொருள். இதனை "புலன் உழுது உண்மார்" (46-3) என்ற புறநானூற்றுப் பாடல் வரிகள் கூறுகின்றன.

2. கருதல் வாயில்

ஒரு பொருளைப் பார்த்தவுடன் அது நம் உள்ளத்தில் ஒருவித கருத்தைத் தோற்றுவித்துவிடுகிறது. ஒரு கருத்து மனதில் பிறந்த பின்னர் தான், அது மேலும் வலுவடைந்து நம்மைச் சிந்திக்க வைத்து விடுகிறது. ஒரு பொருள் மனதில் பிரதிபலிப்பதால் கருத்து உருவாகிறது. மீண்டும் அந்தக் கருத்தின் வழியே பொருளைப் பார்க்கிறோம். மதிப்பிடுகிறோம். இதுபற்றிய ஆய்வுமுறைகள் புறநானூற்றில் குறிப்பிடப்படுகின்றன.

சொற்களில் சில தோன்றுவதற்கு அடிப்படைக் காரணங்கள் இருக்கவே செய்கின்றன. சிந்தித்தல் என்ற இன்றைப் பொருள் குறித்த 'எண்ணுதல்' என்னும் சொல்லும், 'ஆராய்ச்சி' என்னும் பொருள் குறித்த 'நாடல்', என்னும் சொல்லும், இதிலிருந்து 'நாட்டம்', 'நாடி' என்ற சொற்களும் புறநானூற்றில் காணப்படுகின்றன. இவை கருத்து வாயில்களை அறிந்து கொள்ளும் சொற்களாகவே தெரிகின்றன.

3. உரை வாயில்

தமிழில் உரையை விளக்கமாக அளிக்கும் பொறுப்பை நூல்கள் ஏற்றுள்ளன. இதைப் போலவே சமூகத்தில் அறிவில் உயர்ந்தவர்களின் வாய்மொழிக் கூற்றையும், அந்த வாய்மொழி நூலில் எழுதப்படுவதை உயர்ந்தோர் கூற்று என்றும் கூறப்படுகிறது. இந்த நூலில் காணப்படும் உரையும்

உயர்ந்தோரின் உரையும் தொல்காப்பியத்தில் கூடுதலாகக் காணப்படுகிறது.

புறநானூற்றில், உரைபற்றிய சொற்கள் பல இடங்களில் வருகின்றன. உரைசால் தோன்றல், உரைசால் நன்கலம், உரைசெல ஆகிய பாடலடிகளில் அமைந்துள்ளன. இவை ஒவ்வொன்றும் ஆழமான பொருள் விளக்கங்களைக் கொண்டுள்ளன. தமிழர்களுக்கு உரை வாயில் பற்றிய புரிதலே இதற்குக் காரணமாகும்..

4. உவம வாயில்

உவமம் என்பது தமிழில் அமைந்த சிறப்புக்குரிய ஒன்று. அறிந்த ஒன்றைக் காட்டி அறியாத ஒன்றை விளக்குதல் உவமம் என்று கூறப்படுகிறது. தமிழின் தொன்மையான நூலான தொல்காப்பியத்தில் உவமையியல் என தனி இயல் அமைக்கப்பட்டுள்ளது. இதன் பின்னர், தமிழ் இலக்கியங்களில் ஒரு தொடர் மரபாக இந்த உவம இயல் பின்பற்றபட்டு வருகிறது. நமது இலக்கியச் செழுமைக்கு இந்த உவம இயல் ஒரு காரணம் என்பதை மறந்துவிட முடியாது. அறிந்தவர் கருத்தை அறியாதவருக்கு உரைப்பதால் இதனை உவம வாயில் என்கின்றனர். உவம அறிவை அறியாதவருக்கு உணர்த்துகிறது என்பது இதன் பொருள்.

5. உய்த்துணர்தல் வாயில்

காட்சி, கருதல், உரை, உவமை என்னும் நான்கு வாயில்களாலும் அடையமுடியாத அறிவை வழங்குவதே உய்த்துணரல் என்னும் வாயிலாகும். உய்த்துணர்தல் இரு வகை உடையது. அவை காண்பதிலிருந்து அறிந்துகொள்ளும் உய்த்துணர்வு, மற்றொன்று கேட்பதிலிருந்து அறிந்துகொள்ளும் உய்த்துணர்வு. உய்தல். காண்பதிலிருந்தும், கேட்பதிலிருந்தும் தோன்றும் புரிதல் என்று கூறப்படுகிறது.

பொது மன்றத்தில் முழவு தொங்குகிறது. காற்றடித்து பறையில் மோதி ஓசையை எழுப்புகிறது. எழுந்த ஓசை போர்ப்பறையின் முழக்கம் என்று தலைவன் கருதுகிறான். இந்தப் பாடல் தொல்காப்பியத்தில் காணப்படுகிறது. (89-9)

இதைப்போலவே பறையொலி கேட்டு வள்ளல் பரிசில் நல்கியமை (400 - 8) ஆகிய பாடல்களின் வழியாக, செவியால் கேட்கும் ஒலி மனதில் தோற்றுவிக்கும் எண்ணத்தின் வெளிப்பாடுகள், உய்த்துணர்தலுக்கான வாயில்களாகவே அமைகின்றன.

செவிவழியாக சோழனின் பெருமைகளைக் கேட்டு நட்பு கொண்டவர் பிசிராந்தையார். 'கேட்டல் மாத்திரை அல்லது யாவதும்' என்ற பாடல் வரிகள் இதனை உணர்த்துகின்றன. பிறர் மூலம் கேட்டறிந்து சோழனின் பெருமைகளை தெரிந்து கொள்கிறார். இதனையும் உய்த்து உணர்ந்து கொள்ளும் வாயிலுக்கான ஆதாரமாகக் கொள்ளலாம்.

மேலைநாட்டவர் குறிப்பிடும் அறிவின் மூலங்கள் அனைத்தும் திருக்குறளில் சிறப்பாகவும் சங்க இலக்கியங்களில் பரவலாகவும் காணப்படுகின்றன. திருக்குறளைப் போலவும், சங்க இலக்கியங்களைப் போலவும் விளக்கமுற அமைந்த வரிகள் மேலை நாட்டு இலக்கியங்களில் இல்லை என்று பல்வேறு அறிஞர்கள் குறிப்பிடுகிறார்கள். எதையும் தெளிவுறச் சொல்லும் பாடல்களாகவே நம்முடைய பாடல்கள் அமைந்துள்ளன.

மேலைய இலக்கியங்கள் ஒரே கோணத்தில் அணுகுவதால் பன்முகப் பார்வை, அதற்கு தமிழைப்போல இல்லை என்று சிலர் கருதுகிறார்கள். அறிவின் அடிப்படைப் பிரச்சனைகளில் தெளிவாய் இருந்த தமிழறிஞர்களிடையே இந்தக் குறைபாட்டைக் காண முடிவதில்லை.

அறிவின் வாயில்கள் அல்லது மூலகங்கள் பற்றிய குறிப்புகள் திருக்குறளில் கூடுதலாகக் காணப்படுகின்றன. இதனை அறிவின் பிறப்பிடம் என்று கருத வேண்டும். அறிவாக்கம் பற்றிய வள்ளுவரின் முடிந்த முடிவை 21 குறட்பாக்கள் தெளிவுபடுத்துகின்றன. சிந்தனை அனுபவம் ஆகிய இரண்டுமே அறிவாக்கத்திற்கு வழி செய்யும் மூலங்கள் என்று இந்த குறட்பாக்கள் குறிப்பிடுகின்றன. மேலைய தத்துவ அறிஞர் இம்மானுவேல் காண்ட் காட்சி வாயிலை பற்றி எழுதியவர். இவர் உருவாக்கிய அறிவுக் கோட்பாட்டிற்கு ஈராயிரம் ஆண்டுகளுக்கு முன் வள்ளுவர் தந்த இரண்டடிகள் ஆழமான விளக்கத்தைத் தருகின்றன.

அறிவாக்கத்திற்குத் தேவையான கருப்பொருள் புற உலகிலிருந்து புலன்கள் வழியாகத் திரட்டப்படுகிறது. இதனை அனுபவம் என்கிறோம். இந்தப் புறப்பொருள் அறிவை தோற்றுவிக்க காரணமாக அமைகிறது. இதன் அனுபவம் இல்லை என்றால் அறிவு தோன்றுவதற்கு அடிப்படைகள் இல்லாமல் போய்விடும்.

தமிழரின் அறிவு மரபில் அறிவு தோன்றுவதற்கான வாயில்கள் பற்றிய கருதுகோள்கள் பல இடங்களில் காணப்படுகின்றது. சங்க இலக்கியங்களில் இதற்கான தரவுகள் இருக்கின்றன என்றாலும், திருக்குறளின் கல்வி, கேள்வி அதிகாரங்களில் இவை சிறப்பாக பேசப்படுகின்றன.

*

16

உத்தி வகைப்பாடு

இலக்கியத்தில் உத்தி என்ற சொல் பரவலாக அறியப்பட்டுள்ளது. கதை, கவிதை, சிறுகதை ஆகியவற்றின் படைப்பாக்கங்களில் உத்தி பற்றிப் பேசப்படுகின்றன. இன்றைய இலக்கியப் படைப்புகள் ஒவ்வொன்றின் வெற்றிக்கும் அதன் உத்தி மையமான இடத்தைப் பெறுகின்றன. நவீன இலக்கியங்களில் வாசிப்பவரின் மனநிலையைப் படைப்பாளி நன்கு உணர்ந்துகொண்டு, தன் உணர்ச்சியை முழுமைப்படுத்தி வாசகர்களிடம் எடுத்துச் செல்லும் முறையை உத்தி என்கிறார்கள்.

சங்க இலக்கியங்களில் உள்ளுறை உவமம், இறைச்சி ஆகியவை முக்கியமான உத்திகள் என்று இன்றைய நவீன இலக்கியத்தில் பேசப்படுகின்றன. படைப்பின் அழகை நேரடியாகச் சொல்லும் முறையை மாற்றி, மறைபொருளில் வெளிப்படும் இலக்கிய இன்பம் இதில் கிடைக்கிறது.

வெளிப்படையாகத் தெரியும் ஒரு பொருளை, வேறொரு பொருள் தோற்றத்தின் மூலம் சொல்வதை உள்ளுறை உவமம் என்கிறார்கள். அதாவது சொல்ல வந்த பொருளை மறைவாக வைத்துவிட்டு, அதை உணர்த்த வேறொரு பொருளை முன்வைக்கும் முறைதான் இது. இவை பெரும்பாலும் உவமையில் சொல்லப்படுகிறது. உள்ளுறை உவமம் பாடலில் உள்ளே மறைந்திருக்கும். இது பாடலில் சொல்லப்பட்ட செய்தி அல்லாமல் மற்றொரு செய்தியைப் புலப்படுத்தும் இயல்பை உள்ளுறை உவமம் கொண்டிருக்கும்.

நற்றிணை பாடலில் ஒரு வருணனை. இதன் ஆழமான பொருள், உள்ளுறை உவமத்தை நமக்கு உணர்த்துகிறது.

> விளையாடு ஆயமொடு வெண்மணல் அழுத்தி
> மறந்தனம் துறந்த கால்முளை அகைய
> நெய் பெய் தீம்பால் பெய்து இனிது வளர்ப்ப
> 'நும்மினும் சிறந்தது நுவ்வை ஆகும்' என்று
> அன்னை கூறினள் புன்னையது சிறப்பே
> அம்ம நாணுதும் நும்மொடு நகையே

(நற்றிணை - 172)

தலைவி தோழியருடன் புன்னங்கொட்டையை மண்ணில் மறைக்கும் விளையாட்டு விளையாடிக்கொண்டிருந்தாள். வீட்டுக்குச் செல்லும்போது மறைத்த விதையை மறந்து மண்ணிலேயே விட்டுவிட்டு அவர்கள் சென்றுவிட்டனர். அந்த விதை முளைத்து வளர்ந்தது. அதைப் பார்த்த செவிலித்தாய் 'இது உன்னைக் காட்டிலும் சிறந்தது. எனவே உனக்கு அவ்வை (தாய்) முறை' என்று பொய்யாகச் சொல்லிவைத்தாள். தலைவி இதனை உண்மை என நம்பித் தான் உண்ணும் பாலை அதற்கு ஊற்றி வளர்த்து வந்தாள். அது தலைவியைக் காட்டிலும் பெரிதாக வளர்ந்து தாய் போல் நின்றது. இந்த நிலையில் தலைவன், தலைவியுடன் சிரித்து விளையாட முனைகிறான். தலைவி, தன் தாய் முன்னிலையில் தலைவனோடு விளையாடக் கூச்சமடைகிறாள். தலைவனிடம் வேறு இடத்துக்குச் செல்வோம் என்கிறாள். இது பாடலில் சொல்லப்படும் செய்தி. தலைவிக்குத் தாய் போல் உடனுறைவதாகப் புன்னையைக் கூறுவதால் இது உடனுறை உள்ளுறை உவமம்.

பாட்டில் சொல்லப்படும் கருப்பொருள்களிலிருந்து பாட்டால் சொல்லப்படும் பொருளை உய்த்துணர்ந்து கொள்வதை இலக்கண நூலார் இறைச்சி எனக் குறிப்பிடுகின்றனர் தொல்காப்பியத்தின் பொருளாதிகாரம் நாற்பத்தி ஏழாவது பாடலில் ஐந்து இடங்களில் உள்ளுறை உவமம் பற்றி பேசப்படுகிறது

தமிழரின் அறிவை ஒழுங்கமைத்துக் கொள்ளும் முறைமை மிகவும் வியப்பூட்டுவதாக உள்ளது. நூல்

காண்டிகை, சூத்திரம் உரை போலவே தமிழரின் அறிவை ஒழுங்கமைத்ததில் முக்கியமான பங்கை வகிக்கிறது உத்தி என்னும் முறைமை. தமிழரின் அறிவுகுறித்த அடிப்படையான சொற்கள் ஒவ்வொன்றும் கடந்த காலத்தில் சந்தேகத்திற்கு உரியதாக்கப்பட்டுள்ளது. அதில் மிகவும் பாதிப்புக்கு உள்ளான சொல் இந்த உத்தி என்பதாகும்.

தமிழரின் அறிவறிதலில், ஈழத்தமிழர்களின் முக்கிய பங்களிப்பு எல்லா காலங்களிலும் இருந்து வந்துள்ளது. 1938ஆம் ஆண்டிலேயே சொற்பிறப்பு-ஒப்பியல் தமிழ் அகராதி ஈழத்தில் உருவாக்கப்பட்டுள்ளது. இதை உருவாக்கியவர் சுன்னாகத்தைச் சார்ந்த ஞானம்பிரகாசர் ஆவார். இவர் சொற்பிறப்பு-ஒப்பியல் ஆய்வில், உத்தி என்னும் சொல் பிறப்பை நுட்பமாக ஆய்வு செய்துள்ளார். இதில் 'உய்' என்பதிலிருந்துதான் 'உத்தி' தோன்றியது என்றும் கூறுகிறார். உய்க்கப்படுவது 'உய்த்தி' என்றும் பின்னர் "உத்தியாகி" நின்றது என்று கூறுவார். இவரது கருத்துப்படி உய்த்துணரப்படுவது அறிவு. உத்தி உய்த்து உணர்ந்ததை ஒழுங்கமைப்பது என்பதுதான்

ஒரு பொருளை அறிவால் அளந்து அறிந்து கொள்வதற்கும், தான் அறிந்துகொண்ட பொருள் பற்றிய ஆழத்தை பிறர்க்கு உணர்த்துவதற்கும், அறிவை அடிப்படையாகக்கொண்ட காட்சி நூலை உருவாக்குவதற்கும், அந்த நூலைப் பிறர்க்கு எடுத்து உரைப்பதற்கும் உத்தி, வழியமைத்துக் கொடுக்கிறது. இந்திய தத்துவ மரபிலும் அதாவது, வட இந்திய தத்துவ மரபிலும் உத்தி என்ற சொல் பயன்பாட்டில் இருக்கிறது. இதனாலேயே வடமொழியிலிருந்து கடன் வாங்கப்பட்டது என்ற கருத்தும், சிலரால் முன் வைக்கப்படுகிறது. இதற்கான பதில் முன்னரே பலமுறை கூறப்பட்டுவிட்டது. தமிழரின் தத்துவ அறிவு காலத்தால் முந்தியது என்பதே இதற்கான பதிலாகும். உத்தி பற்றி பேசும் வடமொழி நூல்களைவிட தொல்காப்பியம் சில நூறு ஆண்டுகளுக்கும் முன்னரே பிறந்துவிட்டது.

தொல்காப்பியத்தில் முப்பத்திரண்டு வகை உத்திகள் குறிப்பிடப்படுகின்றன. இவை அனைத்தையும், இன்றைய

வளர்ச்சியடைந்த நூல் படைப்பாக்க நெறிகளுடன் ஒப்பிட்டுப் பார்ப்பது அவசியம். அப்பொழுதுதான் அதன் உயர்வை நம்மால் புரிந்துகொள்ள இயலும். இப்பொழுது இதை உற்றுப் பார்த்தால் மானுடத்தின் அறிவுக் களஞ்சியமாகவே இது தோற்றம் தருகிறது. பல நூற்றாண்டுகளைக் கடந்தும், இதன் அணுகுமுறைகள், இன்றைய நவீன எழுதும் முறைகளோடு, போட்டி போட்டிக் கொண்டு நிற்கிறது. இதை இன்றைய தமிழ் ஆய்வுலகம் அறிந்துகொள்ளாமல் இருப்பதுதான் வேதனை அளிக்கக் கூடியதாகவே இருக்கின்றது.

தொல்காப்பியத்தில் கூறப்படும் உத்திகளை, இன்றைய நூல் எழுதும் முறைகளோடு ஒப்பிட்டுப் பார்க்க வேண்டும். நூல் உருவாக்கத்திற்கு தமிழர்கள் தொடக்கக் காலத்திலேயே உருவாக்கி வைத்திருக்கும் உத்திகள், தெளிந்த விதிமுறைகளைக் கொண்டிருப்பது அனைவருக்கும் இன்ப அதிர்ச்சியைத் தருகிறது. உத்திகள் ஒவ்வொன்றும் பல நூற்றாண்டுகள் வலிமையோடு வாழ்ந்து வெற்றி பெறும் திறனைப் பெற்றுள்ளன.

அவை பின்வருவன:

1. நுதலியது அறிதல்
2. அதிகார முறைமை
3. தொகுத்துக் கூறல்
4. வகுத்து மெய்ந் நிறுத்தல்
5. மொழிந்த பொருளொடு ஒன்ற அவ்வயின் மொழியாததனை முட்டின்று முடித்தல்.
6. வாராததனால் வந்தது முடித்தல்.
7. வந்தது கொண்டு வாராதது உணர்த்தல்
8. முந்து மொழிந்ததன் தலைதடுமாற்று
9. ஒப்பக்கூறல்
10. ஒருதலைமொழிதல்
11. தன்கோள் கூறல்

12. முறை பிழையாமை

13. பிறன் உடன்பட்டது தான் உடன்படல்

14. இறந்தது காத்தல்

15. எதிரது போற்றல்.

16. மொழிவாம் என்றல்

17. கூறிற்று என்றல்.

18. தான் குறி இடுதல்

19. ஒருதலை அன்மை

20. முடிந்தது காட்டல்

21. ஆணை கூறல்

22. பல்பொருட்டு ஏற்பின் நல்லது கோடல்

23. தொகுத்த மொழியான் வகுத்தனர் கோடல்

24. மறுதலைச் சிதைத்துத் தன் துணிவு உரைத்தல்

25. பிறன்கோள் கூறல்

26. அறியாது உடன்படல்

27. பொருள் இடையிடுதல்

28. எதிர்பொருள் உணர்த்தல்

29. சொல்லின் எச்சம் சொல்லியாங்கு உணர்த்தல்

30. தந்து புணர்ந்து உரைத்தல்

31. ஞாபகம் கூறல்

32. உய்த்துக்கொண்டு உணர்தல்

அறிவுக் கோட்பாட்டில், உத்தி முதன்மையான பங்கு கொண்டிருப்பதை தொல்காப்பியம் நமக்குத் தெளிவுபட விளக்குகிறது. அறிவு ஏற்பட்டபின் பல காரணங்களின் சேர்க்கையினால் ஏற்படும் குழப்பங்களை நீக்கிக்கொள்ள உத்தி உதவி செய்கிறது. இதன்மூலம் அறிந்த பொருளின் தோற்றத்தை மேலும் தெளிவாகப் புரிந்துகொள்ள முடிகிறது.

இந்த உத்தி இறந்தகாலம், நிகழ்காலம், எதிர்காலம் என்று மூன்று காலங்களிலும் பயன்படுத்தப்படுகிறது.

உத்திகள் ஒவ்வொன்றும் ஆழ்ந்த பொருளை உள்ளடக்கி நிற்கின்றன. அறிவை, உரையிலும் எழுத்திலும் எவ்வாறு பயன்படுத்தி செழுமையை எட்டிப் பிடிப்பது என்பதற்கு உத்தி அடிப்படைக் கருவியாக தமிழுக்கு அமைந்துள்ளது. தொன்மையான தமிழ் இலக்கியங்களை அன்றைய உலக இலக்கியங்களோடு ஒப்பிட்டு உயர்வைக் கண்டறிந்து, இன்றும் பெருமை கொள்கிறோம். இதற்கு இந்த உத்திகள்தான் வழியமைத்துக் கொடுத்தன. பிற இலக்கியங்கள் ஒவ்வொன்றையும் தமிழர்களின் உத்தி வகையோடு ஒப்பிட்டுப் பார்க்கும்போது தமிழரின் உத்தி உயர்ந்து நிற்பதை நம்மால் உய்த்து உணர்ந்து கொள்ள முடிகிறது.

தொல்காப்பியத்தைப் பின்பற்றி உத்தி பற்றிப் பேசும் பல இலக்கண நூல்கள் தமிழில் வந்துள்ளன. அதில் நன்னூல் முக்கியமானது. முப்பத்திரண்டு உத்திகள் இருத்தல் வேண்டும் என்று கூறும் சிலவகை உத்திகளைப் பட்டியலிட்டுள்ளது. இது உந்தி எழும் நுண்ணறிவை உத்தி என்கிறது. தொல்காப்பியத்தின் இறுதி நூற்பா உத்திகள் 32 என வரையறுக்கிறது. இந்த 32 உத்திகளை வேறு வகைச் சொற்களால் தொகுத்துக் காட்டுகிறது நன்னூல். அடிப்டையில் இவை இரண்டிற்கும் இடையில் ஒற்றுமை இருந்தாலும், சில வேற்றுமைகளும் இருக்கத்தான் செய்கின்றன.

அவை,

1. சொல்லித் தொடங்குதல் வேண்டும்.
2. காரண காரிய முறைப்படி இயல்களை வைத்தல் வேண்டும்.
3. நூலில் கூறக்கருதும் பொருள்களை தொகுத்துக் கூறுதல் வேண்டும்.
4. பின்னர் அவற்றை வகுத்துக் காட்டுதல் வேண்டும்.
5. கூறவந்த கருத்தை மேலோர் கூறியுள்ளவாறு முடித்துக்காட்ட வேண்டும்.

6. தான் கூறும் கருத்துக்கு இலக்கியத்தின் இடம் கூறுதல் வேண்டும்.
7. முன்னோர் கூறிய கருத்துகளை பொருத்தமான இடங்களில் எடுத்தாள வேண்டும்.
8. பிறருடைய கோட்பாடுகளையும் எடுத்துக் கூறுதல் வேண்டும்.
9. சொற்களின் பொருள் விளக்க உருபுகளை விரித்துக் கூறுதல் வேண்டும்.
10. ஒன்றோடொன்று தொடர்புடைய சொற்களை இணைத்துக் கூறுதல் வேண்டும்.
11. இருபொருள்படக் கூறுதல் வேண்டும்.
12. காரணம் விளங்காமல் கூறப்பட்டதை காரணம் கூறி முடிக்க வேண்டும்.
13. ஒரு பொருளுக்குரிய இலக்கணத்தை ஒப்புமைப்படுத்தி உறுதிப்படுத்துதல் வேண்டும்.
14. உறுதிப்படுத்திய இலக்கணத்தை பிறவிடங்களிலும் பயன்படுத்துமாறு தொடர்புபடுத்துதல் வேண்டும்.
15. வழக்கொழிந்தவற்றை விலக்குதல் வேண்டும்.
16. தற்காலத்தில் வழக்குக்கு வந்த புதுமைகளை ஏற்புடையது எனில் ஏற்றுக்கொள்ள வேண்டும்.
17. பின்னால் இவை தேவைப்படும் என்றுணர்ந்து அவற்றை முன்கூட்டியே சொல்வது வேண்டும்.
18. ஒரு பொருளுக்கு கருவியாய் அமையவேண்டியதை பின்னால் நிறுத்திக் காட்டுதல் வேண்டும்.
19. வேறுபட்ட கருத்துகளையும் எடுத்துக் காட்டல் வேண்டும்.
20. அவ்வாறு வேறுபடும் கருத்துகளை தொகுத்துக் கூறல் வேண்டும்.
21. இறுதியில் சொல்லப்போவதை முற்பகுதியில் சொல்ல நேர்ந்தால் அது பின்னர் விளக்கப்படும் என்று கூறுதல் வேண்டும்.

22. முற்பகுதியில் கூறப்பட்டதை பிற்பகுதியில் மீண்டும் சொல்ல நேர்ந்தால் முன்னரே கூறப்பட்டது என்று கூறுதல் வேண்டும்.

23. மாறுபட்ட இரண்டு கருத்துகளில் ஏதாவதொன்றை துணிந்து ஏற்க வேண்டும்.

24. மேற்கோள்கள் எடுத்துக்காட்ட வேண்டும்.

25. தான் சொல்லவந்ததை மேற்கோளுடன் பொருத்திக் காட்ட வேண்டும்.

26. ஐயத்திற்கு இடமின்றி சொல்லவந்த கருத்தை உரைக்க வேண்டும்.

27. சொல்லாமல் விட்டவற்றிற்கும் காரணம் கூறுதல் வேண்டும்.

28. பிறநூல்களின் முடிவுகளை ஏற்றுக்கொள்ள வேண்டும்.

29. தன்னுடைய புதிய கருத்துகளை பலவிடங்களில் எடுத்துச் சொல்லுதல் வேண்டும்.

30. சொற்பொருள் விளக்கத்தையும் அங்கேயே கொடுத்திடல் வேண்டும்.

31. ஒத்த கருத்துகள் உடையனவற்றை ஓரிடத்தில் வகைப்படுத்த வேண்டும்.

32. மேலும் ஆராய்வதற்குரிய எல்லைகளை எடுத்துக் காட்டுதல் வேண்டும்.

அறிவை ஒழுங்கமைப்பதில் உள்ள பங்களிப்பை தமிழ் இலக்கண நூல்களான தொல்காப்பியமும், நன்னூலும் உத்திகளைப் பற்றி, மிகவும் ஆழமாக வெளிப்படுத்தியுள்ளன.

இந்த உத்திகளை ஒட்டி பத்து வகையான குற்றங்களும், பத்துவகை அழகுகளும் பேசப்படுகின்றன. இவை உத்தியோடு பொருந்தி அமைய வேண்டும் என்கிறார்கள். அவையில் பேசுவதை ஒழுங்கமைக்கத் தொடங்கிய உத்தி, எழுத்தின் மூலம் அமையும் உரையையும், ஒழுங்கமைக்கத் தொடங்கி விடுகிறது.

எழுத்தும் பேச்சும் முப்பத்திரண்டு உத்திகளோடும் பொருந்தி அமைய வேண்டும் என்று தொல்காப்பியம்

உள்ளிட்ட தமிழ் இலக்கணங்களின் விதியாகக் கூறப்பட்டுள்ளது. தொல்காப்பியர் குற்றங்கள், அழகுகள், உத்திகள் அனைத்தையும் நூலுக்குரிய இலக்கணங்களாகவும் அவையில் நிகழ்த்தும் பேச்சுக்குரிய இலக்கணமாகவும் கூறுகிறார். தமிழில் பிறந்து தமிழில் வளர்ந்தது இன்று தமிழுக்குப் பெருமை தேடித் தரும் இந்த உய்தி என்னும் உத்தியின் பெருமையை நாம் பெருமிதமாகக் கொள்ளலாம்.

*

17

அறிவின் அளவைகள்

இளம் வயதில் கற்றறிந்த நீட்டல், நிறுத்தல், முகத்தல் ஆகிய அளவைகளை ஞாபகப்படுத்திப் பார்க்கிறேன். அறிவை அளந்து பார்க்கும் முறையை கேள்விப்பட்டவுடன் அந்த ஞாபகம் வந்துவிட்டது. அறிவுக் கோட்பாட்டில் அறிவை அளந்து பார்க்கும் முறையை அளவை என்கிறார்கள். அறிவு என்பது ஒரு திடப் பொருளோ, திரவப் பொருளோ, வாயுப் பொருளோ அல்ல. அறிவின் அளவைப் பற்றி கேள்விப்பட்டவுடன் அதை எவ்வாறு அளந்து பார்ப்பது என்ற எண்ணம் வந்துவிட்டது.

அறிவை, அறிவின் மூலம்தான் அளந்து பார்க்க முடியும். வெறும் நம்பிக்கையின் மூலமாகவோ, செவி வழி செய்திகளின் வழியாகவோ தெரிந்துகொள்ள இயலாது. சிந்தனையை அளந்து பார்க்கும் நிகழ்வு, அத்தகைய சுலபமானதும் அல்ல. இதற்கு சிறப்பான அறிவியல் கருதுகோள்கள் தேவைப்படுகின்றன. சிந்தனையை ஆராய்ந்து அது சரியா? பிழையா? என்று முடிவு செய்யும் அளவை, அறிவுக் கோட்பாட்டில் முக்கியமான பிரிவாக செயல்பட்டு வருகிறது.

இந்தப் பின்னணியில் தமிழரின் அளவை என்னும் அறிவின் அளவை தனித்துவம் கொண்டுள்ளது. மற்றைய மக்களின் அளவைகளிலிருந்து தனிக் கணக்கீட்டை தமிழர்கள் வைத்திருந்தார்கள். தமிழர், பல துறைகளிலும் சிறந்தோங்கி வளர்ந்ததற்கு இந்த அளவைகள்தான் முக்கியக் காரணமாகத் தெரிகிறது. அதே காலங்களில் இது போன்ற சிறந்த நாகரிகங்கள் உலகின் பல பகுதிகளிலும் தோன்றி வளர்ந்துள்ளன என்பது மறுக்கமுடியாத உண்மை.

ஆனாலும் இலக்கியங்களை நன்கு உணர்ந்திருந்த தமிழர், நதிகளின் வெள்ளத்தைக் கட்டுப்படுத்துதல், பாசன முறை, நெருப்பை உண்டாக்கி கட்டுப்படுத்திப் பயன்படுத்தும் திறன், விலங்குகளை அடக்கியாண்டு அவற்றைப் பணிகளுக்குப் பயன்படுத்தும் நுட்பம், உலோகங்களைப் பிரித்தெடுத்துப் பயன்படுத்துதல், உழவு, உழவுக் கருவிகள், பயணங்களுக்குச் சக்கரங்கள் கொண்ட வண்டிகளை உருவாக்குதல், நெசவு, மண்பாண்டம் வனைதல், போர்த்துறை நுட்பங்கள், தற்காப்புக் கலைகள், நகரமைப்பு அரசாட்சி முறை, நாவாய் அமைத்தல், செலுத்துதல், மொழியியல், மருத்துவம், காலநிலை அறிதல், வானவியல் போன்ற துறைகளிலும் இன்னபிற துறைகளிலும் ஆளுமை செலுத்தி வந்துள்ளனர். இந்த உண்மையை ஏற்றுக் கொள்ளாதவர்கள் இவை எல்லாம் கடந்த காலங்களில் கட்டுக்கதைகள் என்று பேசப்பட்டு வந்தன. இன்று அனைவரும் இதை உண்மை தான் என்று உணரத் தொடங்கியுள்ளனர். இதற்கு இன்று நமக்குக் கிடைத்துள்ள அகழ்வாய்வுகளே முக்கியக் காரணமாக அமைந்துள்ளன.

வேளாண்மையைப் பெருக்க அணையைக் கட்டி நீர்தேக்கி வைக்கலாம் என்று அறிந்து பல நீர் நிலைத் தேக்கங்களை ஏற்படுத்தினர். மழை நீரானது பயன் இல்லாது பெருக்கெடுத்து ஓடுவதை அறிந்து பழந்தமிழர்கள் அதனை வாரி, மதகு, மடை, மடு, கால்வாய், அணை மூலம் தேக்கி வைத்துப் பயன்படுத்துவதை அறிந்திருந்தனர். இதில் அளவை குறித்த செய்திகள் இருக்கின்றன.

'ஊர்க்கால் நிவத்த பொதும்பருள் நீர்க்கால்'

(கலித். 56-1)

பளிங்கு போன்ற தெளிவாக நீரையுடைய பொய்கை பற்றி,

"மலர்தாய பொழில் நண்ணி மணி நீர் கயம் நிறப"

(கலி, 35-5)

எனும் பாடல் மூலம் இதனை அறியலாம். மேலும்,

'.........

சிறுபல கேணி...... (அகம். 137-2)

'நெடுவிளிக் கோவலர் கூவல் தோண்டி
கொடுவாய்ப் பத்தல் வார்ந்து உகு சிறுகுழி
நீர்காய் வருத்தமொடு சேர்விடம் பெறாது'

(அகம். 155-10)

'வறுமை கூரிய மண்நீர் சிறுகுளத்
தொடுகுழி மருங்கில் துவ்வாக் கலங்கல்'

(அகம். 121:15)

'எண்ணாட் திங்கள் அனைய கொடுங்கரை
தெண்ணீர்ச் சிறுகுளம்'

எனும் பாடல் வரிகள் பல்வேறு நீர்த்தேக்கங்களைப் பற்றி குறிப்பிடுகின்றன.

இதைப் போலவே நீர்நிலைகளின் கரை அழியாமல் இருப்பதற்குப் பல்வேறு பாதுகாப்பு நடவடிக்கைகளை மேற்கொண்டுள்ளனர். நீர்நிலைகளின் கரையழியாமல் இருக்க வேழக் கரும்பு என்றும், கொறுக்கச்சி என்றும் கூறப்படும் புல்லினை வளர்த்தனர். கரைக்கு வலிமை தருவதற்கு இவ்வாறு செய்யப்பட்டது. இதைப்போலவே புல் வகைகளும், பூச் செடிகளும் நடப்பட்டன. இதில் வெண்மை நிறம்கொண்ட. கரும்புப் பூவின் வடிவு கொண்டவையாகவும், இதன் பூவின் தோற்றம் குதிரையின் தலை மயிரையும், உயரே பறக்கும் குருவியும் போல விளங்கும். என்றும், இதன் தண்டில் துளை இருந்தமையால் உழவர் மகளிர் அஞ்சனம் இட்டு வைப்பர் என்றும் மூங்கிலைப் போல் இவை வீடுகட்கு வரிச்சற்பிடித்தற்குப் பயன்படும் என்றும், நீராடுபவர்க்கு இது புணையாய் அமைக்கப்படுவது உண்டு என்றும், இதற்கான விளக்கங்கள் கூறப்படுகின்றன. நீரின் அளவை பற்றிய அளவை இல்லாமல், இதை எல்லாம் தமிழர்கள் நிகழ்த்தியிருக்க வாய்ப்பில்லை.

'பரியுடை நன்மான் பொங்குளை அன்ன
வடகரை வேழம்' (ஐங். 13: 1-2)

சங்கத் தமிழிலக்கியங்களால் எட்டுத்தொகை, பத்துப்பாட்டு ஆகிய பதினெண் மேல்கணக்கு நூல்களிலும், அவற்றையொட்டிப் பிறந்த பதினெண் கீழ்க்கணக்கு நூல்களிலும், இவையல்லாத சிலப்பதிகாரம், மணிமேகலை,

சீவக சிந்தாமணி, வளையாபதி, குண்டலகேசி ஆகிய ஐம்பெரும் காப்பியங்களிலும், நீலகேசி, சூளாமணி, உதயண குமார காவியம், யசோதர காவியம், நாககுமார காவியம் ஆகிய ஐஞ்சிறு காப்பியங்களிலும், பெருங்கதை, பெரியபுராணம், கம்பராமாயணம், சுந்தபுராணம், நளவெண்பா, வில்லிபாரதம், அரிச்சந்திர புராணம் ஆகிய பிற காப்பியங்களிலும், பன்னிரு திருமுறைகளிலும், பிற பக்தி இலக்கியங்களிலும் எண்ணிறந்த அறிவியல் கருத்துகள் உள்ளன. இவற்றின் எல்லாம் முரண்பாடுகள் இல்லாத அளவை சரியாகப் பயன்படுத்தியதாகவே தெரிகிறது.

கணிதத்திலும் கரைகண்டது தமிழினம். எண்ணையும், எழுத்தையும் கண்ணெனக் கொண்ட பண்டைத் தமிழ் நூல் தொகுப்புகளின் பெயர்கள்கூட எட்டுத்தொகை, பத்துப்பாட்டு, பதினெண் மேல்கணக்கு, பதினெண் கீழ்க்கணக்கு, ஐங்குறுநூறு, புறநானூறு, அகநானூறு, இன்னா நாற்பது, இனியவை நாற்பது, நாலடியார், பதிற்றுப்பத்து என்று அமையக் காண்கிறோம். இப்போது உலகமெங்கும் பயன்படுத்தப்படும் எண்முறையும் தமிழ் முறையிலிருந்து அரபு நாடுகளுக்குச் சென்றதுதான் எனவும் ஒரு கருத்து உள்ளது. தமிழர் வழக்கத்தில் பின்ன முறையும் மிகவும் நுணுக்கமாய் அமைந்துள்ளதை நாம் காண்கிறோம். இவை எல்லாம் தமிழரின் அளவை சிறப்புக்கு மேலும் மேலும் ஆதாரங்களைத் தந்து கொண்டேயிருகின்றன.

ஒன்று 1. முக்கால் (3/4), அரை (1/2), கால் (1/4), மும்மாகாணி (3/16), அரைக்கால் (1/8), மாகாணி (1/16), அரை மாகாணி (1/32), கால் மாகாணி (1/64), நான்மா, மும்மா (3/20), இருமா (1/20), ஒருமாமுக்காணி (1/20), அரைமா (1/40), காணி (1/80), அரைக்காணி (1/160), மேல் முந்தரி (1/320), கீழ் முந்திரி, இம்மி, மும்மி, அணு, குணம், பந்தம், பாகம், விந்தம், நாக விந்தம், சிந்தை, கதிர் முனை, குரல்வளைப்பிடி, வெள்ளம், நுண்மணல், தேர்த்துகள் எனப் பின்னங்களை நுணுகி வரையறுத்துள்ளனர். இதனை தொல்காப்பியத் தமிழ், என்னும் நூலில் தேவநேயப் பாவாணர் ஆய்வுரையாக எழுதியுள்ளார். இவை எல்லாம் அளவைப் பற்றிய பார்வைக்குத் தமிழர்களின் ஆதாரங்களாகும்.

நீட்டலளவைகளிலும் வரையறை இருந்தது. 1. காதம் என்பது 4 கூப்பிடு, 1 கூப்பிடு என்பது 500 கோல்; ஒரு கோல் என்பது 4 முழம், 1 முழம் என்பது 2 சாண், 1 சாண் என்பது 12 பெருவிரல், 1 பெருவிரல் என்பது 8 நெல்; ஒரு நெல் என்பது 8 கடுகு, 1 கடுகு என்பது 8 நுண்மணம், 1 நுண்மணம் என்பது 8 மயிர், 1 மயிர் என்பது 8 பஞ்சிலை, 1 பஞ்சிலை என்பது 8 தேர்த்துகள், 1 தேர்த்துகள் என்பது 8 அணு, இவ்வகையில் தேர்த்துகள் தற்காலத்தில் நாம் கணித்துள்ள உண்மையான அணுவின் அளவையோடு ஒப்பிட்டுச் சொல்ல முடியும்.

பேரண்டத்தில் பலகோடி அண்டங்களும் அவற்றில் கணக்கற்ற விண்மீன்களும் இருப்பதை தற்காலத்தில் நாம் உணர்ந்திருக்கிறோம். ஒன்பதாம் நூற்றாண்டில் வாழ்ந்தவர்கள் கண்களுக்குப் புலனாகும் ஐந்து கோளங்களையே (புதன், வெள்ளி, செவ்வாய், வியாழன், சனி) அறிந்திருந்தனர். இவை தவிர, சந்திர சூரியனையும் வானக் கூரையில் பதித்த சிறுபுள்ளிகள் என அவர்கள் அறிந்த விண்மீன்களையும் கொண்ட சிறிய அமைப்பே பிரபஞ்சம் என அவர்கள் எண்ணியிருந்தார்கள். அக்காலத்தில் எண்ணிறந்த கோளங்களை (விண்மீன்களை) கொண்டது பேரண்டம் எனப் பொருள்பட,

> **அண்டப் பகுதியின் உண்டைப் பிறக்கம்**
> **அளப்பருந் தன்மை வளப்பெருங் காட்சி**

என்று மாணிக்கவாசகர் இயம்புகிறார். இவை மட்டுமல்ல திருவண்டப் பகுதியில் நாம் காணும் வேறுபல வரிகளும் ஆழ்ந்த கருத்துகளில் ஊறியவை. விண்மீன்கள் உவமையாக ஏராளமான பாடல்களில் பயன்படுத்தப்பட்டுள்ளன இவை எல்லாம் அளவைக்கான சிந்தனை முறையில்லாமல் தோன்றியிருக்க முடியுமா? என்ற கேள்வி எழுந்துள்ளது.

> **இரண்டு முதல் ஒன்பான் இறுதிமுன்னர்**
> **வழங்கியல் மாவென்கிளவி தோன்றின்**
> **மகர வளவொடு நிகரலு முரித்தே** *(480)*

எனும் தொல்காப்பிய குற்றியலுகரப் புணரியல் நூற்பாவில் மா வென்னும் அளவை கூறப்பட்டுள்ளதால் ஏனைய

அளவுகளும் தொல்காப்பியர் காலத்தில் வழங்கின எனக் கொள்ளலாம்.

தமிழரின் அறிவுப் பாரம்பரியம் இவ்வாறு பல்வேறு நுட்பங்களைக் கொண்டிருக்கிறது. இதனால் அறிவை அளந்து பார்த்து மேலும் அதனை செழுமைப்படுத்திக் கொள்ளும் முறைகளும் அவர்களிடம் உருவாகியிருந்தது. அதை அளந்து பார்ப்பது, அதைவிடவும் நுட்பமானது. இதனை ஆராய்ந்து அளவையைக் கணக்கிட்டுக் கொள்வதற்கு சில நூல்கள் பெரிதும் உதவுகிறது. இவ்வாறு அறிவை அளந்து கூறும் நூல்களை, அளவை நூல்கள் என்று கூறுகிறார்கள் இதனை வடமொழியில் பிரமாண சாத்திரம் என்றும், ஆங்கிலத்தில் லாஜிக் (logic) என்றும் கூறப்படுகிறது. தமிழில் அளவை அல்லது தருக்கம் என்று இதை அழைக்கலாம். அளந்து பேசுவதால் அளவை என்றும் கூறப்படுகிறது.

அறிவாராய்ச்சியியல் என்பது அளவையியல் என்றே அழைக்கப்பட்டது. அளவை என்பது அளந்தறியப்படுவது. அறிவு வளர்கின்ற வாயில்களை அளக்கும் கருவியே அளவையாகும். எந்த ஒரு பொருளையும் சீர்தூக்கி அளந்தால் தான் அப்பொருளின் உண்மையான குணநலன்களையும் உறுதிப்பாட்டையும் அறிய முடியும். அந்த அடிப்படையில் அறிவின் வாயில்களை அளக்கும் கருவியே அளவை எனப்பட்டது.

அளவையியலில் வரலாற்று நிகழ்ச்சிகளோ இயற்கை நிகழ்ச்சிகளோ, பொருள்களோ இடம் பெறுவதில்லை. மனிதனின் வீர தீரச் செயல்களையோ விருப்பு வெறுப்புகளையோ அளவையியல் பேசுவதில்லை. கருத்தாக்கம், கருத்தமைப்பு ஆகியவற்றின் ஒழுங்கு முறைகளைப் பற்றியும், அதற்கு ஏற்புடையக் கோட்பாடுகளையும் பேசுகிறது.

கிறித்துவின் பிறப்புக்கு பின் அமைந்த, முதல் பத்து நூற்றாண்டுகளில் இந்தியாவில் அளவையியல் மேலும் விரிவாக்கம் பெற்றது. தமிழில் அமைந்த ஆதி கருதுக்கோள்களோடு இவை ஊடாடி நின்றன.. நியாய, சமண, பௌத்த அறிஞர்களின் கருத்து மோதல்கள் அவர்களின்

ஆராய்ச்சியைக் கூடுதலாக்கின. ஆனால் இவை அனைத்தும் தமிழை நெருங்கி உற்றுப் பார்த்தன. இதற்கு அடுத்த புதிய சூழலில், ஒரு பொருளை விட அது பற்றிய அறிவு பற்றிய வரையறையை, செம்மைப் படுத்துவதிலேயே கவனம் செலுத்தப்பட்டது. இதனால் தமிழுக்கு சில பயன்களும், சில கெடுதல்களும் வந்து சேர்ந்தன. ஒருவிதத்தில் தருக்க அறிவு இதனால் வளர்ந்தது என்பது உண்மை தான். இது அளவை அறிவு வளர காரணமாக அமைந்தது.

அளவை அறிவு என்பதற்கு, துல்லியமான, சரியான நெறிப்பட்ட அறிவு என்று பொருள் வரையறுக்கப்பட்டுள்ளது. தேர்ந்த நெறிகளையும் பின்பற்றிப் பெறுவதுதான் அளவை அறிவு. இதற்குப் பொருத்தமான வழிமுறைகள் வேண்டும். மனிதர்களிடம் தனிப்பட்ட உணர்ச்சியால் வெளிப்படும் தனிப்பட்ட விருப்பு வெறுப்புகளும், வேறுபாடுகளும் ஏற்பட வாய்ப்பு இருக்கிறது. இது அறிவில் கலந்துவிடக் கூடாது என்ற எச்சரிக்கையை வழங்குகிறது அளவை. இதற்குத் தேவையான அறிவை அளவைகள் அளந்து சொல்கின்றன. உலக வாழ்க்கையை பகுத்தறிதலே, அளவை இயலின் பணியாகக் கருதப்படுகிறது. இந்த பகுத்தறிவின் சிந்தனை தெளிவே, அளவே அளவையின் மையமாகும். அளவையியல் அறிவியலை ஆராய்ச்சி செய்து கொண்டிருப்பதும் இல்லை. அது அதில் காணும் உண்மைகளை அளந்து சொல்லும் பொறுப்பை ஏற்றுள்ளது. இதைப் போலவே நெறிப்படா அறிவு, எங்கும் எப்பொழுதும் யார்க்கும், ஏற்புடையதாக இருக்க வாய்ப்பில்லை..

இந்த அளவை, தோற்றத்தில் நீதிபோதனை நூல்கள் போல காணப்படும். தனிமனிதரோ அல்லது ஒரு சமுதாயமோ பலம், பலவீனங்களை அளவை முறையில் நுண்ணாய்வு செய்து, அதன்மூலம் முன்கூட்டியே பாதிப்புகளை தவிர்த்துக் கொள்ள இது வழிகாட்டுகிறது. இந்த அளவையியல் நெறிகளின் மூலம்தான் நமது முன்னோர்கள் வாழ்வை பக்குவப்படுத்திக் கொண்டு, தன்னைச் சுற்றி வாழுவோரின் முன்னேற்றத்திற்கு பெரும் பங்களிப்பை வழங்கியுள்ளனர்.

அளவையியல் மெய்யறிவை சார்ந்திருப்பதால் அறத்தின் அடிப்படையில் வாழ்வதற்கான மனவலிமையை இது பேசுகிறது. வாழ்க்கையை சிறப்பாக வழிநடத்திக் கொள்ளவும், திறம்பட சிந்திப்பதற்கும் இது உதவுகிறது.

திருக்குறள் அளவை பற்றி சிறப்பாகக் குறிப்பிட்டுள்ளது.

அளவறிந்தார் நெஞ்சத் தறம்போல நிற்கும்
களவறிந்தார் நெஞ்சிற் கரவு (288)

நெஞ்சத்து அறத்தை அளந்து பார்ப்பதைப் பற்றி குறள் கூறும் கருத்து நம்மை யோசிக்க வைக்கிறது.

ஆற்றின் அளவறிந்து கற்க அவையஞ்சா
மாற்றங் கொடுத்தற் பொருட்டு (725)

அளவை நூல்களின் அளவறிந்து பேசும் அறிஞன், எந்த அவைக்கும் அஞ்சத் தேவையில்லை என்பதை இந்த குறள் விளக்குகிறது.

இதைப் போலவே உயிர் முதலியவற்றை அளந்து அறிந்து கொள்வது பற்றி பரிபாடல் பேசுகிறது.

இன்று கிடைத்துள்ள பழந்தமிழ் நூல்களில், மணிமேகலையே முதன்முதலாக அளவைகளின் எண்ணிக்கையையும், அவை இன்ன என்பதையும் தெளிவாக, தொகுத்து சொல்லுகிறது. அந்த நூல் படி, அளவைகள், மொத்தம் பத்து அவை முறையே காண்டல், கருதல், உவமம், ஆகமம், அருத்தாபத்தி, இயல்பு, ஐதிகம், அபாவம், மீட்சி, உண்டாநெறி என்பன. தொல்காப்பியம் வேறுபெயர்களால் இவற்றை அழைத்தது.

இவை, தொல்காப்பியத்தில் கீழ்கண்டவாறு குறிப்படப்பட்டுள்ளன.

1. காட்டல் 6. தொல். 5.51:7

2. காண்டல் உயத்துக் கொண்டு உணர்தல்;

3. நெஞ்சு கொள்தல் தொல். 9..112:23

4. (கருதல்); தொல். 5.51:6

5. உவமம் தொல். 7;. (உவமம்); முதல் நூல்

6. வந்தது கொண்டு வாராதது உணர்த்தல் தொல். 9:96 (ஆகமம்);

7. (அருந்தாபத்தி); உலகுரை தொல். 9:96
8. (ஐதிகம்); இன்மை (அபாவம்); ஒழிவு (மீட்சி) தொல். 9, 112: 7
9. தொல். உண்மை 2..77; 256:1; 430;1; 1:252; 1:434:1
14. (உண்டாநெறி) தொல். 1. 19.

தொல்காப்பியத்தில் பயன்பட்ட சொற்கள் அனைத்தும் நற்றமிழ் சொற்களாகவும், மணிமேகலையில் இவை கொஞ்சம் மாறுதல் அடைந்திருப்பதையும் வாசிப்பவர்களால் உணர்ந்து கொள்ள முடிகிறது. மணிமேகலையில் சமயம் சார்ந்த தத்துவ உரையாடல் கூடுதலாக இருப்பது தெரிகிறது.

சங்க காலத்தை ஒட்டிய காலங்களிலும் அதற்குப் பிந்தைய காலங்களிலும் நியாயம், பௌத்தம், சமண அறிஞர்களிடம் நிறைய தத்துவ மோதல்கள் மிகவும் வெளிப்படையாக நிகழ்ந்தன. அன்றைய காலங்கள் முழுவதும் தத்துவ மோதல்கள் நடந்துகொண்டேயிருந்ததை வரலாறு நமக்கு கூறிக் கொண்டேயிருந்தன. இந்த முரண்பாடுகள் சங்க காலத்தில் மென்மையாக அர்த்தமுள்ளதாகவும் இருந்தன. இதன்பின் கூடுதல் முரண்பாடுகளைக் கொண்டதாக மாறிப்போனது. இது மிகவும் மோசமான விளைவுகளையும் தமிழ் மண்ணில் உருவாக்கியது. ஆனாலும் இவை சங்க மரபின் தொடர்ச்சி என்பதை மறந்துவிடக் கூடாது.

தத்துவ மோதல்கள் கூடுதலான போது அதைத் தீர்ப்பது கடினமானதாக அமைந்து போயின. புலமை மிக்க, வாதத் திறன் மிக்க அறிஞர்களிடம் எழுந்த, தத்துவ மோதல்களை ஒரு காலத்தில் ஒழுங்குபடுத்த முடியவில்லை. இதற்கு இவர்கள் இறுதித் தீர்ப்பாகக் கொண்டது அளவை நூல்களைத்தான். தீர்க்கப் படாத விவாதங்களுக்கான தீர்வை அளவை நூல்கள் வழங்கியுள்ளன. உண்மைப் பொருளை அறிய இறுதி முடிவாக அளவை முறைகளைத்தான் நம் முன்னோர்கள் பயன்படுத்தியுள்ளனர்.

இந்தியா முழுமையிலும் உள்ள அளவைகளில் தமிழர்களின் பங்களிப்பு கணிசமாக இருப்பதை யாருமே மறுக்க முடியாது. திருக்குறளிலும் தமிழரின் நீதி நூல்களிலும் அளவையின் குறிப்புகள் நிறைந்து கிடக்கின்றன. 'வெள்ளத்தனையது மலர் நீட்டம் மாந்தர் தம் உள்ளதனையது உயர்வு' என்ற

திருக்குறள், அளவை பற்றிய தமிழரின் அறிவுக்குச் சான்றாகும். நெறிப்பட்ட அறிவைத் தரும் சிந்தனையின் சிறப்பை 'மாண்டமைத்து ஆராய்ந்த மதிவனப்பே வன்கண்மை' என்று ஏலாதி ஆசிரியர் கூறுகின்றார்.

அளவையியல் இரண்டு கூறுகளாகப் பிரிக்கப்பட்டுள்ளது. ஒன்று பகுப்பு வகை அளவை. மற்றொன்று தொகுப்பு வகை அளவை. சிந்தித்து நாம் மேற்கொள்ள வேண்டிய வடிவத்தை தீர்மானம் செய்வதை பகுப்பு வகை அளவை என்கிறோம். இதன்படி, அறிவு ஒரு கட்டமைப்புக்குள் பொருந்த வேண்டும். தொகுப்பு வகை அளவை இதிலிருந்து வேறுபடுகிறது. ஒவ்வொன்று பற்றிய அளவைக்கும் சிறப்பு நிலைகள் இருக்கின்றன. அந்த சிறப்பு நிலைகள் ஆய்வு செய்து அதில் பொது நிலையைக் காண்பதைத் தான் தொகுப்பு வழி அளவை என்கிறார்கள்

ஏற்புடைமையைப் பகுப்பு வழி அளவையும், பொருள் பொருத்தத்தைத் தொகுப்பு வழி அளவையும், அளவையியலில் மதிப்பிடுகின்றன. சிந்தனையில் பொது உண்மைகளைக் கொண்டு சிறப்பு உண்மைகளை அறிதல் இதில் மற்றொரு நிலையாகும். சிறப்பு உண்மைகளைக் கண்டு பொது உண்மைகளை உணர்தல், வேறொரு நிலையாகும். தொகுப்பு வழி அளவை முறை, பொதுவாக அறிவியல் துறைகளில் பயன்படுகின்றன.

ஆறுடன் மூன்றைக் கூட்டினால் ஒன்பதுக்குச் சமம் என்பது ஒரு கணக்கீடு. கணக்கில் இடம் பெறும் எண்கள் புறஉலகில் உள்ள பொருளின் நேரடி பிரதிபலிப்பல்ல. அதன் எண்ணிக்கையைக் குறிப்பிடுகிறது. இந்தக் கணக்கீடு சிந்தனையில் நடக்கிறது. புறப்பொருளில் நடக்கவில்லை. புறப்பொருளிலிருந்து உருவான கணக்கியல் கருத்து. அனைத்தும் மனிதச் சிந்தனையின் வெளிப்பாடுதான்.

தமிழ்நாட்டில் அறிவாராய்ச்சியியலும் அளவையியலும் ஒன்றெனவே கருதப்பட்டன. முதலில் அறிவு பற்றி ஆய்ந்தவர்கள் பின்னர் அறிவின் வாயில்களைப் பற்றியும் சிந்தித்தார்கள். மனிதன் மனவுணர்வு படைத்தவன். மனவுணர்வு என்றால் என்ன என்பதைத் "தக்க இன்ன

தகாதன இன்ன என்ன ஒக்க உன்னுணர்வு" என்னும் பாடல் வரிகள் புலப்படுத்துகிறது.. சரியானது என்றோ, தவறானது என்றோ, உண்மை என்றோ, பிழையானது என்றோ அறியும் ஆற்றலே மன உணர்வாகும். இம் மனவுணர்வையே அறிவு என்றனர் தமிழர்கள்.

தமிழின் அறிவுக் கோட்பாட்டை ஆராய்ந்தவர்கள் அளவைகள் மொத்தம் பத்து என்கிறார்கள். அவற்றுள் காட்சி, கருத்து, ஒப்பு, உரை என்னும் நான்கு கூடுதல் பயன்பாட்டைக் கொண்டிருக்கிறது.

வடிவேல் செட்டியார் பதிப்பித்த 'தர்க்க பரிபாஷை' என்னும் நூல், தமிழரின் தொல் மரபு வந்த அளவையின் கூறுகளைப் பற்றி விவரிக்கிறது. இந்த நூலின் இறுதிப் பக்கங்களில், அகத்தியர் பெயரால் 20 தருக்க நூற்பாக்கள் இருந்தன என்றும் கூறப்பட்டுள்ளது. இது பற்றிய ஆய்வுகள் இன்னமும் முழுமையாக வெளிவரவில்லை. இதில் முயற்சிகளும் குறைவாகத்தான் இருக்கிறது. ஆய்வுகள் வெளி வந்தால் மேலும் பல்வேறு தகவல்கள் நமக்குக் கிடைக்க வாய்ப்புகள் இருக்கின்றன.

இன்றைய அளவைகளில் மிகவும் முக்கியமாக ஆராயப்படுவது மனத்தடை. மனம்தான் அறிவின் முன்னேற்றத்திற்குத் தடை என்ற கருத்து இன்றைய நவீனக் காலத்தில் கூடுதலாக எழுந்து வருகிறது. இது பற்றியவை மேலைநாடுகளில் அதிகம் ஆராயப்பட்டுள்ளது. மேலையநாட்டுத் தத்துவ அறிஞர்களுள் அளவை அறிவின் தந்தையெனப் புகழப்படுபவர் பிரான்சு பேக்கன். இவரது காலம், கி.பி. 1561 முதல் 1625 வரை. இவர் மனத்தடைகளைப் பற்றிய விரிவான ஆய்வுகளை எழுதியுள்ளார். மனத் தடைகள்தான் சிந்தனையின் வளர்ச்சியைப் பெரிதும் தடுத்து விடுகின்றன என்பதுதான் இவரது ஆய்வின் முடிவு.

மனத்தடை என்பதை பழமையிலிருந்து விடுபடாத மன இயல்பை இவர் குறிப்பிடுகின்றார். பழமையின் மீதுள்ள பிடிப்பால் மாற்றத்தை விரும்பாத மனநிலையயை நாம் பெற்றுவிடுகிறோம். கால மாறுதலைப் புரிந்து கொள்ளாமை, நவீன வளர்ச்சிக் கூறுகளைக் கண்டறிந்து கொள்ள

முடியாமை ஆகியவை இந்த மனத்தடைக்கு காரணமாக அமைந்து விடுகின்றன.

பழைமையின்மீதுள்ள பற்றுதான் சுதந்திரமான சிந்தனையை தடைசெய்துவிடுகிறது என்கிறார் பேகன். சரியான அறிவைப் பெற வேண்டுமானால் இந்தப் பழமை சிறையிலிருந்து விடுதலை பெற வேண்டும் என்கிறார் இவர். பழமையை விட முன்னேற்றத்திற்குத் தடையாக இருப்பது வேறு எதுவுமே இல்லை. இந்தப் பழமையிலிருந்து அறிவை அளந்து மதிப்பிட்டு குறைகளைப் போக்கிக்கொள்ள வேண்டும் என்கிறார்கள். இந்த மனத்தடைகளை போக்கிக்கொள்ளும் அளவைகள் தமிழுக்கே உரிய தனித்தன்மையோடு அமைந்துள்ளன. இதை அறிந்து பார்ப்பது அவசியமானதாகும்.

அவையில் உரைதலில் வெற்றி பெறுவோர் அளவையை கற்றறிந்தோராகவே வேண்டும். அவைகளில் வாதிடுவதற்கு அடிப்படையாக அமைவது தருக்கம்தான். இந்த தருக்கத்தை அடிப்படையாக நின்று கற்பிப்பது அளவை நூல்கள்தான். தருக்கத்தை, நெறிப்படுத்திக் கொள்ளும் இந்தக் கலையைக் கற்றவர்கள், தன் குறிக்கோளை நிலைநாட்டி அவையில் வெற்றி பெறவும், எதிரிகளைப் புறங்காணவும் செய்ய முடிகிறது. இதற்கும் அளவையியல் தான் வழிகாட்டுகின்றது. உத்தியும் அளவையின் ஒரு முக்கியப் பகுதியாகச் செயல்படுகிறது.

சாரக சம்கிதை, என்பது வடமொழியில் வெளிவந்த நூல், இது அளவை பற்றிய அடிப்படைகளைக் கூறுகிறது. அளவைக்கான சில சோதனை முறைகளை இது முன் வைக்கிறது. இவை மூலமாகத்தான் உண்மையையும், (சத்) உண்மை அல்லாததையும் அறிய முடிகிறது என்று கூறப்படுகிறது. இந்த நான்கு அளவைகளின் மூலம் தான் மறுபிறப்பு உண்டு என்பது தீர்மானிக்கப்படுகிறது என்கிறார் இதன் ஆசிரியர்.

சான்றோர் வாக்கு என்னும் தமிழ் மரபை ஆப்தவசனம் என்றும், காட்சி என்பதை பிரத்தியட்சம் என்றும், உய்த்துணர்தல் என்பதை உபாயம் என்றும் வடமொழி கூறுகின்றது. இவை எல்லாம் அளவை இயலுக்கு அடிப்படையானவை. தமிழில் இதைப் போன்ற கருதுகோள்கள்

சங்க கால இலக்கியங்களில் காணப்படுகின்றன. ஆனால் சாரக சம்கிதை என்னும் வடமொழி நூலைவிட, காலத்தால் முந்தையவை தொல்காப்பியம் உள்ளிட்ட சங்க கால நூல்கள். இவை முன் வைக்கும் கருதுகோள்களும் வடமொழியிலிருந்து வேறுபடுகிறது.

உலகில் அறிவுக் கோட்பாட்டில் தொடக்கக் காலத்தில் வெளிவந்த அறிவை அளந்து பார்க்கும் அளவை நூல்களில் காணப்படும் பார்வையைவிட கூடுதலான கருதுகோள்கள் தமிழில் உள்ளன என்பதற்கு நிறைய ஆதாரங்கள் இருக்கின்றன.

விரிந்த மனிதநேயத்தை இயல்பாகக் கொண்டுள்ள சங்கப் பாடல்களை இந்த அளவையின்மூலம் மதிப்பிட்டால், மானுடத்தின் விரிவான எல்லைகளை அதில் காணமுடியும். அன்பு, அறம், மனித வாழ்வு முதலான அனைத்தையும் மதிப்பிட்டு அளந்து பார்க்கும் அறிவின் முறை தமிழில் இயல்பாகவே அமைந்துபோனது. சங்கப் பாடல்களை ஆராய்ந்து பார்த்தால் இதனை உணர்ந்துகொள்ள முடியும்.

'யாதும் ஊரே யாவரும் கேளிர்' என்னும் சங்கப் பாடல், இதற்கு மிகச் சிறந்த உதாரணமாகும். மேடையலங்கார ஆரவாரச் சொல்லாக இன்று பயன்படுகிறது. ஆனால் உலகிலுள்ள மனிதநேயத்தை அளந்துசொல்லும் அளவீடு இது என்பதை நாம் அறிந்தோம் இல்லை. கணியன் பூங்குன்றனாரிடம் அமைந்த அளவை அறிவுதான் அவரை, உலகின் மிகச்சிறந்த கருத்தை தெளிவாக முன்வைக்க உதவி செய்துள்ளது.

மக்களின் விருப்பத்தையும் அளவிட்டுக் கூறும் முறையை சங்க இலக்கியங்களில் காணமுடிகிறது. வேட்கைப் பத்து ஆகும். வேட்கைப் பத்து மக்களின் விருப்பத்தைத் தெரிவிக்கும் பகுதியாக அமைந்துள்ளது. இதன் மூன்று பாடல்களில் மக்களின் மழை வேண்டும் விருப்பமும், வயல் செழிக்கும் விருப்பமும், பயிர் செழிக்கும் விருப்பமும் பதிவாகியுள்ளன.

வாழி ஆதன் வாழி அவினி
மாரி வாய்க்க வளநனி சிறக்க

(ஐங். வே.ப. பா. எ:10)

வாழி ஆதன் வாழி அவினி

விளைக வயலே வருக இரவலர்

(ஐங். வே.ப. ப. எ:12)

இதைப்போலவே புனலாட்டுப் பத்து என்பது ஐங்குறுநூறில் கூறப்பட்டுள்ளது

தலைப்பெயல் செம்புனலாடித்

தவறனி சிவந்தன மகிழ்ந நின் கண்ணே

(ஐங். புனல் பா. எ:80)

இவ்வாறு அறிவின்மூலம் உயர்ந்தவற்றையும் தாழ்ந்தவற்றையும் அளந்துசொல்லும் முறை தமிழில் உள்ளது. தமிழரின் அளவைப் பண்பு இதன் அறிவுக் கோட்பாட்டிற்கு மற்றொரு சிறப்பைத் தருகிறது.

*

18

ஐயம்

ஐயம் என்று ஒன்று எழாமல் அறிவுக் கோட்பாடு என்ற ஒன்று தோன்றியிருக்க முடியாது. ஏன் என்ற கேள்வியை ஐயம் என்று புரிந்துகொண்டால் அனைத்து ஆய்வுகளுக்கும் இதுவே அடிப்படையாகிறது. சங்க காலப் பின்னணியில் இதனை ஆராய்ந்தால் ஐயம் என்பது தேர்ந்த தத்துவச் சொல்லாகத் தெரிகிறது. சங்க காலச் சொல்லான ஐயம் களைதல் இதற்கான விளக்கத்தைத் தருகிறது.

அறிவின் தரத்தை அறிவதுதான் அறிவுக் கோட்பாட்டின் முதல்நிலை. இதன் நிலையைக் கண்டறிய தருக்கம் ஒரு கருவியாகப் பயன்படுகிறது. இன்று தத்துவ உலகில் தர்க்கம் பரவலாக உண்மையை அறிய பின்பற்றப்படுகிறது. நுட்பமான சிந்தனை முறையாக தருக்கத்தை நிறுவுவதற்குப் பல்வேறு கருதுகோள்களைத் தரப்படுத்தி வைத்திருக்கிறார்கள். இதில் ஐயுறுதல் முக்கியமான கருதுகோளாக அமைந்துவிட்டது. ஐயம் இல்லாமல் எந்த உண்மை அறிவையும் பெற இயலாது.

ஐயக் கொள்கை என்பது ஒரு திறனாய்வுச் செய்யும் தத்துவ நிலையாகும். மெய்ப்பொருளியல் வல்லுனர்களோ அல்லது ஏனையரோ அளிக்கின்ற அறிவுச் செய்திகளின், நம்பகத் தன்மையினை ஐயப்பாட்டுடன் கேள்விக் கேட்பதுதான் இக்கொள்கையினரின் செயற்பாடாகும். ஆரம்பத்தில் இக்கொள்கைக்கான பெயர் கிரேக்கச் சொல்லான 'செப்டிக்கோஸ்' என்ற அடிச்சொல்லிலிருந்து வந்தது. இந்த அடிச்சொல்லின் பொருள் "விசாரணைச் செய்வோர்" என்பதாகும்.

உடனடி அனுபவம் தவிர பிற முறைகளில் வருகின்ற எந்த அறிவினையும், தீவிர ஐயக் கொள்கையினர் ஏற்க மறுத்து வினாக்களை எழுப்பினர். சில ஐயக் கொள்கையினர் உடனடி அனுபவத்திற்கு அப்பாற்பட்ட அறிவே இல்லை என்று கூறினர்.

பதினேழாம் நூற்றாண்டில் டேகார்ட் அவர்கள் அப்போது நிலவிய ஐயக் கோட்பாட்டின் சூழலை வெளிப்படுத்தினார். எல்லா ஐயங்களையும் வெற்றிக் கொள்ளும் வழிமுறைகளைக் கண்டறிந்து அறிவிற்கு ஏற்புடைய தீர்க்கமான, இறுதியான அடிப்படையினை நிலைநாட்ட முடியும் என்றார். ஐயங்களின் முறைமைகளைப் பயன்படுத்துவதால் நாம் ஐயத்திற்கு இடமற்ற உண்மையினை அறிந்துக்கொள்ள முடியும் என்றும் அவர் நம்பினார்.

புறத்தோற்றங்கள் முதலில் புலன்களால் கவனிக்கப்படுகின்றன. பின்னர் இவை மனக்காட்சியின் மூலம் அறியப்படுகிறது. மனக்காட்சி பிழையாக அமைந்தால், அறிவும் பிழையாக அமைந்துவிடுகிறது. பிழையான அறிவால் ஏற்படும் அழிவைத் தடுக்க அறிவுக் கோட்பாட்டை தமிழர்கள் பெரிதும் பயன்படுத்தி வருகின்றனர்.

உண்மையான தோற்றங்களை அறிய முடியவில்லை என்றால், பொய்த் தோற்றங்களில் சிக்கிக் கொள்கிறோம். தத்துவ உலகிலும் ஆதிக்கக்காரர்களால் இவ்வாறான மாயத்தோற்றங்கள் உருவாக்கப்படுகின்றன. உண்மை என்று நாம் உணர்ந்தவை பல நேரங்களில் பொய்யாக மாறிவிடுகிறது. ஆனால் உண்மைத் தோற்றத்திற்கும் பொய்த் தோற்றத்திற்கும் இடையில் அமைந்த வேறுபாடுகளை எளிதில் அறிந்துகொள்ள முடிவதில்லை. இதில் பெரிதும் ஏமாற்றப்படுகிறோம்.

புதைகுழியின் மேற்பரப்பு சாதாரண சமதளத்தைப் போல பொய்த் தோற்றம் தருகிறது. பூமியைப்போல் பல மடங்கு பெரியது சூரியன் என்பதை இன்றைய விஞ்ஞானம் நிரூபித்துவிட்டது. ஆனாலும் பூமியிலிருந்து சூரியனைப் பார்க்கும்போது, அது ஒரு சிறுபந்து போலக் காட்சி தருகிறது. ஆனால் புதைகுழியின் மேற்பரப்பு

சாதாரணமான சமதளம் அல்ல. சூரியன் மிகவும் சிறியதாகத் தோற்றம் தருவதும் உண்மையில்லை. சிலரை மிகவும் நல்லவர்கள் என்றும், அவர்கள் மீது முழுமையாக நம்புகிறோம். ஆனால் அவர்கள் கொள்ளைகாரர்களாகவும், கொலைக்காரர்களாகவும் இருப்பதை நம்மால் புரிந்துகொள்ள முடிவதில்லை. புறத்தோற்றத்திற்கும், உள்தோற்றத்திற்கும் இடையே ஒரு பெரிய இடைவெளியிருக்கிறது. இந்த வேறுபாடுகளை களைந்து உண்மையை அறிந்துகொள்ளும் கருவிதான் ஐயம்.

வெற்று கயிறு தான். இதைப் பார்த்தவருக்கு உடல் நடுங்குகிறது. நாக்கு வறண்டு விடுகிறது. வியர்வ கொட்டுகிறது. அது, பாம்பு அல்ல என்று புரிந்துகொள்வதற்கு கொஞ்ச நேரம் பிடிக்கிறது. கடந்த காலங்களில் கயிறைப் பாம்பு என்று கருதி, அந்தப் பயத்திலேயே இறந்து போனவர்களும் இருக்கத்தான் செய்கிறார்கள். ஆனால் அறிவுடையோன் அதைப் பார்த்தவுடனேயே பாம்பா? அல்லது பழங்கயிறா என்று சிந்திக்கத் தொடங்கி விடுகிறான். புறக்காட்சி. பிழையான அறிவைத் தந்துவிடக் கூடாது என்று எச்சரிக்கைக் கொள்கிறான். இதற்கான ஒரே தீர்வு ஐயம் களையும் கருவிதான்.

இதைப்போன்ற மற்றும் ஒரு காட்சி, இருள் கவியும் நேரத்தில் காற்று பலம் கொண்டு வீசுகிறது. தனியாக ஒருவன் நடந்து செல்கிறான். மங்கிய வெளிச்சம், அவனுக்கு ஒருவித அச்சத்தைத் தருகிறது. அவனை சுற்றி பேய் நடமாடுவதாக நம்புகிறான். காற்றின் குரல் அவனுக்குப் பேயின் குரலாகக் கேட்கிறது. இங்கு அவனுக்கு ஐயம் களையும் கருவித் தேவைப்படுகிறது.

ஐயம் களைதல் என்னும் இந்தக் கருவியை முதலில் அனுபவமாகவும் பின்னர் தொடர்பு அறிவு மரபாகவும் தமிழர்கள் கடைப்பிடித்து வந்துள்ளனர். திரிபடைந்த அனுபவத்தின் மூலம் தீர்க்கமான அறிவைப் பெற முடியாது? இதற்கு சிந்தனை செய்யப்பட்ட அனுபவ அறிவு தேவைப்படுகிறது. அனுபவ அறிவின் மூலம் எதையும் உணர்ந்து சொல்லமுடியும். இதிலும் புறத்தோற்றங்களைக்

கடந்து பார்க்கும் சக்தி மனித சிந்தனைக்கு உண்டு. எனவேதான் அனுபவத்தைக் கடந்து சென்று சிந்தனையால் 'மெய்ப்பொருள் காண்பதறிவு' என்று வள்ளுவர் கூறுகிறார். ஆனால் கேடுற்ற புலன்களாலும் திரிபுற்ற மனத்தாலும் தான், காட்சிப் பிழைகள் ஏற்படுகின்றன.

புறத்தோற்றங்களை மட்டும் கணக்கில் கொண்டு, உண்மையறிவை அடைந்துவிட இயலாது. உண்மையான ஏற்புடைய அறிவைப் பெறவேண்டுமானால் அனுபவத்தின் மேல் சிந்தனையாற்றலைச் செலுத்த வேண்டும். பொய்த் தோற்றம், மாயத் தோற்றம் ஆகியவற்றிலிருந்து மனித அறிவை விடுதலை செய்யவேண்டும். இது, ஐயம் களைதல் மூலமாக நிகழ்கிறது.

ஒரு பொருளின் உண்மைத் தன்மையை அறிவதற்கு ஐம்புலன்களையும் நம்புகிறோம். ஐம்புலன்களும் பொருள்களை ஆராய்ந்து அவற்றின் பண்புகளை உள்ளது உள்ளவாறே புலப்படுத்துவதில்லை. புலன்களின் சீர்மை, அமைப்பு, நுண்மை, பயிற்சி இவற்றுக்கேற்ப உணர்வுகளும் அவற்றால் விளையும் அறிவும் வேறுபடும். இதைத் தவிர உடன்படல், மறுத்தல், ஐயுறுதல் ஆகிய செயல்கள் ஐம்புலன்களுக்கு இல்லை. கண்கள் காணுமே தவிர காண்கின்ற காட்சியை மதிப்பீடு செய்யாது. இதைப் போன்றதுதான் மற்ற புலன்களும்.

இந்த மதிப்பீட்டு செயலைச் செய்வது மனம்தான். 'மனம்' என்ற ஒன்றில்லை என்றால் மனிதர் அறிவைப் பெறமுடியாது. இதே நேரத்தில் மனத்தின் செயல் மூலம் மனிதர் பொருள்களையும் நிகழ்ச்சிகளையும் அறிந்து கொள்கிறார் என்பது எத்தகைய உண்மையோ, அத்தகைய உண்மை அவை எழுப்பும் வினாக்களுக்கு மனம்தான் தீர்வு காணுகிறது என்பதும்.

புறப்பொருள்களுக்குத் தனித்துவமில்லை. அவற்றின் இருப்பு நிலை எங்கும் எப்போதும் மனத்தைச் சார்ந்தே இருக்கும். உலகில் காணப்படும் பருப்பொருள்களும் அகத்தே நிகழும் உணர்வுகளும் அறிவுக்குக் கருப்பொருளாகின்றன. இது ஐயம் என்னும் வினா எழுப்பப்பட்டு அதன்மூலம் அதன் தன்மை தீர்மானிக்கப்படுகிறது.

ஐய்யம் களைதலில், வினா முக்கியமான மைய இடத்தைப் பெற்றுள்ளது. பிற்காலத்திலும் உரையாசிரியர்களும் வினாவின் வகைகளைப் பற்றிப் பேசினர். ஆனால் தொல்காப்பியம், வினாவின் வகைகளைப் பற்றிக் குறிப்பிடவில்லை. தொல்காப்பியத்தின் உரையாசிரியர்கள் இதனைக் குறிப்பிட்டுள்ளார்கள்.

உரை விளக்கத்தில், வினாவாவது 'அறியல் உறவு' வெளிப்படுவது என்று தொல்காப்பிய உரையில் கூறப்பட்டுள்ளது. உரையாசிரியர் சேனாவரையர், வினா மூன்று வகைப்படும் என்கிறார். அவை: அறியான் வினா, ஐய வினா, அறி பொருள் வினா என்படும். அறியான் வினா: தெரியாத ஒன்றைத் தெரிந்து கொள்ளுதற்கு உதவுதல், ஐயத்தைப் போக்கிக் கொள்ளும் வினா ஐய வினா, அறிந்த ஒன்றை மேலும் உணர்ந்து கொள்ளும் வினா அறிவினா.

பிறகு தோன்றிய இலக்கண நூலான நன்னூல், வினாக்களை ஆறாகப் பிரித்துள்ளது. அவை அறிவினா, அறியான் வினா, ஐயவினா

கொளல் வினா, கொடை வினா, ஏவல் வினா. ன் (85)

அறிவினாவிற்கும் அறியாவினாவிற்கும் இடையேயான நுணுக்கமான வேறுபாட்டைச் சேனாவரையர், வேறுபடுத்திக் காட்டுகிறார். பொதுவகையாக அறியப்பட்டுச் சிறப்பு வகையால் அறியப்படாததை அறியான் வினா என்றும், அறியப்பட்ட பொருளையே ஒரு பயன் நோக்கி வினவுவது அறிபொருள் வினா என்றும் இவர் குறிப்பிட்டுள்ளார்.

ஐயம் பல்வேறு கேள்விகளை முன் வைக்கிறது. ஒரு மனிதரால் உணர்வுகளின் எல்லைக்குள் வராதவற்றை அறிந்துகொள்ள முடியாது என்பது உண்மைதான். இதனாலேயே உணர்வுகளுக்கு அப்பால் பொருள்கள் எதுவுமே இல்லை என்று கூறிவிட முடியாது. நாம் உணர்ந்தாலும் உணராவிட்டாலும் புற உலகில் பொருள்கள் இருக்கின்றன. நிகழ்ச்சிகள் நடக்கின்றன. தேவையேற்படும் போதும் வாய்ப்பு நேரும் போதும் மனம் புற உலகோடு தொடர்பு கொண்டு பொருளை அறிகிறது. இக்காரணங்களால், புற உலகம்

தனித்திருக்கிறதென்றும், அப்புறவுலகைக் கொண்டே நம் அறிவு அமைகிறதென்றும் புறநிலையாளர்கள் கூறுகிறார்கள். இதில் உண்மை அறியும் பொறுப்பை ஏற்கிறது ஐயம் களையும் கருவி.

யானையை நாம் பார்க்கவில்லை. அதன் பிளிறல் சத்தம் மட்டும் கேட்கிறது. இதை வைத்துக் கொண்டு யானையைப் பார்க்காமலேயே யானை தான் என்பதைக் கூறிவிடுறோம் பிளிறலை மட்டும் கொண்டு யானையை உய்த்துணர்கிறோம். இதனைக் 'காரண அனுமானம்' என்றும் கூறுவர். மழை பெய்ததைப் பார்க்கவில்லை. வெள்ளம் வருவதை மட்டும் பார்க்கிறோம், மழைப் பொழிவின் எச்சமான வெள்ளத்தைக் கொண்டு, மழை பெய்திருக்கிறது என்று அறிந்து கொள்கிறோம். இதனைக் 'காரிய அனுமானம்' என்றும் கூறுகிறார்கள். சில நேரங்களில், மழை பெய்யப் போகிறது என்பதை கருமேகங்கள் உருண்டு திரண்டு சூழ்ந்திருப்பதைக் கொண்டு அறிந்து கொள்கிறோம். இதனை முதல் அனுமானம் என்கிறார்கள். இந்த அனுமானங்கள் எல்லாம் ஐயம் களையும் கருவியாக நின்று செயல்படுவதை தமிழ் இலக்கியங்களின் பல இடங்களில் பார்க்கக முடிகிறது.

தொல்காப்பியர் இதுபற்றி 'ஐயமும் மருட்கையும் செவ்விதின் நீக்கி' என்று குறிப்பிடுகிறார். இதற்கு 'ஐய உணர்வும், பொய்யுணர்வும் நீக்கி உண்மையைக் காணுதல் என்று பொருள் கூறப்படுகிறது.

ஐயம் களைதல் என்பதோடு தொடர்புடைய சொற்கள் வேறு பலவும் தமிழில் இருக்கத்தான் செய்கின்றன. இந்தச் சொல் முன்வைக்கும் கேள்விகள் வேறுபட்டிருந்தாலும், இவை ஐயம் என்னும் தத்துவச் சொல்லுடன் தொடர்பு கொண்டதாகவே இருக்கிறது. இந்தச் சொற்களில் முக்கியமானவை தெரிதல்', 'தேர்தல்', 'ஆய்தல்' என்ற சொற்றொடர்கள் ஆகும். திருக்குறளில் பரவலாக இவை இடம் பெறுகின்றன. இந்தச் சொற்றொடர்கள் ஐயத்திலிருந்து விடுபட்ட ஆராய்ச்சியையும் சிந்தனையையும் குறிக்கின்றன.

தோன்றும் அனுபவங்களையும் கிடைக்கும் செய்திகளையும் பகுத்துப் பார்த்துச் சிந்திப்பதை 'தெரிதல்' என்றும், அப்படிப்

பகுத்துப் பார்த்து, காரண காரியத் தொடர்புகளை முடிவு செய்வதை 'தேர்தல்' என்றும் வள்ளுவர் குறிப்பிடுகின்றார். 'தெரிதலும் தேர்ந்து செயலும்', 'தெரியுங்கால்', 'ஆயும் அறிவினர்' என்ற குறள் மொழித் தொடர்கள், ஐயம் களைந்த சிந்தனையை விளக்குகின்றன. மேலும் திருக்குறள் 'மெய்யுணர்தல்' எனும் அதிகாரத்தில் உள்ளது. இது ஐயம் களைதலை அடிப்படையாகக் கொண்டது.

தொல்காப்பியம் களவியலில் 1040வது பாடல் வரிகள்:

வண்டே இழையே வள்ளி பூவே
கண்ணே அலமரல் இமைப்பே அச்சம் என்று
அன்னவை பிறவும் ஆங்கண் நிகழ
நின்றவை களையும் கருவி என்ப.

ஐயம் களைதல், என்னும் பண்டையத் தமிழரின் கருத்துகளைப் புரிந்து கொள்வதற்கு சிறந்த சான்றாதாரத்தை தருகிறது, இந்தப் பாடல். இதில் வண்டு முதலாகிய எட்டு வகைப் பொருள்கள், இங்கு ஐயம் களையும் கருவியாகச் செயல்படுகின்றன. ஐயம் களைவதற்கு சில செயல்முறைகளைத் தலைவன் கையாள்கிறான். தலைவன் தலைவியை வெகு தொலைவிருந்து பார்க்கிறான். அவள் பெண்ணா என்று ஐயம் கொள்கிறான். ஐயத்தை போக்கிக் கொள்ள மேலும் அவளைக் கூர்ந்து பார்க்கிறான். தலையில் பூ வைக்கப்பட்டுள்ளது. அதை வண்டுகள் சுற்றிச் சுற்றி வருகின்றன. அவள் தலைவிதான் என அறிந்து கொள்கிறான்.

இந்த எட்டுக் கருவிகளும்தான் தலைவனின் ஐயத்தைப் போக்குகிறது. இதிலிருந்துதான் உண்மையை அறிந்துகொள்ள ஐயம் களையும் கருவி எவ்வாறு பயன்பட்டுள்ளது என்பதை உணர முடிகிறது. உண்மையை அறிய, ஐயம் களையும் கருவி எவ்வாறு சிறந்தது என்பதை தொல்காப்பியர் நூற்பா.91 இல் விரிவாக எழுதியுள்ளார்..

சங்க இலக்கியங்கள் அனைத்தும் தலைவன் தலைவியை அடிப்படையாகக் கொண்டு எழுதப்பட்டுள்ளது. ஆனால் அதன் பின்புலம் உண்மை அறிதலை நோக்கமாகக்

கொண்டுள்ளது. தலைவன், தலைவி இருவருக்கும் இடையே அமையும் புரிந்துகொள்ள முடியாததை அறிந்துகொள்ள பின்பற்றப்படும் ஐயம் களைதலை 'இடந்தலைப்பாடு' என்று குறிப்பிடுகிறார்கள்.

இதைப் போன்றே திருக்குறளில் ஒரு பாடல்

அணங்குகொல் ஆய்மயில் கொல்லோ
கனங்குழை மாதர் கொல் மாலும் என் நெஞ்சு

(திருக்குறள் - 1081)

இவள் பெண்ணா என்று ஐயம் கொள்கிறான். இது மயிலாக இருக்குமோ என்று கருதி, ஐயம் களையும் கருவிகளைக் கொண்டு அதை போக்கிக் கொள்கிறான். அவள் காதில் அணிந்திருக்கும் அணிகலனைப் பார்த்து அவள் பெண்தான் என்பதை உறுதி செய்கிறான்.

ஐயத்தைப் போக்கிக்கொள்ள காரணகாரியங்களை முக்கிய கருவியாகத் தமிழர்கள் கருதினார்கள். காரண காரியங்களில் ஒன்றன் இயல்பு கணக்கில் கொள்ளப்படுகிறது. மண்ணுக்கு ஒரு இயல்பு உண்டு. அதிலிருந்துதான் குடம் வனைய முடியும். பஞ்சுக்கு ஒரு இயல்பு உண்டு. அதிலிருந்துதான் நூலைப் பெறமுடியும். பஞ்சிலிருந்து குடத்தையும் மண்ணிலிருந்து நூலையும் பெறமுடியாது. இதைப் போன்று பழத்தைக் கொண்டு விதையை அனுமானித்துக் கொள்ளலாம். சங்க இலக்கியங்களில், காரண காரியங்களை விளக்க நிறைந்த ஆதாரங்களைத் தரமுடியும்.

ஐயம் களைதலில் நன்னூல் தரும் விளக்கம் முக்கியமானது. இதனை மூன்று முக்கியக் கருவிகளாக நன்னூல் கூறுகிறது. காட்சி, ஐயம், தெளிவு என்பவை அந்த மூன்று நிலைகள். ஒன்றை முதலில் பார்க்கிறோம். பின்னர் அதுவா? இதுவா? எது என்று ஐயம் கொண்டு பார்க்கிறோம். இதிலிருந்துதான் தெளிவு கிடைக்கிறது. இந்தக் கருதுகோள், நன்னூலில் சிறப்புற அமைந்துள்ளது

தொல்காப்பியமும் காட்சி, ஐயம், தெளிதல் என்னும் கருதுகோளை தொடக்கநிலையாகக் கொண்டிருந்தது. பகுத்தறிவின் வளர்ச்சியாக இந்த மூன்று நிலைகளையும் கருத முடியும்.

இதைத் தவிர, ஐயம் போக்குவதற்கு சான்றோர் கூற்றும் முக்கியக் கருவியாகக் கருதப்படுகிறது. சான்றோர் என்னும் அறிவார்ந்த முன்னோர், ஐயம் களையும் கருவியாக இருந்து செயல்பட்டு வருகிறார்கள். ஐயம் போக்கிய பின் அமையும் நிலையை உய்துணர்தல் என்கிறார்கள். தமிழரின் அறிவுலகில் இவ்வாறு ஐயம் களைந்து அறிவை முழுமையாக்கிக் கொள்ளும் முறைனது சிறப்புக்குரியதாக வளர்த்தெடுத்துள்ளார்கள்.

*

19

நூல்கள்

மானுடத்தின் அறிவு வெளிச்சத்திற்கு அடிப்படையாக அமைந்ததில் புத்தகங்களுக்கு முக்கியமான பங்கு உண்டு. அறிவு மணம் கமழ்ந்த இதன் வாசனை, இன்று உலகம் முழுவதும் பரவி நிற்கிறது. இதை ஒட்டி, பல்துறை சார்ந்த புத்தகங்கள் பெரும் எண்ணிக்கையில் வெளிவந்து கொண்டிருக்கின்றன. தமிழக பதிப்புத் துறையும் வேகமெடுத்து, பொதுவான வளர்ச்சிக்கு ஈடுகொடுத்து எழுந்து நிற்கிறது.

நமது பதிப்புத்துறைக்கும் ஒரு வரலாறு இருக்கிறது. இந்திய மொழிகள் ஒவ்வொன்றிலும் எத்தனை புத்தகங்கள் எந்தப் பொருள் பற்றி அச்சடிக்கப்படுகின்றன என்ற விவரங்களைச் சேகரிக்கும் முயற்சி 1867ஆம் ஆண்டிலேயே ஆங்கிலேயரால் தொடங்கப்பட்டுவிட்டது. தங்கள் ஆட்சிக்கெதிரான புரட்சிகர மனோபாவத்தை புத்தகங்கள் ஒருங்கிணைத்துவிடும் என்பதை அவர்கள் நன்கு அறிந்திருந்தார்கள். இதற்காக புத்தகங்களைக் கண்காணித்து கணக்கிடுவது இவர்களுக்கு தவிர்க்க முடியாததாகிவிட்டது.

இதன்பின்னர் 1900முதல் 1910 வரையிலான பத்தாண்டுகளில் வெளிவந்தவை பற்றிய விபரங்கள் கிடைத்துள்ளன. இந்த நிலவரப்படி, தமிழில் 3,626 புத்தகங்கள் வெளிவந்துள்ளன. இதில் மாந்திரிகம், ஜாலவித்தை, சோதிடம், தொடுகுறி சாத்திரம், மனையடி சாத்திரம், கை ரேகை சாத்திரம் குறித்தவை தான் அதிகம். சமூக மாற்றத்திற்கானவை மறைந்தும் ஒளிந்து செயல்பட்டன. இவை இந்தக் கணக்கில்

வரவில்லை. நாளடைவிலான அச்சுக் கூடங்களின் பெருக்கமும், அதன் வணிகத்தன்மையும் புத்தகங்களின் வளர்ச்சிக்குக் காரணமாக அமைந்தன.

இன்றைய புத்தகவுலகு குறுகிய வியாபார நோக்கத்தில் சிக்கி நிற்கிறது. எல்லாத் துறைகளையும்போல இதற்கும் இன்று லாபம்தான் முக்கியம் என்றாகிவிட்டது. ஆனால் மானுட வாழ்வை அறிவின் மூலம் விழிப்புப் பெற வைப்பதற்கு, தொன்மையான தமிழ் இலக்கியங்கள் பெரிதும் வழிகாட்டியுள்ளன. இந்த ஒளி பொருந்திய பார்வை தமிழரின் அறிவுக் கோட்பாட்டின் சிறப்பை உலகத்திற்கு எடுத்துச் சொல்வதாக இருக்கிறது. ஆனால் ஒரு தகவல் நம்மை யோசிக்கவைக்கிறது. சங்க காலங்களில் புத்தகம் என்ற சொல் நம்மிடம் இல்லை. நூல் என்ற சொல்லை மட்டும்தான் பார்க்க முடிகிறது. ஆங்கிலேயர் அடிமைப்படுத்திக் கொண்ட காலத்தில் தான் புக்ஸ் என்பதிலிருந்து பிறந்த புத்தகம், இங்கு அடியெடுத்து வைத்துள்ளது.

தமிழரின் அறிவுக் கோட்பாட்டை அறிந்துகொள்ளும் நோக்கில் நூல்களை வாசிக்கத் தொடங்கினேன். இதற்கு பொருத்தமானவை கிடைப்பது மிகவும் கடினமானதாக இருந்தது. இதற்கு தமிழறிஞர்களின் நூல்கள் மட்டும் எனக்குப் போதுமானதாக இல்லை. தத்துவம், மொழியியல் சார்ந்த அறிஞர்களின் நூல்களை வாசிக்கத் தொடங்கினேன். அப்பொழுது எனக்குக் கிடைத்ததுதான் ‘தமிழ்க் காட்சி நெறியியல்’ என்னும் நூல். சென்னை தாம்பரத்தில் அமைந்த கிறிஸ்துவக் கல்லூரியின் பேராசிரியர் நிர்மல் சுப்ரமணியம் அவர்கள் 23 ஆண்டுளுக்கு முன், இந்த நூலை எழுதியுள்ளர்.

பேராசிரியர் நிர்மல் செல்வமணி எழுதிய ‘தமிழ்க் காட்சி நெறியியல்’ என்னும் நூல் சென்னை கன்னிமாரா நூலகத்தில் தான் எனக்குக் கிடைத்தது. அதிலும் நான்கு பக்கங்கள் கிழிக்கப்பட்டிருந்தது. ஒவ்வொரு நூல் வாசிப்பும் ஒரு அனுபவத்தைத் தருகின்றன. கிழிக்கப்பட்ட பக்கங்களைக் கொண்ட நூல்களை வாசிப்பதும் தனி அனுபவம் தான். சிலநேரங்களில் சில நூல்களை வாசிப்பதைவிட, நாமே புதிதாக ஒரு நூலை எழுதிவிடுவது எளிதாக அமைந்துவிடுகிறது.

நிர்மல் எழுதிய நூலின் தலைப்பைப் புரிந்துகொள்ளவே எனக்கு ஒரு நாள் தேவைப்பட்டது. வாசிக்கத் தொடங்கிய பின்னர் தான் இது தமிழுக்குக் கிடைத்த அரிய பெட்டகம் என்பதை உணர்ந்து கொண்டேன். தமிழரின் அறிவுக் கோட்பாட்டிற்கான அடிப்படைகளில் ஒன்றான நூல் பற்றிய பார்வையை முதலில் எனக்குத் தந்த நூல் என்று இதனைக் கூற முடியும்.

தொல்காப்பியத்தில் அமைந்த நூல் பற்றிய கண்ணோட்டம், மானுடத்தில் புத்தகங்கள் பற்றிய கொள்கைகளில் காலத்தில் முந்தியதாக இருக்க வேண்டும். நூல் பற்றிய, இதுபோன்ற தெளிவான கொள்கைகளை வேறு எந்த மொழியும் முன்வைத்ததாகத் தெரியவில்லை. தொல்காப்பியம் ஒரு நூலுக்கான உள்ளூறுப்புகள் என்ன என்பதை வரிசைப்படுத்தி வைக்கிறது. இந்தச் சொற்களும் அதன் வகைப்பாடுகளும் தமிழரின் அறிவுத்திறனை வெளிப்படுத்துகிறது.

தமிழர்கள், புலன்களால் பெற்று, மனதால் செழுமைப்பட்ட அறிவை ஆவணப்படுத்தும் முயற்சியில் ஈடுபடுகிறார்கள். இதற்கு நூல் என்று பெயரிடுகிறார்கள். நூலுக்கான இலக்கணத்தைத் தொல்காப்பியம் மிகவும் பொருத்தமுற வரையறை செய்துள்ளது.

நூலெனப் படுவது நுவலும் காலை
முதலும் முடிவும் மாறுகோ ளன்றித்
தொகையினும் வகையினும்
பொருண்மைக் காட்டி
உண்ணின் றகன்ற உரையொடு பொருந்தி
நுண்ணிதன் அதுவதன் பண்பே

(தொல் 164)

நூல்களில், காட்சி நூல்கள் பற்றிக் குறிப்பிடப்படுகின்றன. முப்பத்திரு உத்திகளைக் கொண்டு ஒழுங்கமைக்கப்பட்டுள்ள, சூத்திரம், காண்டிகை, உரை ஆகியவை தான் இந்தக் காட்சி நூல்கள். இவை பத்து வகைக் குற்றங்கள் இல்லாதவையாகவும் இருத்தல் வேண்டும். அந்தக் குற்றங்கள், கூறியது கூறல், மாறுகொளக் கூறல், குன்றக் கூறல், மிகைப்படக் கூறல், பொருளில் கூறல், மயங்கக் கூறல், கேட்பார்க்கு

இன்னாயாப்பிற்று ஆதல், பழித்த மொழியால் இழுக்கம் கூறல், தன்னால் ஒரு பொருள் கருதிக் கூறல், என்ன வகையினும் மனங்கோள் இன்மை என்பன ஆகும்.

நூலுக்கு இரண்டு பகுதிகள் இருக்க வேண்டும் அவை முதலும் முடிவும் ஆகும். இதைத் தவிர, தொடக்கத்திற்கும் முடிவுக்கும் இடையில் முரண்பாடு கூடாது. நூல் என்பது தொகுத்துப் பொருள் கூற வேண்டும். நுட்பமான உரை விளக்கத்துடன் கூடியதாக இருக்க வேண்டும்.

தொல்காப்பியம் மரபியலில் உள்ள குறிப்புகள், நூல் இரண்டு வகை என்று கூறுகிறது. முதல் நூல் வகை, இரண்டாம் நூல் வகை என்று இதனை இரண்டாகப் பிரித்துக் காட்டுகிறது. இதன்படி உரை, சூத்திரம் காண்டிகை ஆகிய மூன்றும் முதல் நூல் வகை. உத்திகளும், நூல் குற்றங்களும் இரண்டாம் வகை நூல்கள்.

தமிழரின் அறிவுக் கோட்பாட்டிற்கு வலிமை சேர்ப்பது நூல் என்றால், அந்த நூல் வலிமைகொண்டதாக அமைய, அதோடு தொடர்புடைய சூத்திரம், காண்டிகை, உரை ஆகியவையும், உத்தி நூல்கள், நூல் குற்றம் களைதலும் உரிய பங்கைச் செலுத்துகின்றன.

ஒரு நூலை சரிவர உணர்ந்து கொள்வதற்கு, துணை செய்வது இத்தகையக் கருவி நூல்கள் தான். இந்தக் கருவிகளான துணை நூல்களின் பயிற்சி இல்லாமல் ஒரு நூலை தொடக்கக் காலங்களில் ஒருவரால் வாசிக்க இயலாது. இதன் உதவி இல்லாமல் ஒரு நூலை, ஐயம் திரிபு மயக்கமின்றி அறிந்து முடிவு செய்தல் கடினம் தனது. இத்தகைய அவசியமான கருவிகளாக இலக்கணத்தையும், தருக்கத்தையும் தமிழர்கள் கொண்டனர். தருக்கநூல், இலக்கண நூல் பயிற்சி இல்லாதவர்களால், நூலில் உள்ள. தருக்கம், நியாயம், அளவை, ஏரணம், எண் என்பனவற்றைப் புரிந்து கொள்ளள இயலாது.

தருக்கத்தை அறியும் மற்றொரு கருவி ஏரணம் “ஏரணம் காணென்பர் எண்ணர்” எனத் திருச்சிற்றம்பலக் கோவையில் ஒரு பாடல் வருகிறது. ஏரணம், எண் என்பன

அளவைநூலைக் குறிக்கும் என்கின்றனர். “எண்ணெழுத் திகழேல்” “எண்ணும் எழுத்தும் கண்ணெனத் தகும்” என ஔவையாரும், “எண்ணென்ப ஏனை எழுத்தென்ப இவ்விரண்டும் கண்ணென்ப வாழும் உயிர்க்கு” எனத் திருவள்ளுவரும் கூறியுள்ளனர். இங்கு ‘எண்’ என்பது தருக்கம் என்கிறார்கள். ஒரு நூலுக்கு தருக்கம் அவசியமானதாகும்.

நமது சிந்தனையைச் சீரிய வகையில் செம்மையுற அமைத்து நடத்திச் செல்வதும் இந்த சிந்தனைக் கருவிகள் ஆகும். இக்கருத்தினைக் கீழ்வரும் பாடல் வலியுறுத்தும்.

“பண்ணிலாற் கில்லாத பாட்டிற் பயன்போன்றும்
கண்ணிலாற் கில்லாக் கவின் போன்றும் - எண்ணில்லா
அஞ்சொ லளவை வறியா தவற் கில்லை
செஞ்சொல்லளவின் சிறப்பு”

மேலும், தருக்கத்தை எண்ணி உணரும் திறனை வளர்க்கும் காரணத்தில் “எண்” என்றும், ஏர் (அழகு) பெற எண்ணுதற்குத் துணை புரிவதால் “ஏரணம்” என்றும் அழைக்கப்பட்டன. ஒரு நூலை உணர்ந்து கொள்ள ஏரணம் உதவுகிறது.

இதுகுறித்தும் தொல்காப்பியம் வரையறையைத் தருகின்றது.

ஒத்த சூத்திர முறைப்பிற் காண்டிகை
மெய்ப்படக் கிளர்ந்த வகைய தாகி
ஈரைங் குற்றமு மின்றி நேரிதின்
முப்பத் திருவகை யுத்தியொடு புணரின்
நூலென மொழிப நுணங்குமொழிப் புலவர்

என்று. சூத்திரம் என்பது இன்றைய ஆய்வாளர்களால் மிகுந்த குழப்பத்தோடு நோக்கப்படுகிறது. இது சமஸ்கிருதச் சொல் என்பதாக அனைவராலும் புரிந்து கொள்ளப்படுகிறது.

தொன்மையான தமிழ்ச் சொற்கள் பல எப்படியோ சமஸ்கிருதத்தைப் போன்ற தோற்றத்தைப் பெற்றுவிட்டது. சூத்திரம் என்பதில் உள்ள ‘இரம்‘ என்னும் பின் ஒட்டு, தமிழில் ஆதிகாலம் முதல் பயன்பாட்டில் இருக்கிறது. ஆயிரம். பாயிரம் போன்ற சொற்களில் கடைசி இரண்டு எழுத்துகள்

இரம் என்றிருப்பதைக் காணலாம். ஆர்த்து வருவது ஆத்திரம் என்கிறோம் இதைப் போலவே சூழ்த்து வருவதை சூழ்த்திரம் என்று அழைக்கப்பட்டு, காலவெள்ளத்தில் சூத்திரம் என்று வழங்கலாயிற்று என்கிறார்கள் மொழியியல் அறிஞர்கள்.

சூத்திரம் என்பதற்கு கருதிய ஒரு பொருளை, குறிப்பிட்ட வரிகளில், சுருங்கச் சொல்லி விளங்க வைக்கும் முறை என்று கூறப்படுகிறது. விரிவாகச் சொல்வதை சுருங்கச் சொல்வதுதான், சூத்திரத்தின் உயர்வு. ஒரு பெரும் விரிவு சிறிய உள்ளடக்கமாக ஒன்றுக்குள் விழிப்புடன் இருக்க வேண்டும். பல்வேறு காலங்களில் தோன்றிய தமிழ் இலக்கியங்கள் சூத்திரம் என்பதற்கு பல்வேறு விளக்கங்களைத் தருகின்றன.

நுட்பத்துடன் அசைக்க முடியாத உண்மைகளை இது எடுத்துவைக்கும் இயல்பைப் பெற்றிருக்க வேண்டும். இது மட்டுமல்லாது, ஒன்றை சரி அல்லது தவறு என்றோ, மெய் அல்லது பொய் என்றோ சூத்திரம் உறுதி செய்கிறது. இதனைக் கோள், மேற்கோள், பக்கம், சூத்திரப் பொருள் எனப் பலவாறு கூறுகின்றனர். சூத்திரம் செய்யுள் நடையில்தான் நமக்குக் கிடைக்கின்றன.

மேலும் சூத்திரம் பற்றிய விரிவான தகவல்களைத் தொல்காப்பியம் தருகிறது. தொல்காப்பியத்தின் மரபியலில் பாடல்கள் 100 தொடங்கி 115 வரை இதற்கான ஆதாரங்கள் கிடைக்கின்றன. இந்த மரபை ஒட்டி இதற்குப் பின்னரும் சூத்திரம் குறித்த தகவல்கள் பல நூல்களில் இடம்பெற்றுள்ளன.

நூலுக்கு அடுத்து வருவது காண்டிகை தான். இதற்கு தொல்காப்பியம் கூறும் விளக்கத்திற்கும், நன்னூல் கூறும் விளக்கத்திற்கும் சிறிய வேறுபாடுகள் இருக்கின்றன. தொல்காப்பியம், இது தர்க்க வகை நூல் என்பதைப் போலத் தோற்றம் தருகிறது. ஆனால் நன்னூல், உரை கருத்துரை, பதவுரை, தேவையான எடுத்துக்காட்டுகள் கொடுத்தல், இடையிடையே வினாவை எழுப்பி அதற்கான விடையையும் உடன் சேர்த்து நூற்பாவின் உட்பொருளை விளக்குதல் என்பன காண்டிகை எனப்படும் உரையாகும் என்கிறது.

தருக்கத்தில் மிகச் சிறந்த ஓர் உறுப்பு காண்டிகை என்பதை தொல்காப்பியர் கூறுகிறார். இதைப் போல சங்க இலக்கியங்களிலும் நன்னூலிலும் இதுபற்றிய விவரிப்புகள் இருக்கின்றன. காண்டிகை என்று பெயர் குறிப்பிடாவிட்டாலும் அதுபற்றிய குறிப்புகளைக் கூடுதலாக முன்வைக்கும் நூல் ஐம்பெரும் காப்பியங்களில் ஒன்றான மணிமேகலைதான். காண்டிகையின் தர்க்கங்கள் பலவற்றை மணிமேகலை முன்மொழிந்து செல்கிறது. சூடாமணி நிகண்டு போன்றவையும் இதுபற்றிய அடிப்படைகளைப் பேசுகின்றது.

காண்டிகையின் நோக்கம் நூல் குற்றமற்று இருக்க வேண்டும் என்பதுதான். பத்து வகைக் குற்றங்கள் இன்றியும், முப்பத்திரண்டு வகை உத்திகளோடு இது, பொருந்தி வர வேண்டும் என்பதையும் வலியுறுத்துகிறது. அடிப்படையில் நூல், தான் உணர்த்தக் கருதிய பொருளை, மறைவிடம் இன்றி, வெளிப்படையாகவும் தெளிவாகவும் கூற வேண்டும் என்று காண்டிகை கூறுகிறது.

சூத்திரம் புரைதப வுடன்படக் காண்டிகை புணர்ப்பினும்

(தொல். பொ. 654)

இன்றைய தமிழர்களின் தொன்மையான நூலாக்கத்திற்கு, அதன் தொல் பேச்சுக் கலைதான் முன்னோடி என்பதை அறிந்துகொள்ள முடிகிறது. தொல்காப்பியத்தில் நூலிற்குரிய இலக்கணங்களாகக் கூறப்படுபவை அனைத்தும் பேச்சுக் கலைக்குரிய இலக்கணங்களாக இருந்தவை. பேச்சுக் கலைக்கு உரியவையாக இருந்தவை தான், பின்னர் நூல்களுக்குரிய இலக்கணங்களாக மாற்றப்பட்டன. தமிழர்களின் அறிவுலகப் பயணத்தில் பேச்சுக் கலையும், எழுத்துக் கலையும் மதி நுட்பத்துடன் செதுக்கி செதுக்கி தமிழர்களை கூர்மைப்படுத்தி வளர்த்தெடுத்துள்ளது. இதில் புத்தகங்கள் என்னும் நூலாக்க முறை, உலக மொழிக் குடும்பத்திற்கு தமிழர்களின் பங்களிப்பு என்று கூறமுடியும்.

மெய்யியலையும், மெய்யியலின் விளக்கமாக அமைந்த நூல்களை சிறப்புற உருவாக்குவதை தமிழரின் மரபு என்கிறார் தொல்காப்பியர்.

மரபு நிலை திரியா மாட்சிய வாகி
உரைபடு நூல்தா மிருவகை யியல
முதலும் வழியுமென நுதலிய நெறியின

என்பது செய்யுள்.

நூலுக்குரிய இலக்கணமாக இங்கு கூறப்படுவது நூலின் பொருள் பற்றியது. பொருண்மேவும் பண்ப' என்பது நூலின் உயர் பொருள் பற்றிக் குறிப்பிடப்படுகிறது.

தொல்காப்பியம் இலக்கண நூல் மட்டுமன்று; தமிழ்கூறு நல்லுலகத்து வாழ்க்கையும் அதன் செய்யுள் மரபையும் ஆராய்ந்த ஆய்வின் பொருள் குறித்தவற்றை வெளிப்படுத்தும் நூல். எழுத்து, சொல் எனத் தமிழ்மொழியின் இலக்கணத்தைக் கூறுவதுபோலத் தோன்றினும், இது தமிழரின் அளவையியல், மெய்யியல் கோட்பாடுகளை உள்ளடக்கிய அறிவியல் நூல். அகம், புறம் எனத் தமிழ்ச் சமூகத்தின் வாழ்வியலையும், களவு, கற்பு எனக் குடும்பவியல் வரலாற்றையும் அளந்து கூறும் மானுடவியல் இலக்கியம்.

நூல் பற்றிய இலக்கணம் வகுத்த தொல்காப்பியம், நூல்கள் அனைத்திற்கும் வழிகாட்டும் நூலாக அமைந்ததுதான் இதன் தனிச் சிறப்பு.

*

20
அவைகள்

மனிதர்கள் ஒன்றிணைந்து, அறிவுபூர்வமாக வாழ்வதற்கு, நவீன அரசியலில் கண்டறியப்பட்டுள்ள, ஈடு இணையற்ற ஒன்றுதான் ஜனநாயகம். சிக்கல் மிகுந்த மனித சமூகம் தனக்குள் தீர்க்கமுடியாத பிரச்சனைகளைத் தீர்ப்பதற்கு கண்டறிந்து வைத்துள்ள மானுடத்தின் தனித்துவம் இது. கிரேக்கத்தில், சிட்டி ஸ்டேட் போன்ற அமைப்பை உருவாக்கி வைத்திருந்தார்கள். ஆதியில் தொன்மையான இனக்குழுக்கள் எங்கெல்லாம் வாழ்ந்தனவோ அங்கெல்லாம் மனித உரிமைகளை ஒருங்கிணைக்கவும், ஆதிக்கங்களின் வளர்ச்சியை கட்டுப்படுத்தி வைக்கவும், உருவாக்கிக்கொண்ட ஜனநாயக அமைப்புகள், ஒவ்வொன்றும் ஒவ்வொரு விதமாக வாழ்ந்து சிறப்பை பெற்றிருந்தன.

தமிழ் தொன்மையான மொழி. இந்த மொழி பேசும் மக்கள் தொல்குடியினர். இவர்களிடம் ஜனநாயகம் எப்படி பிறந்து, வளர்ந்து உயர்வைப் பெற்றிருந்தன என்பது, அறிவு பூர்வமான தகவல்களாக நமக்குக் கிடைக்கின்றன. இன்றைய வளர்ச்சியடைந்த ஜனநாயகம், அனைத்தும் மக்களுக்குத் தான் என்கிறது. ஆனால் உண்மையில், பயன் மக்களுக்குக் கிடைப்பதில்லை. ஜனநாயகத்தின் பெயரில் பயனை யார் அடைகிறார்கள் என்பது எல்லோருக்கும் தெரிந்தது தான். வாழ்க்கையில் நேர்மை என்னும் உயர்வைக் கொண்ட தொல் தமிழ்ச் சமூகம், இதிலிருந்து முற்றிலும் வேறுபட்ட வாழ்க்கையை வாழ்ந்திருக்கிறது என்பதற்கு தமிழரின் தொல் அவைகளே சாட்சியமாகிறது இந்த அவைகளைப்

பற்றி பேராசிரியர் நிர்மல் சுப்பிரமணியம் தனது நூலில் பல்வேறு கருத்துகளை முன்வைத்துள்ளார். தமிழ்நாட்டில் பல்வேறு அவைகள் இருந்தமையைச் சங்க இலக்கியங்கள் வழியாக அறியலாம்.

தொல்காப்பியம் அரங்கேற்றத்தைப் பற்றிய தகவல் ஒன்று கிடைக்கிறது. தொல்காப்பியமும் அவையில் அரங்கேற்றம் செய்யப்பட்ட நூல்தான். 'நிலந்தரு திருவின் பாண்டியன் அவையகத்தில்' இது அரங்கேற்றம் செய்யப்பட்டுள்ளது. தொல்காப்பியத்தில் அறிவார்ந்த அவைகளைப் பற்றிய குறிப்புகள் கிடைக்கின்றன. இதில் எட்டுவகையான அவைகளைக் குறிப்பிடுகிறது. இதை 'எட்டு வகை நுதலிய அவை' என்கிறார் தொல்காப்பியர். இவை அனைத்தும் கருத்துகளை அரகேற்றி ஒழுங்கமைக்கும் அவை என்பதில் சந்தேகம் இல்லை.

அவைகளைப் பற்றி சங்க இலக்கியங்களில் பல செய்திகள் காணப்படுகின்றன. பழந்தமிழ் இலக்கியங்களிலும், உரையாசிரியர்களின் விரிந்த விளக்கங்களிலும் இதனை அறிந்துகொள்ள முடியும். இதன்படி, அவையின் மையமாகத் திகழும் அறிஞர்களின் குணங்கள் எட்டு என்று கூறப்படுகிறது. இதனை 'எட்டுவகை நுதலிய அவை யத்தானும்' என்கிறது தொல்காப்பியம். நற்குடிப் பிறப்பு, கல்வி, உயர்பண்பு, வாய்மை, ஒழுக்கம், நடுவுநிலைமை, அழுக்காறின்மை, அவாவின்மை. இந்த நற்குணங்கள் அமையவில்லை என்றால் இவர்கள் அவையத்து தலைமைக்கு தகுதியற்றவர்களாக கருதப்பட்டார்கள்.

இந்த நற்குணங்களில் குடிப் பிறப்பு என்பது பட்டியலில் உள்ளது. அன்றைய சாதிய வேறுபாடுகளற்ற குடிப்பிறப்பு என்பதாக இதைப் புரிந்துகொள்ள வேண்டும். நற்பண்புகளை வளர்த்தெடுப்பதில் குடிகளுக்கு முக்கியப் பங்கு உண்டு என்பதாக இதை உணர்ந்து கொள்ளல் வேண்டும்.

அவைகளில் சான்றோரின் பங்களிப்பு முதன்மையானது. 'சான்றோர்' என்பவர் 'சீர்' சொல்ல வந்தவர் என்று சான்றோரை சமன் கோலோடு ஒப்பிடுகின்றார். சான்றோருக்கு இருக்க வேண்டியதொரு பண்பினை என்பதை 'சமன்

செய்து சீர்தூக்கும் கோல்' என்கின்றார். முதலில், தான் சமனாக நின்று, பின்னர் தன்னிடம் உள்ள பொருட்களின் சீர் உணர்த்தும் தன்மை உடையது சமன்கோல் அவை, சான்றோர் இருக்க வேண்டும் என்று கூறப்படுகிறது.

தமிழர்களின் ஆரம்ப காலம், அறிவிற் சிறந்த கூட்டு சமூக வாழ்க்கையைக் கொண்டிருந்தது. கூட்டு வாழ்க்கையில் பல சிறப்புக் கூறுகளைக் கட்டி வளர்த்தெடுப்பதில், அவைகளுக்குத் தான் முதன்மைப் பங்கு அமைந்திருந்தது. மக்களை ஆற்றல்படுத்தும் குடிமைச் சமூகம் பற்றி இன்று விவாதிக்கப்படுகின்றது. கார்பரேட் கட்டுப்பாட்டுக்குள் முழுவதுமாக சென்றுவிட்ட இன்றைய ஜனநாயகத்தில் மக்களை ஆற்றல் படுத்தும் குடிமைச் சமூகம் பற்றிய விவாதங்கள் கூடுதலாகி வருகின்றன. இத்தாலியக் கம்யூனிஸ்டு தலைவர் கிராம்சி முன் வைத்த பொதுவுடமை சார்ந்த குடிமை சமூகத்தையும் நாம் ஆய்வுக்கு எடுத்துக் கொள்ள வேண்டும்.

தமிழர்களின் தொல் வாழ்க்கையில் இந்தக் குடிமைச் சமூகத்திற்கான, ஆரம்ப கால அடிப்படைக் கூறுகளைப் பார்க்க முடிகிறது. மக்கள் கூட்டு அதிகாரத்தின் ஆரம்ப நிலை என்று இதனைக் கூறமுடியும். மக்கள் அதிகாரத்தை ஒழுங்கமைத்துக் கொண்ட தமிழரின் அறிவார்ந்த இந்த தொடக்கக் கால கூட்டு வாழ்க்கைக்கு அடிப்படையாக அமைந்திருந்தது, இந்த அவைகள் தான். கூட்டு வாழ்க்கையில், இந்த அவைகளின்மூலம் உருவாக்கப்பட்டவை, உயர் சமூகப் பண்புகள்

திணைச் சமூகத்தில் ஊரவையின் உயர் பண்புகள் காலத்தால் அழிந்து போகாதவை என்பதற்கு நிறைய உதாரணங்களைக் கூறமுடியும். இன்றும் தமிழகத்தின் கிராமங்களின் உயர் நோக்கங்கள் சிலவற்றை கூர்ந்து கவனித்தால் அதில், திணைச் சமூகத்தின் தொடர்ச்சி இருப்பதை அறிந்துகொள்ள முடியும். நவீனம் என்ற பெயரில் இன்று படையெடுத்து வரும் பல்வேறு தீமைகளை, கிராமங்களில் தடுத்து நிறுத்துவதில் இதற்குக் கூடுதல் பங்கு இருக்கிறது.

திணைச் சமூகம் உயர் பண்புகளில் மக்களை வளர்த்தெடுக்கும் கடமைக்குப் பொறுப்பேற்றிருந்தது. சங்க இலக்கியங்களில் எத்தனையோ வாழ்க்கை உயர் நெறிமுறைப் பாடல்கள் இருக்கின்றன. ஒவ்வொன்றும் அறிவுவழி நின்று சமூகக் கடமைகளை உணர்த்துகின்றன. மனிதரை மனிதராக வார்த்தெடுப்பதில் ஒவ்வொரு மனிதரும் கடைப்பிடிக்க வேண்டிய பண்புகளுக்குத் தான் முதலிடம் கொடுத்திருந்தது. சிறந்த அவைகள் அமைய இது அடிப்படையாக அமைந்திருந்தது.

கடலுள் மாய்ந்த இளம் பெருவழுதி எழுதிய பாடலைவிட வேறு எதையும் இதற்கு உதாரணமாகக் கூற முடியாது. புறநானூற்றில் 182வது பாடலாக இடம் பெறுகிறது.

இந்த உலகம் நிலைபெற்று இயங்கிக் கொண்டிருப்பதற்கான காரணத்தை கீழ்க்கண்டவாறு இவர் குறிப்பிடுகிறார். நற்பண்புகளால் இந்த உலகம் வாழுகின்றது என்பதை இது காட்டுகிறது.

உண்டால் அம்ம இவ்வுலகம் இந்திரர்
அமிழ்தம் இயைவ தாயினும், இனிதுஎனத்
தமியர் உண்டலும் இலரே; முனிவிலர்;
துஞ்சலும் இலர்; பிறர் அஞ்சுவது அஞ்சிப்
புகழ்எனின் உயிருங் கொடுக்குவர்; பழியெனின்
உலகுடன் பெறினும் கொள்ளலர்; அயர்விலர்;
அன்ன மாட்சி அனைய ராகித்
தமக்கென முயலா நோன்தாள்
பிறர்க்கென முயலுநர் உண்மை யானே.

கிடைப்பதற்கரிய அமிழ்தம் கிடைத்தாலும், அது இனிமையானது என்று தனித்து உண்ண மாட்டார்கள்; யாரையும் வெறுக்க மாட்டார்கள்; சோம்பலின்றிச் செயல்படுவார்கள்; பிறர் அஞ்சுவதற்குத் தாமும் அஞ்சுவார்கள்; புகழ்வரும் என்றால் தம் உயிரையே வேண்டுமானாலும் கொடுப்பர்; பழிவரும் என்றால் உலகம் முழுவதும் கிடைப்பதானாலும் ஏற்றுக்கொள்ள மாட்டார்கள்; மனம் தளரமாட்டார்கள். இத்தகைய சிறப்புடையவர்களாகித் தமக்காக உழைக்காமல், பிறருக்காக

வலிய சென்று உழைப்பவர்கள் இருப்பதால் தான் இந்த உலகம் இயங்கிக்கொண்டிருக்கிறது. சங்க காலச் சமூகம், அறிவின் மூலம் அறத்தை வென்றெடுத்துள்ளது என்பதற்கு இதை விடவும் வேறு ஆதாரம் வேண்டுமா?

தனி மனிதருக்கான கடமையிலிருந்துதான், சங்க காலச் சமூகம் தனது சமூகப் பொறுப்புணர்வை தொடக்கியிருக்கிறது. தனி மனித பொறுப்புதான், சமூகத்தின் பொறுப்பாக வளர்த்தெடுக்கப்படுகிறது. ஊர் அவைகளின் சிறப்பு இந்தச் சமூகத்தின் பொறுப்பின்மூலம் கட்டி எழுப்பப்படுகிறது. தனிமனித பொறுப்பை கடன் என்று சங்க வாழ்க்கை அழைத்துக் கொண்டது.

இன்றைய சூழலில் கடன் என்பதற்கு பணம் சம்பந்தப்பட்ட கொடுக்கல் வாங்கல் என்று கூறப்படுகிறது. சங்க காலத்திற்கும் முந்தைய திணைச் சமூகத்தில் கடன் என்பதன் பொருளே வேறு. கடமையோடு கூடிய பொறுப்பு என்பதாக அறியப்பட்டுள்ளது. சமூக கடமைகளைத் தொல்காப்பியம் தெளிவாக வரையறுத்து வைத்திருக்கிறது. ஒருவருக்கு மற்றவர் செய்யும் கடமையால் சமூக நெருக்கமாகப் பிணைக்கப் பட்டிருந்தது. சமூகக் கடமைகளை, இது பகுத்து தொகுத்துக் கூறுகிறது.

களிறு எறிந்து பெயர்தல் காளைக்குக் கடன்;
வேல் வடித்துக் கொடுத்தல் கொல்லற்குக் கடன்;
ஈன்று புறந்தருதல் தாய்க்குக் கடன்;
சான்றோனாக்குதல் தந்தைக்குக் கடன்

என்று சமூகப் பொறுப்புகள் வரையறுத்து கூறப் பட்டிருக்கிறது..

அறிவார்ந்த பார்வை கொண்ட சமூகப் பொறுப்புகளுடன், மனிதர் வாழவேண்டும் என்பதற்கான பயிற்சி அளிப்பதை அன்றைய அவைகள் தலையாய நோக்கமாகக் கொண்டிருந்தன. சமூகம் என்பது பல தளங்களில் இயங்குகின்றன என்பதை உணர்ந்த நம் முன்னோர், ஒவ்வொரு அவைக்கும் ஒரு குறிக்கோளை உருவாக்கி அதன்வழியே செயல்படும் ஏற்பாடுகளைச் செய்துள்ளனர். அவைகளுக்கு அவர்கள் வைத்துள்ள பெயர்களிலிருந்து இதனை தெரிந்துகொள்ளலாம். இந்தப் பெயர்கள் அதன் நோக்கங்களை தெளிவுபடுத்துகின்றன.

அவைகளில் மிகத் தொன்மையானது திணைச் சமுகத்தில் அமைந்த அவைகள் தான். காடு, மலை, சுரம், வயல், கடல் சார்ந்த சமுதாயமாக வாழ்ந்தவர்கள், அந்த இடங்களில் ஊர் அவைகளை் செயல்பட்டன. இதற்கான ஆதாரங்கள் சங்க இலக்கியங்களில் காணப்படுகிறது.

தமிழர் கண்ட அவைகளுள் மிகத் தொன்மையானது திணைக் சமூகத்தின் அவைகள் தான். காடு, மலை, தரம், வயல், கடல் சார்ந்த இடங்களில் வாழ்ந்த தமிழர் அந்த இடங்களில் ஊரவைகளைக் கூடினர். ஊரவைகள் மக்கள் அவைகளாக இருந்தன. மூத்த மரம் ஒன்று, நிலத்தின் ஆழம் வரை, வேர் பரப்பி நிற்பதைப் போல, ஊரவைகளின் உயிர்த் தொடர்பு, மக்கள் மனங்களின் அடியாழம் வரை வேர்விட்டு நின்றன. ஊரவைகள், பொது அவைகள் என்றும் அழைக்கப்பட்டன. பொதுமக்கள் அவையில் அவையத்தவராய் இருந்தால், இது பொது அவை என்றும் அழைக்கப்பட்டன. இதன் தலைவன் ஊரக்கிழவன். ஊர்ப் பொது அவைப் பற்றிய மேலும் குறிப்புகள் கிடைதுதுள்ளன.

திணைக் கிழவர், சிற்றூர்களில் ஆட்சி அவையை, ஊர் மன்றங்களில் கூட்டினர். அந்த அவைகளில் சான்றோரும், புலவரும் இருந்தனர். அவருள் காட்சியரும் இருந்தனர். காட்சியர் என்னும் அறிவுடை சான்றோர் தம் திறமையைச் சிறப்பாகக் காட்டிய அவைகள், நாநவிலவை என்று அழைக்கப்பட்டது. அறங்கூறவையில், தத்தம் கொள்கையைத் தருக்க நெறிப்படி எடுத்துக்கூறி வாதிடுவதற்கும், தாம் செய்த நூலை அரங்கேற்றி அதன் குறை நிறை அறிவதற்கும், செந்நாப்புலவர்கள் உதவிக்கான ஏற்பாடுகள் அவையில் இருந்தன.. ஒரு பொருள் பற்றி இருவரிடம் மாறுபாடு ஏற்பட்டப் பொழுது, தமது வழக்கை நடுவர் முன்னிலையில் வைத்தனர்-

ஊரவை, மன்றங்களில், சிறந்த குடியாட்சி முறையில் தேர்தல் நடந்ததை, அகநானூறு, ஒருபாடல் வழி அறியப்படுகின்றது. மிகச் சிறந்த ஓர் ஊர்ச் சமுக அமைப்பை, இவை ஆதாரமாகக் காட்டுகின்றன. இந்த மன்றங்கள் வழங்கிய தீர்ப்புகள் சிறப்புக் குரியவை என்ற செய்தியைக் குறுந்தொகை கூறுகின்றது. சங்க காலச் சமுகத்தில்

ஒருவிதமான பொதுத் தன்மை காணப்பட்டது. புகழ் மீது விருப்பங் கொள்ளுதலும், பழிக்கு வெட்கப்படுதலும் மக்களின் வாழ்க்கை பண்பில் தலையாயதாக இருந்தது.

உறந்தை அவையம்

சோழநாட்டில் பண்டைய நகரம் உறந்தை, இதனை உறையூர் என்றும் அழைப்பார்கள். உறந்தை, இன்று திருச்சி மாநகரின் ஒரு பகுதியாகும். இங்கு செயல்பட்ட அவையம் மிகவும் சிறப்பு வாய்ந்தது. உறந்தையில் தித்தன் என்ற திணைத் தலைவன் நாளவை கூட்டியதை அகப்பாடல் ஒன்று 10. 226:14.. எடுத்துரைக்கிறது.

அறம் வழுவாது காக்கும் சோழர் அவை என்று இது கூறப்பட்டது.

மறம்கெழு சோழர் உறந்தை அவையத்து
அறங்கெட அறியா தாங்கு (நற். 400:7-8)
மறம்கெழு சோழர் உறந்தை அவையத்து
அறம் நின்று நிலையிற்று ஆகலின். (புற. 39:8-9)
ஆரங் கண்ணி அடுபோர்ச் சோழர்
அறங்கெழு நல்லவை உறந்தை அன்ன (அக. 93:4-5)

போன்ற பாடல்கள் இந்த அவை செயல்பட்டதை உறுதி செய்கின்றன.

மோகூர் அவையகம்

கொங்கு மண்டலத்தில் மோகூர் என்ற ஓர் ஊர் இருந்தது. அங்குப் பழையன் என்பவன் தலைவன். அவனது தலைமையில் ஓர் அவை கூடியது. அவனது காவல் மரம் வேம்பு. கோசர் என்ற குழுவினர் வாய்மையில் சிறந்திருந்தமையால் அவரைத் தன் அவையில் அவையத்தாராய் அமர்த்தியிருந்தான். 41. மது. 508.

கள்ளூர் அவையம்

கள்ளூர் என்னும் இடத்தில் இருந்த ஓர் அவையம் இருந்தது அக. 256:13-21. இது பற்றியக் குறிப்புகள்

இருக்கின்றன. தன் காதலியைக் கைவிட்ட ஒருவனை அவையினர் தண்டித்த சுவையான, அரிய செய்தியை இந்த சங்கப் பாடல் தெரிவிக்கிறது. இது நீதிக்கான தீர்ப்பை வழங்கும் அறங்கூறும் அவையாகவும் செயல்பட்டுள்ளது.

கோசர் அவையம்

கோசர் என்னும் இனத்தவர் வாய்மையில் சிறந்தவர்கள். ஒரு முதிய ஆலமரத்தின் அடியிலிருந்த பொதியில் அவை கூடினர். இங்குப் போர் தொடுப்பதைப் பற்றிய தீர்மானங்களை இயற்றினர். 44. புற. 283:6; குறு. 15:2.

கோசரின் பொல்லாங்கு பற்றிய செய்திகளும் ஆங்காங்கே இருக்கின்றன. அன்னிமிஞிலி என்பவரின் தந்தை பிறர் புலத்து வரகு என்னும் தானியத்தைக் கொய்தார் என்றும், அந்தக் குற்றத்திற்காக அவரது கண்களைப் பறிக்குமாறு கோசர் தீர்ப்பு வழங்கினர் என்றும், அக்கொடுமையைப் பொறுக்கமாட்டாது அவரைப் பழிவாங்குமாறு திதியன் என்பவனின் துணைகொண்டு அன்னிமிஞிலி அவரை எதிர்த்துப் போரிட்டு வென்றான் என்றும் செய்தி உண்டு. மேலும் நன்னனின் காவல் மரமான மாவைக் கோசர் தந்திரத்தால் வெட்டினர் என்றும் புற. (73) கூறுகிறது.

நால்வகை அவை பற்றிப் பிற்கால இலக்கண நூல்கள் கூறுகின்றன என்று, தேவநேயப் பாவாணர், பழந்தமிழாட்சி, என்னும், தனது நூலில் குறிப்பிடுகிறார். நல்லவை, தீயவை, நிறையவை, குறையவை என்ற அந் நான்கு அவைகளும் அமைந்தன. நல்லவை என்பது நற்பண்புகள் அனைத்திலும் சிறந்த நடுநிலையாளர் கொண்ட அவை என்றும், தீயவை என்பது அதற்கு எதிரானது என்றும், நிறையவை என்பது எல்லாவற்றையும் அறிந்த அவை என்பது மட்டுமல்லாது, எதிர்காலச் செய்திகளை முன்னதாக அறிவிக்கும் பேரறிஞர் கூடிய அவை என்றும் குறையவை என்பது அதற்கு எதிரானது என்றும் தேவநேயப் பாவாணர் குறிப்பிடுகிறார்.

எட்டுவகை நுதலிய அவை என்று அவை ஒன்று ஆக்கப்படுகிறது. எட்டு நற்பண்புகள் கொண்ட அவையோரை தலைமையாகக் கொண்ட அவை என்று இதற்கு பெயர்.

ஆசிரியமாலை என்ற நூலை மேற்கோள் காட்டி குடிப்பிறப்பு, கல்வி, ஒழுக்கம், வாய்மை, தூய்மை, நடுவு நிலைமை, அழுக்காறின்மை, அவாவின்மை என்ற எட்டுவகைப் பண்புகளும் நிரம்பியோர் உடைய அவை எனப் பொருள் உரைத்தனர்.

அறத்தைக் கூறும் அவை அறங்கூறவை. அறங்கூறவையத்தாரின் இயல்பினை மது. (489-92) பின்வருமாறு உரைக்கும்:

அச்சமு மவலமு மார்வமு நீக்கிச்
செற்றமு முவகையுஞ் செய்யாது காத்து
ஞெமன்கோ லன்ன செம்மைத் தாகிச்
சிறந்த கொள்கை யறங்கூ றவையமும்.

துலாக்கோலைப் போன்று நடுவுநிலைமை உடையவராய் அவையத்தார் இருத்தல் வேண்டும்.

வாதியின் கூற்றை 'உரை' என்றனர். கண்ணகி வாதியாகப் பாண்டியன் நெடுஞ்செழியன் முன் அவன் அவையில் வழக்கினைக் கூறினாள். அக்காதையை இளங்கோ 'வழக்குரை காதை' என்றரர். வாத எதிர்வாதங்களை நீதிவேண்டிக் கூறுவதைத் தொல்காப்பியர் "முறை நிறுத்து உரைத்தல்" (64. தொல். 2.7:5.) என்றார்.

திணைச் சமுதாயத்தில் தோன்றி, பன்னெடும் நூற்றாண்டுகளுக்கு பின்னர் தோன்றிய முடியாட்சிக் காலத்திலும் அவைகள் தொடர்ந்தன. பல்வேறு திணைச் சமுதாயங்கள், இந்த காலத்தில் சேர, சோழ, பாண்டியரின் ஆட்சியின் கீழ் கொண்டு வரப்பட்டது. இதனால் திணைச் சமுகத்தின் செல்வாக்கு மிகக் குறைந்தது. திணைத் தலைவரின் நாளவை இப்போது வேந்தவை என பெயர் மாற்றம், செய்து கொண்டது.

பின்னர் தோன்றியவை முடியரசுகள். இந்தக் காலத்தில் திணைச் சமுதாயம் அழிவைச் சந்தித்தன. குறுநில மன்னர்களாலும் பின்னர் சேர, சோழ, பாண்டியர்களாலும், அது முற்றாக கைப்பற்றப்பட்டது. இதனால் இதன் செல்வாக்கு குறைந்துவிட்டது. திணைச் சமுதாயத்தில் அகப்புற உறவுகள்

இணக்கமுற அமைந்திருந்து. நல்லறிவு, நன்கு அமைந்து, செழித்து வளர்ச்சிப் பெற்றதற்கு இதுவே காரணமாகும். முடியாட்சிக் காலத்தில் அகப்புற உறவுகள் குன்றத் தொடங்கின. மண்ணாசை, பொன்னாசை, பெண்ணாசை மிகுந்தன. திணை சமூகத்தின் இயற்கை கொள்கைகள் வலுவிழந்து சமயக் கொள்கைகள் பரவத் தொடங்கின. சமயப் பற்றுக் காலத்தில் சமண, பௌத்த சைவப் பற்றாளர்களின் அகத்தில் தெய்வ உணர்வு மிகுந்தது. இவை எல்லாம் சங்க மருவிய காலங்களில் நிகழ்ந்தன என்றாலும் இவை, இயற்கையோடு உள்ள உறவை கொஞ்சம் கொஞ்சமாகக் குறைக்கத் தொடங்கின.

நாஞ்சில் நாட்டின் அவைகள்.

நாஞ்சில் நாட்டில் முன்காலத்தில் 'நாட்டுக்கூட்டம்' என்ற அமைப்பு உண்டு. இது தன்னாட்சி அமைப்பு. அரசனிடமிருந்து அதிகாரம் பெற்று அந்தந்த பகுதி மக்கள், இதனை நடத்தினர். இக்கூட்டத்தில் எடுக்கப் பெற்ற முடிவுகள் ஓலைகளில் எழுதப் பெற்றன. சில முடிவுகள் அரசனையே எதிர்ப்பனவாய் அமைந்தன. அத்தகு முடிவு 'ஒப்புரவு மொழிமாறா ஓலை' எனப்பட்டது.

நாஞ்சில் நாட்டில் நடைபெற்ற நாட்டுக் கூட்டம் பற்றிய செய்திகளும் கிடைத்துள்ளன. சேர நாடும், செந்தமிழும், என்ற நூலில், செ. சதாசிவம் என்பர், இது பற்றிய விவரிப்பை வழங்கியுள்ளார். அரசனுக்கும், நேரடியாக மக்களுக்கும் உள்ளத் தொடர்பை, இந்த விவரிப்பு விளக்கி செல்கிறது. அரசன் நேரில் சென்று மக்களின் குறைகளைக் கேட்டு, அறிந்து கொள்ளும் வழக்கத்தைக் கொண்டிருந்தான். நேரில் சந்திப்பதால் அவர்களின் துன்பம் உணர்ந்து, அதற்கேற்ப வரியும் பெற்று வந்தான். இந்த அவையைக் கண்காணித்தவர் பார்வத்தியக்காரர் என்று அழைக்கப்பட்டனர்.

செங்கண்மா அவை

தொண்டை நாட்டில் செங்கண்மா என்ற இடத்தில், நன்னன் என்னும் மன்னன் ஆட்சி புரிந்து வந்தான். இன்றைய திருவண்ணாமலை மாவட்டத்தில் அமைந்த, செங்கம் தான்,

அன்று செங்கண்மா என்று அழைக்கப்பட்டது. அவனும் அவனது சுற்றமும் வீற்றிருந்த அவைக்கு, நா நவில் அவை என்று அழைக்ப்பட்டது. நாவன்மை உடைய புலவர், சிறந்து விளங்கிய அவை தான் நாநவிலவை. தனது கோளை, நிறுவுவதற்கும், தனது நூலை அரங்கேற்றுவதற்கும் இந்த அவையை புலவர்கள் பயன்படுத்திக் கொண்டனர். நாநவிலவை தான், பின்னர் சங்கம் என்று வளர்ச்சி பெற்றதற்கான ஆதாரங்களை சில ஆய்வாளர்கள் முன் வைத்துளளனர்.

அவைகள் அனைத்திலும் புலவர்களின் அறிவுசார் பங்களிப்பு, கூடுதலாக இருந்துள்ளது. தொல்காப்பியர் இதனை நன்குணர்ந்து, "புலன் நன்குணர்ந்த புலமையோரே குறிப்பிடுகிறார். புலவர்கள் பல்வேறு அடைமொழிகளுடன் அழைக்கப்பட்டனர். இதுவும் அவைகளில் புலவர் பெருமக்கள் பெற்றிருந்த தனிச் சிறப்பை நமக்கு உணர்த்துகிறது. செந்நாப் புலவர், அஞ்சொல் நுண்தேர்ச்சிப் புலவர், நாநவில் புலவர், பலர் புகழ் நன்மொழிப் புலவர், உயர்மொழிப் புலவர், வாய்மொழிப் புலவர் என வகை பிரித்து பல அடைமொழிகளுடன் அழைக்கப்பட்டனர். தமிழர் அறிவுக் கோட்பாட்டின் ஊற்றுக் கண்களாக புலவர்கள் தான் காணப்படுகிறார்கள்.

சங்கம் என்பது புலமையைத் தரப்படுத்தும் புலவர் அவை தான். பாண்டியன் தலையாலங்கானத்துச் செருவென்ற நெடுஞ்செழியன் எழுதிய பாடல். தன் ஆட்சியில் அவை தலைவராக ஒருவரை நியமித்த தகவல் கூறும் பாடல்.

பாடல் கீழ்கண்டவாறு அமைந்துள்ளது.

ஓங்கிய சிறப்பின் உயர்ந்த கேள்வி
மாங்குடி மருதன் தலைவனாக
உலகமொடு நிலைஇய பலர்புகழ் சிறப்பின்
புலவர் பாடாது வரைகவென் நிலவரை

எனப் புற. (76) கூறும்.

மாங்குடி என்ற பாண்டிய நாட்டு ஊரைச் சேர்ந்த மருதன் என்பவன், அந்நாட்டுக் கலைகள் யாவற்றையும் கற்றறிந்தவன். இவனது புலமையை உணர்ந்த தலையாலங்கானத்துச் செருவென்ற பாண்டியன் நெடுஞ்செழியன், இவனை தனது

அவைப் புலவனாக மட்டுமன்றி அவைத் தலைவனாகவும் ஏற்றுக்கொண்டான். இவன் ‘ஓங்கிய சிறப்பின் உயர்ந்த கேள்வி மாங்குடி மருதன்’ (தலைவனாக) எனச் சிறப்பிக்கப் பெற்றான். இவன் மூவேந்தர் காலத்து அவைத் தலைவன்.

சங்க காலத்தில், அவையின் சிறப்புகளை அறிவதற்கு சிலப்பதிகாரமே ஒரு முக்கிய அளவுகோலாக அமைந்துவிடுகிறது. பாண்டிய மன்னனின் அவையில் நுழைந்த கண்ணகி, அவையின் எந்த விதிகளையும் மீறாமல் தனது நியாயத்தை முன் வைக்கிறாள். இன்னமும் கூர்ந்து கவனித்தால் தொல்காப்பியம் தொடங்கி, தமிழரின் முந்தைய அவை நெறி அனைத்தின்வழி நின்று தனது வாதத்தை முன் வைக்கிறாள். ‘பாண்டிய நெடுஞ்செழியன் யாம்’ என்று, அவையின் தலைவனாக விசாரிப்பைத் தொடங்கியவன், குற்றம் புரிந்துவிட்டோம் என்பதை உணர்ந்துகொண்டபின், யான் என்று கூறத் தொடங்கி விடுகிறான். இவை தமிழரின் நீதிசார் மரபை அறிந்துகொள்ள நமக்கு உதவுகிறது.

அவையேறுவோர் என்ற முத்திறத்தோர் அவை. சான்றோரிருந்த அவையம், நல்லோர் நாநவில் அவையத்து, நவைநீங்க நடுவு கூறும் அவை, முதலான அவைகளைப் பற்றிய குறிப்புகள் சங்க காலத்தில் காணப்படுகின்றன.

நால்வகை அவை பற்றி பிற்கால இலக்கண நூல்கள் கூறுகின்றன. நல்லவை, தீயவை, நிறையவை, குறையவை என்று நால்வகை அவைகள் பிரிக்கப்பட்டுள்ளன. நல்லவை என்பது நற்பண்புகள் அனைத்திலும் சிறந்த நடுநிலையாளர் கூடியது என்றும், தீயவை என்பது அதற்கு எதிரானது என்றும், நிறையவை என்பது எல்லாப் பொருள்களையும் அறிந்து, எதிர்காலச் செய்திகளை முன்னதாக அறிவிக்கும் பேரறிஞர் கூடியது என்றும், குறையவை என்பது அதற்கு எதிரானது என்றும் தேவநேயப் பாவாணர். பழந்தமிழராட்சி என்னும் நூலில் குறிப்பிட்டுள்ளார்.

‘அவையமுல்லை’ என்பது புறப்பொருள் வெண்பாமாலையில் உள்ள செய்தி. வாகைத் திணைக்குரிய பாடல் இது.

தொடைவிடை ஊழாத் தொடைவிடை துன்னித்
தொடைவிடை ஊழிவை தோலாத் - தொடைவேட்டு
அழிபடல் ஆற்றால் அறிமுறையென் றெஒரு
சித்திரத்தப் போல வரைந்து காட்டுகிறது.
வழிபடர்தல் வல்ல தவை

இந்தப் பாடலின் பொருள், எவ்வாறு ஒரு அறிவை நெறிப்படுத்தும் அவை இருக்க வேண்டும் என்பதை தெளிவுடன் சொல்கிறது. அவையில் நடைபெறும் வாதங்களைக் கூர்ந்து கவனித்து, வாதிடுவோர் கூறுவதை ஆராய்ந்து, கேள்வி எழுப்ப வேண்டும்., கேள்விக்குரிய பதில்களை ஆராய்ந்து புரிந்துகொள்ள வேண்டும். இதன்மூலம் கிடைத்த முடிவை அடிப்படையாகக் கொண்டு தீர்ப்பு வழங்குதல் வேண்டும் இந்த நெறிகளை உணர்ந்து, தோல்வியையும் வெற்றியையும் ஒன்றென விருப்பத்துடன் ஏற்று வாழும் வழிதான் அவைக்குரிய இலக்கணம் என்று கூறப்படுகிறது.

அவைகளில் அறிவின்வழி நின்று உண்மையை நிறுவுவதுதான் நோக்கம். இதனால் உண்மையை நிறுவுபவர்கள் வாதத்தில் வெற்றி பெறுதல் வேண்டும் என்பது அறிவுத்துறையின் குறிக்கோளாக உள்ளது. இதனால் தோல்விக்கான காரணங்களை ஆராயும் நோக்கம் தொல்காப்பியத்திலேயே வந்துவிட்டது. தோல்விகளுக்கான காரணங்களாக பத்துவகை குற்றங்களாக இவர் வகைப்படுத்தியுள்ளார். இதற்கான விடையை நியாய நூலான தருக்க பரிபாஷையில் காணலாம்.

முன்னோர் அறிவுப் பாரம்பரியத்தில், பரிபாஷை என்னும் நூலை எழுதியவர் பதினைந்தாம் நூற்றாண்டில் காஞ்சியில் பிறந்த சிவப்பிரகாச சுவாமிகள். இவர் சிற்றிலக்கிய காலத்தைச் சேர்ந்த புலவர். பின்னர் வாலிகண்டபுரத்திற்கு அருகில் அமைந்த துறை மங்கலத்தில் மடம் அமைத்து பல நூல்களை வெளியிட்டவர். தத்துவம் சார்ந்த இவரது நூல்களில் வேதாந்த சூடாமணி, சித்தாந்த சிகாமணி ஆகிய நூல்கள் முக்கியமானவை. தமிழின் தொன்மை மரபு நின்று பிற்காலத்தில் தமிழரின் அறிவுக் கோட்பாட்டை எழுதியவர்களில் இவர் முக்கியமானவர்.

பரிபாஷையில் தொல்காப்பியர் முன்மொழிந்த கருத்துகள் தொடர்ந்து வருகின்றன. 'தாவில் கொள்கைத் தத்தம்' கூற்றைப் பாகுபட மிகுதிப் படுத்தல்' என்பதில் உள்ள, 'தாவில் என்பது குற்றங்கள் அற்ற' எனும் பொருளைத் தருகிறது. வாகை ஒரு சொற்போர் என்பதைத் தொல்காப்பியர், 'தாவில் கொள்கைத் தத்தம் கூற்றைப் பாகுபட மிகுதிப்படுத்தல் என்ப' (111.2.15) என்பதாகக் கூறப்படுகிறது. குற்றமில்லாத தமது கொள்கையினை, அதாவது கோளினை, மேற்கோளினை, சூத்திரத்தை, வாதிகள் இருவரும், தமது கூற்றாகக் கூறி அதைத் தருக்க முறைப்படிப் பகுத்து, மாற்றான் கொள்கையை மறுத்து தமது கோளை நிறுத்தி வெற்றிபெறுவர் என்பது இந்த நூற்பாவின் விரிந்த பொருள்.

குற்றங்கள் அற்ற பேச்சே வெற்றிபெறும் என்பதே தமிழரின் அறிவுக் கோட்பாடு. குற்றங்களைப் பற்றிய ஆய்வும் அவை விவாதங்களில் தலையாய இடத்தை வகிக்கிறது. 'சிதைவெனப் படுவது வசையற நாடி' எனத் தொல்காப்பியர் குறிப்பதும் இதன் ஆழத்தை நன்கு புலப்படுத்துவதற்குத்தான்.

மாறுபட்ட குறிக்கோளை உடைய இருவர், தத்தம் கூற்றை நிலைநாட்ட நடத்தும் சொற்போரே வாதம் என்பது. வாதிகள் எப்படிச் சொற்போர் நிகழ்த்துவர் என்பதற்கும், வாதிகள் யார் என்பதற்கும்,

ஏதுவும் மேற்கோளும் எடுத்துக் காட்டித்
தன்கோள் நிறீஇப் பிறன்கோள் மறுக்கும்
வன்புடை யோனே வாதி ஆவன்

எனும் பாடல் விடைதருகிறது. இவ்வாறு பிறன் கோளை மறுத்துத் தன்கோள் நிலைநாட்டிப் பெறும் வெற்றி போற்றுதலுக்குரியதாக மதிக்கப்பட்டது. அத்தகு வெற்றி பெற்ற புலவர்கள், போர்க்களத்தில் மாற்றாரை வென்று பெற்ற வெற்றியைப் போன்றது என்கிறார் கோவூர்க்கிழார்..

.... திறப்பட
நண்ணார் நாண வண்ணாந் தேகி
ஆங்கினி தொழுகி னல்ல தோங்குபுகழ்
மண்ணாள் செல்வ மெய்திய
நும்மோ ரன்ன செம்மலு முடைத்தே

என்பது அவர் எழுதிய பாடல். இது வாதத்தின் ஆழம் குறித்தபாடல். வாகைத்திணையின் துறைகளை விவரிக்கும்போது,

போரில் பெறும் வெற்றி எளிதானதல்ல. தன் வலி, மாற்றான் வலி, துணை வலி ஆகிய அனைத்தையும் ஆராய்ந்து எண்ணி, இடமறிந்து, காலமறிந்து தொடுக்கும் போரில் பெறும் வெற்றி எவ்வளவு மகத்தானதோ அவ்வளவு மகத்தானது வாதிலே பெறும் வெற்றியும் என்பார் தொல்காப்பியர்.

குற்றமற்ற வாதங்கள் வெற்றி பெற வேண்டுமெனில், அதற்கு குன்றக்கூறல், மிகைப்படக்கூறல், சித்தாந்தப் போலி முதலானவற்றை நீக்க வேண்டும் என்கிறார்கள் பிற்கால நூலாசிரியர்கள்.

உண்மைப் பொருளை அறியும் விருப்பமுள்ள அறிஞர் இருவருக்குள் உண்டாகும், வினா விடையாகிய கருத்துப் போரே வாதமாம். இது மெய்ப்பொருளை நிலை நாட்டுவதை நோக்கமாகக் கொண்டிருக்கும்

அறிவுக் கோட்பாட்டில் பிற்கால வளர்ச்சிப் போக்குகளை தொல்காப்பியத்தில் முழுமையாகக் காணமுடியாது என்ற உண்மையை முதலில் நாம் புரிந்து கொள்ள வேண்டும். ஆனாலும் இதற்கு வளர்ச்சியின் மூலத்தைத் தொல்காப்பியத்தை தவிர வேறு எந்த இந்திய மொழிகளிலும் இவ்வளவு நுட்பமாகக் காண முடியவில்லை.

'உரை' என்னும் சொல் 'பேச்சு', 'வாதம்' ஆகிய பொருள்களையும் உள்ளடக்கிய ஒன்றாகும். பிற்காலத்தில் எழுதுவதும் உரைநடை என்று கூறும் வழக்கமும் வந்தது. உரை-உரைத்தல் என்பது அறங்கூறும் அவைகளில், தத்தம் கூற்றினை எடுத்துக் கூறுதல் எனும் பொருளை வழக்காறாகக் கொண்டிருக்கிறது. 'வழக்குரை காதை' சிலப்பதிகாரத்தில் முன்வைக்கப்பட்டுள்ளது. பல மொழி இலக்கியங்களோடு ஒப்பிட்டுப் பார்க்கும்போது, சிலப்பதிகாரத்தைப் போல, ஒரு நீதிசார்ந்த இலக்கியத்தைப் பார்க்க முடியாது. ஒரு பெண்ணின் நீதிக்கான போராட்டத்தில் மன்னனே தனது குற்றத்தை ஏற்றுக்கொண்டு தண்டனையாக தன் உயிரை

போக்கிக் கொள்கிறான். நீதிசார்ந்த அவையின் மேன்மையை விளக்குவதற்கு இதைவிடவும் வேறு உதாரணங்கள் தேவையில்லை. மணிமேகலையும்,

இளமை நாணி முதுமை எய்தி
உரைமுடிவு காட்டிய உரவோன்...

என, உரை எனும் சொல்லை வழக்குரைத்தல் எனும் பொருளில் குறிப்பிட்டுள்ளது. 'இருவர் மாறுகோள் ஒரு தலைத் துணிவே' என நன்னூலார் கூறுவதும் அவைகளில் பயன்படுத்தப்படும் வழக்குரை என்னும் நீதிசார் வாதம் பற்றித்தான்.

தன் கொள்கையை நிலைநாட்ட - தன்னை எதிர்க்கும் மாற்றான் கருத்தை மறுத்து உண்மைப்பொருளை சென்றடைய விரும்பும் ஒருவன், தன் கோட்பாட்டினை எடுத்துரைப்பதும், உரையேயாகும். மெய்ப்பொருளை அறிய முற்படுவதே இதன் இறுதி நோக்கம். போக்கிக்கொள்ள வேண்டியவை திறமையின்மை, அச்சம், உட்பொருள்களை நினைவில் கொள்ளாமை, கவனமின்மை, சினம் கொண்டு அவையில் உரையாற்றுதல் இவை எல்லாம் குற்றங்களாக தமிழ் பாரம்பரியத்தில் கூறப்படுகிறது.

அவைகளை பொதுவாக அறிவாளிகள் நிறைந்த அவை, அறிவிலிகள் நிறைந்த அவை என்று இரண்டாகப் பிரிக்கிறார்கள் என கூறப்படுகிறது.

இன்று புகழ்பெற்று விளங்கும் பட்டிமன்றம் சங்க காலத்தில் ஒரு அவையாகத்தான் அறியப்படுகிறது. மணிமேகலையின் காலம். சமயம்சார்ந்த தத்துவங்கள் கூடுலாக தலைதூக்கிய காலங்கள். இந்தப் பின்னணியில் சமயவாதிகள் தத்தம் கோட்பாட்டை நிறுவ, பட்டி மண்டபத்தைப் பயன்படுத்தியுள்ளனர்.

ஒட்டிய சமயத் துறுபொருள் வாதிகள்
பட்டி மண்டபத்துப் பாங்கறிந் தேறுமின்
பற்றா மாக்கள் தம்முட னாயினும்
செற்றமுங் கலாமுஞ் செய்யா தகலுமின்

என்று மணிமேகலையில் கூறப்பட்டுள்ளது.

அவைகளில் தவிர்க்கவேண்டியவை என்று பட்டியலிட்டுச் சொல்லும் பல, இன்றைக்கும் அவையறிந்து பேசுவதிலுள்ள குறைபாடுகளாக இருப்பதை நமக்கு உணர்த்துகின்றன. இவற்றில் குறிப்பிட்டுச் சொல்லக்கூடியவை.

மற்றொன்று விரித்தல்
சென்றுதேய்ந் திறுதல்
நின்று பயனின்மை

ஆகியவை ஆகும்.

பல் பொருட்கு ஏற்பின் நல்லது கோடல், நுதலியது அறிதல், எதிர்ப் பொருள் உணர்த்தல், சொல்லின் எச்சம், சொல்லியாங்கு போன்ற சங்க கால சொற்கள், அவை பற்றிய குறிப்புகளை நமக்குத் தெரிவிக்கின்றன. எல்லாவற்றைப் பற்றிய அறிவையும் அறிந்து கொள்ளல், பிறர் பேசுவதைக் கூர்ந்து கவனித்தல், எதிர் உரையாளரின் பேசும் பொருளை உணர்ந்து கொள்ளுதல், சொல்லியபடி நடத்தல், ஆகியவை அன்றைய தொல் அவைகளில் நோக்கமாகத் தெரிகிறது. அவையை ஒழுங்கமைப்பதில் இந்த நோக்கங்கள் முக்கியப் பாத்திரம் வகித்து வந்தன.

இன்று மனிதருக்கான ஆளும் வளர்ச்சிப் பற்றி பெரிதும் பேசப்படுகின்றது. இதில் அடிப்படையானவை என்று கருதியவை எல்லாம் நமது தொல் அவைகளில் விதிகளாக வகுக்கப்பட்டுள்ளன. வழக்காடுதல், (Argument) பொருள் புரிந்து கொள்ளுதல், (hermenueties), பொருள் விளக்கவியல் (commentary), சொற்பொழிவுக்கலை (Oratation)., கட்டுரை (essay), அணியியல் (figures of speech), திறனாய்வியல் (criticism) போன்றவை அன்றைய அவைகளில் மைய இடத்தைப் பிடித்திருந்தன என்பது, எத்தனைப் பெருமைக்குரிய செய்தி.

அறிவை வளர்ப்பதிலும் அறிவின்மூலம் மக்களை சமத்துவத்தை நோக்கி நெறிப்படுத்துவதிலும், ஆதியிலிருந்து அவைகள் தமிழ்ச் சமூகத்தின் அறிவுப் புலத்திற்கு பெரும் பங்களிப்பை செலுத்தியுள்ளன.

*

21

தமிழரின் அறிவு மரபு

ஒரு நூலை எழுதி நிறைவு செய்வது என்பது பெரும் போராட்டம் தான். அறிவு பற்றிய தமிழரின் அறிவு என்னும் ,இந்த நூலும் இவ்வாறானதே. எந்த மொழியின் அறிவுக் கோட்பாட்டையும் அறிந்து கொள்ளுதல் எளிதானது அல்ல. ஆனால் தமிழரின் அறிவுக் கோட்பாட்டை ஆராய்வதில் ஏற்பட்ட நெருக்கடி வேறுவிதமாக இருந்தது. இதன் பெருமைகளை உலகத்தவர் அறிந்து கொள்ள முடியாமல் தடுக்கும் மறைமுக செயல்களை, மிகவும் நுட்பத்துடன் செய்திருப்பதையே என்னால் கூடுதலாக பார்க்க முடிந்தது. தமிழுக்கு எதிரான பொய்மையை இவ்வாறு ஏன் விதைக்க வேண்டும் என்ற எண்ணம் அடிக்கடி வந்து போனது. எல்லாவற்றையும் சகித்தழீக் கொண்ட என்னால் தமிழின் பெருமைகளை சிறுமைப்படுத்தும் இந்த தீய செயலை சகித்துக் கொள்ள முடியவில்லை.

இந்தியாவின் அனைத்து நாகரிகத்திற்கும் அடிப்படை சமஸ் கிருதம் தான் என்பது என்னைப் பெரிதும் வேதனைப்படுத்தியது. இதன் உட்பொருள் தமிழும் சமஸ்கிருத்தில் இருந்து பிறந்தது என்பது தான். இந்தியச் சிந்தனை மரபு, வேதத்திற்கு முந்தியது. ஆரியர் அல்லாது இந்த மண்ணின் பூர்வக்குடி மக்களுக்கு சொந்தமானது. வரலாற்றின் நெடியப் பயணத்தில் செழிப்புடன் இருந்த பல மொழிகள் அழிந்து விட்டன. படுகொலை செய்யப்பட்டன என்றாலும் தவறில்லை. பிராகிருதம், பாலி, மைதிலி,

போஜ்புரி என்ற தொன்மை வாய்ந்த மொழிகள் இன்று எங்கே போயின? யாரால்? ஏன் அழிக்கப்பட்டன? இதில் சமஸ்கிருத்திற்கு அடிப்படையான பங்கிருக்கிறது.

ஆதிக்கச் சக்திகளின் அழிவிலிருந்து தன்னைப் பாதுகாத்துக் கொண்ட ,இன்றைய ஒரே இந்திய மொழி, தமிழ் மட்டும் தான். இதன் தொன்மையும் வலிமையும் மட்டுமே இதற்கான பாதுகாப்பு. தன் மொழியை பாதுகாத்துக் கொள்ளும் கருதுகோள்களை இயல்பிலேயே தமிழ் மொழிப் பெற்றுள்ளது.

தொன்று நிகழ்ந்ததனைத்தும் உணர்ந்திடு சூழ்கலைவாணர்களும் - இவள்

என்று பிறந்தவள் என்றுண ராத

இயல்பினளாம் எங்கள் தாய்.

என்ற பாரதியின் பாடல்கள் தொல்காப்பியத்திற்கு முந்தைய தமிழின் தொன்மையை அறிந்து கொள்ள பெரிதும் உதவுகிறது. இந்தியத் துணைக்கண்டத்தின் ஆதிமொழி என்னும் சிறப்பு இதற்கு இருக்கிறது. இன்று வரை தொடரும் தமிழுக்கான பாதுகாப்பு கவசங்களில் இது முதன்மையானது.

சங்க காலத்திற்கு பின் மாமன்னர்களின் மடியில் அமர்ந்து தமிழை அழிக்க சமஸ்கிருதம் முயற்சி செய்தது. ஆனாலும் தமிழை அழிக்க இயலவில்லை. இறைவழிபாட்டின் மூலம் தமிழை அழிக்கப் பார்த்தது. இதனை எதிர் கொள்ள சிவ வழிபாடு, வைணவ வழிபாடு ஆகிய அனைத்தும் தமிழை முதன்மையாக கொண்ட வழிபாட்டு முறையாக மாற்றம் அடைந்தது. சமஸ்கிருத்தால் பக்தியின் மூலமாகவும் தமிழை அழிக்கக முடியவுல்லை. பக்தி உலகிலும் தமிழ் புது தத்துவங்களை உருவாக்கி தனிப் பிறப்பெடுத்துக் கொண்டது.

இதைப் போன்றே கடந்த ஆறு நூற்றாண்டுகளாக நாடு விடுதலை பெறும் வரை, தமிழகத்தில் தமிழ் ஆட்சி மொழியாக இல்லை. நாயக்கர்கள், ம்ராட்டியர்கள், இஸ்லாமியர்கள்,

கன்னடர்கள் டச்சுக்காரர்கள், போர்த்துக்கீசியர்கள், பிரஞ்சுக்காரர்கள், ஆங்கிலேயர் என்று பலரும் தங்கள் மொழியை ஆட்சி மொழியாக்கிக் கொண்டார்கள். இத்தனை நீண்ட காலம் எந்த மொழியும் அந்நிய ஆட்சியில் இருந்தால், அந்த மொழி முற்றாக அழிந்துவிடும். தமிழ் அழிய வில்லை. அழியவிடாமல் பேச்சிலும் எழுத்திலும் தமிழை வெகு மக்கள் அன்றாடம் பயன்படுத்தி அதைக் காப்பாற்றி வந்தார்கள். மக்களின் அன்றாட வாழ்வில் அறிவுப் பூர்வமாக இடம் பிடித்த மொழி என்பதால், பண்பாட்டோடு சேர்ந்து மேலும் வலிமையுடன் வாழ்ந்தும் வளர்ந்தும் வந்தது. இதற்கு மொழியின் கட்டமைப்பு முக்கிய காரணமாக அமைகிறது.

தமிழ் மொழியின் கட்டமைப்பை தமிழரின் அறிவு தான் வளர்த்தெடுத்திருக்க முடியும். மொழியின் வலிமை அதன் வேர் சொற்களிலிருந்து தான் மதிப்பிட்டுக் கொள்கிறார்கள். வேர் சொற்களின் எண்ணிக்கையைத்தான் ஆதாரம் என்கிறார்கள் "உலகத்து மொழிகளிலேயே மிக அதிகமான வேர்ச்சொற்களை உடைய மொழி என்று உலக அறிஞர்கள் கூறுகிறார்கள்.

புதிய கலைச்சொல் உருவாக்கங்கள் தான், ஒரு மொழியின் அடுத்த கட்ட வளர்ச்சிக்கான பாதையை திறந்து வைக்கிறது. தொல் சிறப்பு இல்லாத மொழிகளில் கலைச் சொல்லாக்கங்களுக்கான வேர்சொற்கள் அந்த மொழியில் கிடைப்பதில்லை. இன்றைய உலகில் மக்களால் பரவலாக அறியப்பட்ட ஆங்கிலத்தில், அந்த மொழியில் அமைந்த வேர் சொற்கள் மிகவும் குறைவு. இலத்தீன் கிரேக்கம் முதலான மொழிகளிலிருந்து தான், தன் மொழி வேர்சொற்களைப் பெற்றது. இதைப் போல இந்தி கலைச் சொல்லாக்கத்திற்கான வேர் சொற்கள் சமஸ்கிருதம், பிராகிருதம், உருது ஆகிய மொழிகளிலிருந்து தான் பெற முடிந்தது. தமிழின் மொழியறிவு தொடக்கக் காலத்திலேயே சிறந்த கட்டமைப்பைக் கொண்டிருந்தால் கூடுதல் வேர் சொற்கள் தமிழில் கிடைக்கின்றன. இந்த அறிவுயர்ந்த மொழி வளர்ச்சிக்கு உருவாக்கப்படும் தடைகள் தான் இன்றைய நமது பிரச்சனை.

ஒவ்வொரு மொழிக்கும் நெருக்கடி ஏற்படும் போதெல்லாம் அந்த மக்களின் தீவிர உணர்வு மறுமலர்ச்சி காலங்களைத் தோற்றுவித்து விடுகின்றன. மறுமலர்ச்சியின் நோக்கம் அறிவின் மூலம் தமது வேர்களை கண்டறிதல். தமிழின் வேர்கள் வலிமை பொருந்தியவை. அதன் அறிவின் வேர்களை அடியழம் வரை சென்று அதன் கருதுகோள்களைக் கற்றறிய வேண்டும். இதைத் தான் இன்றைய அறிவுக் கோட்பாட்டின் புதியத் தேவையாகக் கருதுகிறேன்.

தமிழர் அறிவுக் கோட்பாட்டின் கருதுகோள்களைக் கற்க வேண்டும் என்றால், முதலில் திணைக் கோட்பாடுகளை அறிந்து கொள்ள வேண்டும். அதன் உயர் சிறப்பு திணைக் கோட்பாடுகளில் தான் அடங்கியிருக்கிறது. திணை ஐவகை நிலம் பற்றி பேசுகிறது. திணை ஒழுக்கம் மக்கள் வாழ்க்கைப் பற்றி பேசுகிறது. திணை ஒழுக்கம் தான் ஆண், பெண் உறவின் உட்பொருளை மனிதருக்கு உணர்த்தும் மேன்மையைக் கொண்டுள்ளது. இன்று வரை திணை வாழ்வின் உயர் நோக்கத்தை யாராலும் மறுக்க முடியவில்லை. வாழ்வை, தலைவன், தலைவி என்ற இரண்டு புள்ளிகளில் முன் நிறுத்துகிறார்கள். இந்த இரு புள்ளிகள் சமுதாயத்தின் உட்கருவாக அமைந்துவிடுகிறது. இருவரது மனம் என்பது சமூக மனமாக விரிவடைகிறது. இதைத் தான் திணைச்சமூகத்தின் அகப்பொருள் இலக்கணம் என்று கூறுகிறோம்.

அகப்பொருள் இலக்கணம் வாழ்வுக்கு அடிப்படை ஒத்த அன்பு என்கிறது தமிழரின் அறிவு எல்லாவற்றிற்கும் அன்பு தான் ஆதாரம் என்கிறது. ஆண் பெண் அன்பு வெறும் கேளிக்கை கொண்டாட்டம் அல்ல. காதல் என்றப் பெயரில் இது கொண்டாட்டத்தோடு எல்லாவற்றையும் தீர்த்துக் கொள்வதும் இல்லை. மேலைநாடுகளின் ஆரம்ப நாட்களில் அன்பில் தொடங்கிய காதல் பின்னர் கொண்டாட்டமாக மட்டுமே பார்க்கப்பட்டிருக்கிறது. தமிழர்களிடம் இந்த புரிதல் ஆரம்ப காலங்களிலேயே இருந்து வந்ததாகத் தெரிகிறது. உலகின் மொழி பேசும் பெரும் பரப்பில் இது ஒரு சில இடங்களில் மட்டுமே காணப்படுகிறது.

தொல்காப்பியத்தின் அன்பின் ஐந்திணை என்னும் சொல் நம்மை ஈர்க்கிறது. குறிஞ்சி முதலான ஐந்து நிலங்களுக்கான காதல் ஒழுக்கங்கள் கூறப்பட்டாலும், அகத்திணையை மொத்தம் ஏழு பிரிவாகப் பிரித்துள்ளனர். கைக்கிளை, பெருந்திணை, ஆகிய இரண்டையும் திணை ஒழுக்கங்களுடன் இணைத்துள்ளது தொல்காப்பியம். கைக்கிளையும் பெருந்திணையும் அன்பு வட்டத்தில் வரவில்லை. ஒருதலைக் காதலும், பொருந்தாக் காதலும் அன்பு வட்டத்தில் இல்லை என்றாலும், இதை எவ்வாறு எதிர் கொள்வது என்பதையும் தமிழரின் அறிவு யோசித்திருக்கிறது.

தலைவன், தலைவி காதலின், ஒவ்வொரு நுட்பங்களையும் ஆராய்ந்து, அறிந்து, அதன் பல நிலைகளை வரையறுக்கிறது திணை வாழ்க்கை. ஒன்றிணைதல், பிரிதல், இருத்தல், இரங்கல், ஊடல், கூடல் என்று பகுப்பாய்வு செய்து அதற்கான விளக்கங்களைத் தருகிறது தமிழரின் அறிவுக் கோட்பாடு. இவை எல்லாவற்றிற்கும் அன்பு தான் அடிப்படையாகிறது. அன்பு என்ற ஒன்றைக் குறித்து சேகரித்த அறிவு சேமிப்பு தமிழரின் வாழ்வின் தனித்தன்மையாகும். அன்பின் அக வாழ்க்கை புறவாழ்வின் மேன்மையை உறுதிப்படுத்துகிறது.

அக வாழ்க்கை, புற வாழ்க்கையை நோக்கி நகர்கிறது. அன்பில் தொடங்கிய அக வாழ்க்கை, அறம் நிறைந்த புற வாழ்க்கையை உருவாக்குகிறது. தமிழரின் அன்புக்கும் அறத்திற்கும் நெருங்கிய உட் தொடர்பு தனித்துவமானது. அகத்திற்கு அன்பு கூடுதலாகத் தேவைப்படுகிறது என்றால், புறத்திற்கு அறம் கூடுதலாகத் தேவைப்படுகிறது. இதனால் தான், அன்பு முதிர்ந்து அறமாக மாற்றமடைகிறது. இந்த கருதுகோளிலிருந்து தான் தமிழரின் போர் அறம் பிறப்பெடுத்தது என்பதைப் புரிந்து கொள்ள வேண்டும்.

தமிழரின் அறிவு வாழ்வின் உறுதிப் பொருளாக மூன்றைக் கூறுகின்றன. அறம், பொருள், இன்பம் என்ற மூன்றும் தான் உறுதிபொருள்கள். வடமொழியில் உறுதிப் பொருளை புருடார்த்தங்கள் என்கிறார்கள். புருடார்த்தங்கள் கூறும் உறுதிப் பொருள் நான்கு. அறம், பொருள், இன்பம், வீடு எனபடும். மனித இறப்புக்குப் பின் அமைவது வீடு

பேறு. தமிழர் வாழ்வியலில் வீடுபேறு என்ற நான்காவது நோக்கம் ஆரம்ப காலங்களில் இல்லை. வடமொழி இந்த நான்கு உறுதிப் பொருள்களையும், வருண நெறிக்கு உட்படுத்தி, மனித வாழ்வை ஏற்றத் தாழ்வு கொண்ட சிறைக் கூடமாக்கியது.

விடுதலை வேட்கைக் கொண்ட சுதந்திரமான தமிழர் அறிவு அனைத்தையும் எதார்த்திலிருந்து பெறுகிறது. உலகம் எட்டிப் பார்க்கும் தலைசிறந்த பிரமாண்டங்களை இதனால் தான் இவர்களால் படைக்க முடிந்தது. அந்த சுதந்திரமான அறிவின் மாபெரும் சாதனை தான் இரண்டாயிரம் ஆண்டுகளுக்கு, முந்தைய கல்லணையும், ஆயிரம் ஆண்டுகளைக் கடந்தும் தலை நிமிர்ந்து நிற்கும் தஞ்சை பெருவுடையார் ஆலயமும். எல்லாத் துறைகளிலும் தமிழரின் செயல் உச்சத்தை தொட்டுப் பார்த்து விட்டது.

கரை புரண்டு பெரும் அழிவை தரும் வெள்ளத்தைக் கட்டுப்படுத்தி நீர் பாசனத்தை உருவாக்கினார்கள். நெருப்பை உருவாக்கவும், அதைக் கட்டுப்படுத்தவும் அறிந்திருந்தார்கள். விவசாயத்திற்கும் போருக்கும் விலங்குகளைப் பழக்கிப் பயன்படுத்தினார்கள். மண்ணில் மறைந்து கிடந்த உலோகங்களை தனியாக பிரித்தெடுத்து, ஆக்கப் பூர்வமான பயன்பாட்டுப் பொருள்களையும் போர் கருவியும் செய்து கொண்டனர்.

சக்கரங்களின் கண்டுபிடிப்பு மனித வாழ்வின் பாய்ச்சல் முன்னேற்றம். சக்கரங்களை வடிவமைத்து பயணங்கள் முதல் பல்வேறு பணிகளுக்குப் பயன்படுத்திக் கொண்டனர். மண் பாண்டங்கள் செய்தல், ஆட்சிமுறை, நாவாய் அமைத்தல், மொழியியல், வானவியல் மருத்துவம் என்று எதைத் தான் விட்டு வைத்தார்கள். இவையெல்லாம் தொன்மையான வலிமையான அறிவு தமிழர்களுக்கு வழங்கிய கொடை எனலாம்.

அளவை அறிவை அறிந்தவர்களே அறிவுக் கோட்பாட்டில் சிறந்தவர்களாக கருதப்படுகிறார்கள். தமிழர்கள் அறிவின் அளவை அறிந்தவர்கள். அறிவை அறிவைக் கொண்டு அளக்குமுறையில் தனிக் கணக்கீட்டை தமிழர்கள்

வைத்திருந்தார்கள். அதே காலங்களில் இதுபோன்ற சிறந்த நாகரிங்கள் உலகின் பல பகுதிகளிலும் தோன்றி வளர்ந்துள்ளன என்பதும் மறுக்க முடியாத உண்மை.

ஒருவிதத்தில் பார்த்தால், சங்க இலக்கிய செய்யுள்கள் கூட அளவையாகத்தான் கூறப்படுகின்றன. எண்ணையும், எழுத்தையும் கண்ணெனக் கொண்ட பண்டைத்தமிழ் நூல் தொகுப்புகளின் பெயர்கள் கூட எட்டுத்தொகை, பத்துப்பாட்டு, பதினெண் மேல்கணக்கு, பதினெண் கீழ்க்கணக்கு, ஐங்குறுநூறு, புறநானூறு, அகநானூறு, இன்னா நாற்பது, இனியவை நாற்பது, நாலடியார், பதிற்றுப்பத்து கார் நாற்பது களவழி நாற்பது என்று அமைய காண்கிறோம். சங்கப்டல்கள் எண்களால் அளந்து அறிவை சொல்லுகின்றன.

எந்த ஒரு அறிவும் அனுபவம், தொடர்ச்சியை ஆகியவற்றை அடிப்டையாகக் கொண்டு தான் செயல்படுகிறது. தமிழர், முன்னோரின் அறிவுத் தொடர்ச்சியைக் கற்றுக் கொள்வதை அறிவுக் கோட்பாட்டின் முக்கியப் பகுதியாகக் கருதினர். இந்த தொடர்ச்சியைச் சுமந்து வரும் கடந்தக் காலத்தைத் தான் மரபு என்கிறார்கள். இது உள் இணைப்பு மட்டுமல்ல. உயிர் இணைப்பும் கூட.

இதற்கு முன்னர் தமிழில் அமைந்த தொன்மையான இலக்கியங்களும் இலக்கண நூல்களும் கால வெள்ளத்தில் அழிந்து விட்டன. அவை ஈடு இணையற்ற செறிவு மிக்க அறிவு பெட்டகமாக இருந்திருக்க வேண்டும். பெட்டகங்கள் அழிந்து போயின என்பதற்கு தொல்காப்பியமே சாட்சியம் அளித்து மரபியல் இலக்கணத்தை வகுக்கிறது.

மரபியல் இலக்கணம், அழிவிலிருந்து புதிய பிறப்பை உருவாக்கும் அறிவிப்பை வெளியிடுகிறது. மரபு என்னும் தமிழரின் கடந்த கால கூட்டு சிந்தனை இல்லாமல் புதிய

அறிவை பெற முடியாது என்பதிலிருந்து தான் மரபியல் இலக்கணத்தைத் தொல்காப்பியம் வகுத்துள்ளது. வேறு மொழிகளில் முன்னோர் மரபு இத்தகைய உறுதியோட்டு இலக்கணமாக வகுக்கப்டவில்லை என்று ஆய்வு செய்த அறிஞர்கள் கூறுகிறார்கள். எதிர்காலத்தில் தமிழ் சமூகம் ஒரு அறிவார்ந்த சமூகமாக மாற வேண்டுமெனின், முன்னோர்

மரபை முழுவதுமாக கற்றிந்து கொள்ளுதல் அவசியம் என்பதை நூல் வலியுறுத்துகிறது.

தமிழரின் அறிவார்ந்த வாழ்க்கை, உலகில் யாருமே சென்றடைய முடியாத மானுடத்தின் விரிந்த பரப்பில் காலடி எடுத்து வைத்துவிட்டது. மனித நேயத்தைக் கைப்பற்றி இது நிகழ்த்தும் கொண்டாட்டங்களை பல்லாயிரம் ஆண்டுகளுக்கு முன்னரே தொடங்கிவிட்டது. "யாதும் ஊரே யாவரும் கேளிர்" என்னும் சங்கப் பாடலுக்கான இணை உலகில் எங்காவது உண்டா? இந்தப் பாடலின் அடுத்த வரிகள், "தீதும் நன்றும் பிறர்தர வாரா" -இதுவும் மனித அறிவின் சுய பரிசீலனையின் உயர் பரிமாணத்தைப் பேசுகிறது. இந்த மனித ஆளுமையை நெறிப்படுத்தும் மொழிகள் வரலாற்றின் நெடும் பரப்பில் எங்கும் காணப்படுவதில்லை. இந்த பாடலின் அடுத்த வரிகள் அறிவையும் சமத்துவத்தையும் இணைத்து முன்மொழிகிறது. பெரியோரை வியத்தலும் இலமே, சிறியோரை இகழ்தல் அதனினும் இலமே" கணியன் பூங்குன்றன் கூறியது வானுயர்ந்த சமத்துவம் நிறைந்த மனித நேயப் பார்வை.

மேன்மையான இந்த அறிவு மரபை(யம், உயர்வையும் இன்றைய தமிழர்கள் மறந்து விட்டார்கள். மேடையலங்கார ஆரவாரச் சொல்லாக இன்று இது நமக்குப் பயன்பட்டு வருகிறது. சுயமரியாதை கொண்ட அறிவு பாரம்பரியத்தை அலட்சியமாக புறக்கணித்து விட்டு, சுய ஆதாயத்தில் சிக்கி, அடிமை வாழ்க்கை வாழ துணிந்து விட்டார்கள். ஆனால் தமிழரின் அறிவுக் கோட்பாடு சமத்துவத்தையும், அறிவியலையும், தன்மானத்தையும் அடிப்டையாகக் கொண்டது.

கற்பனை உருவாக்கித் தந்த கட்டுக் கதைகளில் நம்பிக்கை கொண்டவர்கள் அல்ல தமிழர்கள் உலகின் தோற்றத்தை இயற்கையின் அனுப அறிவிலிருந்து அறிந்து கொண்டவர்கள். வாழ்வின் ஒவ்வொன்றையும் அறிவின் வழி நின்று பார்த்தவர்கள். இந்த பெருமை மிக்க அறிவுப் பராம்பரியம், கண் முன்னால் அழிவதை எவ்வாறு ஏற்றுக் கொள்ள முடியும் ? இதை வளர்த்தெடுப்பது தான் இன்றைய தலைமுறையின் தலையாயக் கடமை. இன்றைய கணிணி

உலகின் புதிய வாய்ப்புகளை இதற்குப் பயன்படுத்திக் கொள்ள வேண்டும். கணிணி வடிவமைப்புக்கு ஏற்புடைய மொழியாக தமிழ் மொழி திகழ்கிறது. சொற்களைப் பிரித்தல், சேர்த்தல், பகுத்துப் பார்த்தல் போன்றவை தான் கணிணி மொழியின் சிறப்பு கூறுகள். கணித அடிப்படையில் அமைந்த மொழிகள் தான், இதற்கு பொருத்தமான செயல் வடிவத்தைத் தருகின்றன. தமிழ் மொழி அடிப்படையில் கணிதப் பண்புகளைக் கொண்ட மொழி என்று, அறிஞர்கள் கூறுகிறார்கள். இதனால் கணணி வடிவமைப்புக்கு ஏற்புடைய மொழியாக தமிழ் மொழி திகழ்கிறது. அதற்கு ஏற்ற புதிய சொல்லாக்கங்களும் தமிழில் தினம் தினம் பிறந்து கொண்டேயிருக்கின்றன. தொன்மைக்கும், நவீனத்திற்கும் பொருத்தமுடைய அறிவு சார்ந்த மொழியாக தமிழ், இயல்பிலேயே அமைந்தது தான் இதன் சிறப்பு. ஆனாலும் எதிர்பாராத நெருக்கடிகள் நம்மை சூழ்ந்து நிற்கின்றன.

அறிவை ஆயுதமாக கொண்ட இன்றைய இளைஞர்கள் இதை சந்திக்க எழுந்து நிற்பது தான் தமிழர்களின் எதிர்கால நம்பிக்கை. மெரினாவின் சல்லிகட்டிலில் தொடங்கிய இந்தப் போராட்டம் புதிய மறுமலர்ச்சிக்கான முன் மொழிவை தந்துள்ளது. உணர்ச்சி மட்டும் போதாது, அறிவார்ந்த முறைகளும் வேண்டும் என்று இது நம்மை வற்புறுத்துகிறது. நீண்ட வரலாற்றின் அடியாழத்தில் மறைந்து கிடக்கும் தழீமிழர்களின் அறிவு பெட்டகங்களை ஒவ்வொன்றாகத் திறந்து பார்க்கும் பொறுப்பை இது நமக்கு அளித்துவிட்டது. காலம் இட்டக் கட்டளையை நிறைவேற்றாமல் எந்த வரலாறும் வெற்றிப் பெற்றதில்லை. இந்தக் கட்டளையை ஏற்று, தமிழரின் அறிவுக் கோட்பாட்டை வெற்றி பெற செய்வோம்.

*